பகத் சிங்
(இந்தியாவின் அழியாத புரட்சியாளர்)

- ஆசிரியர் : டாக்டர் பவன் சிங் ராணா

AF658106

டைமண்ட் புக்ஸ்
www.diamondbook.in

டைமண்ட் பாக்கெட் புக்ஸ் (பி) லிமிடெட்.
X-30, ஓக்லா தொழில்துறை பகுதி, கட்டம்-II
புது தில்லி-110020
தொலைபேசி: 011-40712100, 41611861
தொலைநகல்: 011-41611866
மின்னஞ்சல்: sales@dpb.in
இணையதளம்: www.diamondbook.in
பதிப்பு: 2023

பகத் சிங் (இந்தியாவின் அழியாத புரட்சியாளர்)

ஆசிரியர் - **டாக்டர் பவன் சிங் ராணா**

மொழிபெயர்ப்பு, லேசர் டைப்செட், வடிவமைப்பு,
எடிட்டிங் - **குணசீலிபிஸ்வநாத் குழு**

அழியா தியாகி பகத்சிங்கின் பெயர் எந்த இந்தியருக்கும் தெரியாதது அல்ல. தேசபக்தி, சுய தியாகம் மற்றும் தைரியம் ஆகியவற்றின் நற்பண்புகளுக்கு மிகச் சிறந்த உதாரணத்தை ஒரு சாதாரண மனிதனால் கற்பனை செய்து கூட பார்க்க முடியாது. இந்தியா ஒரு தேசமாக உருவாவதில் பகத்சிங்கின் உன்னதமான செயல்பாடுகளுக்கு அவர் அளித்த பங்களிப்பு தனித்துவமானது. இதற்காக பகத் சிங்கிற்கு இந்தியா இன்னும் பல ஆண்டுகளாகக் கடன்பட்டிருக்கும். அழியாத தியாகி பகத்சிங்கின் வாழ்க்கை வரலாறு இந்நூலில் மிக அழகாக வழங்கப்பட்டுள்ளது.

முன்னுரை

நமது நினைவை விட்டு என்றுமே அழியா தியாகி பகத்சிங்கின் பெயர் எந்த இந்தியருக்கும் தெரியாதது அல்ல. தேசப்பற்று, சுய தியாகம் மற்றும் தைரியம் ஆகியவற்றின் நற்பண்புகளுக்கு மிகச் சிறந்த உதாரணத்தை ஒரு சாதாரண மனிதனால் கற்பனை செய்து கூட பார்க்க முடியாது. இந்தியா ஒரு தேசமாக உருவாவதில் பகத்சிங்கின் உன்னதமான செயல்பாடுகளுக்கு அவர் அளித்த பங்களிப்பு தனித்துவமானது. இதற்காக பகத்சிங்கிற்கு இந்தியா இன்னும் பல ஆண்டுகளாகக் கடமைப்பட்டிருக்கும்.

எல்லாவற்றிற்கும் மேலாக, அவர் இளம் வயதிலேயே துணிச்சலான மனிதர். அவர் வாழ்ந்த காலத்திலும், அவரது தியாகத்திற்குப் பிறகும், பிரிட்டிஷ் அரசாங்கத்திற்கு அவர்களுக்கு தூக்கமில்லாத இரவுகளைக் கொடுத்தார். அந்த காலகட்டத்தின் புகழ்பெற்ற தலைவர்கள், அரசியலின் பெரும் வீரர்கள் ஆவர். இந்த இளைஞர்களைப் பற்றி சிந்திக்க வேண்டிய கட்டாயம் என்ன? அன்றைய காலகட்டத்தில் இந்திய அரசியலில் இருளில் மூழ்கியிருந்த மகாத்மா காந்தியும் கூட, இந்த புத்திசாலித்தனமான தனிநபரின் தியாகத்தின் மீதான விமர்சனத்திற்கு ஆளாக நேரிட்டதா? ஆம், அதற்கு இந்த மகத்தான நபரின் தன்னலமற்ற தேசபக்தி, தான் காரணம். இலட்சியம் மற்றும் ஈடு இணையற்ற தைரியம் தான் இவை அனைத்திற்கும் காரணம் என்பது உறுதியாக தெரிகிறது.

அவர் பஞ்சாபில் பிறந்தார், ஆனால் அவரது பார்வை பஞ்சாப் மட்டும் அல்ல. இந்தியாவின் முழு நிலப்பகுதியும் அவரது தாய்நாடாக இருந்தது, அவர் அனைத்து இந்தியர்களுக்கும் சொந்தமானவர். சீக்கிய குடும்பத்தில் பிறந்தாலும், அவர் சீக்கியர் மட்டுமல்ல; அவர் ஒரு உண்மையான இந்தியர், மற்றும் ஒரு உண்மையான மனிதர். ஒரு நேர்மையான நபரின் பார்வை மதம், சாதி அல்லது மாநிலம் மட்டும் அல்ல. மேலும், ஒட்டுமொத்த இந்தியாவின் நலனைக் கருத்தில் கொண்டு அவர் தனது உயிரையே தியாகம் செய்தார். வரலாற்றிலேயே பகத்சிங்கின் இடம் தனித்துவமானது என்பதில் சந்தேகமேயில்லை.

இந்தப் புத்தகத்தைப் பற்றி நான் அசல் தன்மையைக் கூறினால் மட்டுமே அது ஒரு சுயப் புகழ்ச்சியாக இருக்கும். இதை எழுதுவதற்கு பல்வேறு நூல்களின் ஆசிரியர்கள், அறிஞர்கள், டாக்டர் பட்டாபி போன்ற புகழ்பெற்ற வரலாற்றாசிரியர்களிடமிருந்து உதவி பெறப்பட்டது. சீதாராமையா, புரட்சியாளர் மற்றும் எழுத்தாளர் மன்மத் நாத் குப்தா, ஸ்ரீ கே.கே.குல்லர், மேஜர் குர்தேவ் சிங் தயாள் மற்றும் ஸ்ரீ சுரேஷ் சந்திர ஸ்ரீவஸ்தவா. எனவே, அவர்கள் அனைவருக்கும் நன்றி கூறுவது எனது கடமையாகும். பொருளின் நம்பகத்தன்மை குறித்து நான் விரிவான கவனம் எடுத்துள்ளேன். இருப்பினும், அதில் ஏதாவது குறை இருந்தால், தவறு என்னுடையது. அறிவார்ந்த வாசகர்களுக்கு எனது ஆழ்ந்த நன்றி.

- பவன் சிங் ராணா

பொருளடக்கம்

1. ஆரம்பகால வாழ்க்கை

உலகில் உள்ள ஒவ்வொரு உயிரினமும் பிறந்து பின்னர் இறக்கின்றன. இந்தச் சுழற்சி நடந்துகொண்டிருக்கிறது, அது என்றென்றும் தொடரும். எண்ணற்ற மனிதர்கள் இவ்வுலகில் வந்து மறைந்திருக்கிறார்கள், ஆனால் இன்று அவர்களின் பெயர்கள் யாருக்கும் தெரியாது. ஆனால் சில நபர்கள் தங்கள் சமூகம் மற்றும் நாட்டின் இதயங்களிலிருந்து ஒருபோதும் விலகிச் செல்ல மாட்டார்கள், அவர்கள் உடல் ரீதியாக இல்லாவிட்டாலும் கூட அவர்களின் உன்னதமான செயல்கள் மூலம் அவர்களின் பெயரை என்றுமே அழியாது, நிலைநிறுத்தியுள்ளனர். அப்படிப்பட்ட ஒரு பெயர் தான் பகத் சிங். அவரை இந்தியர்கள் காலங்காலமாக மறக்க மாட்டார்கள்.

பிறப்பு மற்றும் குழந்தைப் பருவம்

பகத் சிங் செப்டம்பர் 27, 1907 அன்று பங்கா கிராமத்தில் பிறந்தார். மாவட்டம் லயால்பூர், பஞ்சாப் (இப்போது இந்த இடம் பாஸ்கிஸ்தானில் உள்ளது). அந்த நேரத்தில் அவர் பிறந்தபோது, அவரது தந்தை சர்தார் கிஷன் சிங் லாகூர் சென்ட்ரலில் இருந்தார். இந்திய விடுதலைப் போராட்டத்தில் பங்கேற்றதற்காக தான் சிறை சென்றார். சர்தார் கிஷன் சிங் அஜித் சிங் மற்றும் சர்தார் ஸ்வர்ணா என்ற இரண்டு இளைய சகோதரர்கள் இருந்தனர். சிங் இந்த நேரத்தில், சர்தார் அஜித் சிங் மாண்டலே சிறையில் (பர்மா) இருந்தார். மற்றும் சர்தார் ஸ்வர்ணா சிங் அவருடன் சிறையில் இருந்தார் மூத்த சகோதரர் சர்தார் கிஷன் சிங். இவ்வாறு, சிங்கின் பிறக்கும் சமயத்தில் அவரது தந்தை மற்றும் அவரது மாமாக்கள் இருவரும் சுதந்திரத்திற்காக போராடி சிறையில் இருந்தனர் வீட்டில் அவருடைய தாய் ஸ்ரீமதி வித்யாவதி இருந்தார். தாத்தா அர்ஜுன் சிங் மற்றும் பாட்டி ஜெய் கவுர் ஆகியோரும் இருந்தனர். ஆனாலும், குழந்தை பகத் சிங் அதிர்ஷ்டசாலி தான். அவர்களின் நல்ல நேரம் தொடங்கியது. அதாவது, பகத் சிங் பிறந்த மூன்றாவது நாளில், அவரது தந்தை சர்தார் கிஷன் சிங் மற்றும் மாமா சர்தார் ஸ்வர்ணா சிங் சிறையில் இருந்து ஜாமீனில் விடுவிக்கப்பட்டார். இந்த முறை அவரது மற்றொரு மாமா சர்தார் அஜித் சிங்கும் விடுவிக்கப்பட்டார். எனவே, அங்கு அவர் பிறந்த உடனேயே அவரது வீட்டில் மகிழ்ச்சி வெள்ளம் ஓடியது அவரது பிறப்பு அதிர்ஷ்டம் என்று போற்றப்பட்டது. அவரது பாட்டி இதற்கு அதிர்ஷ்டசாலி என்று பெயரிட்டார் பகோன்வாலா போன்ற குழந்தை, ஒரு நல்ல அதிர்ஷ்டம் தான். இதன் அடிப்படையில் அவரை பகத் சிங் என்று அழைக்கத் தொடங்கினார்.

பகத் சிங் தனது பெற்றோருக்கு இரண்டாவது குழந்தை சர்தார் கிஷன் சிங்கின் மூத்த மகன் ஜகத் சிங் பதினோரு வயது இளமை, அவன் ஐந்தாம் வகுப்பு படித்துக் கொண்டிருந்தான். தனது முதல் மகன் மிக இளம்

வயதிலேயே இறந்ததால், பகத் சிங் தனது பெற்றோரின் முதல் குழந்தையாக கருதப்படுகிறார். பகத் தவிர சிங், அவரது தந்தை சர்தார் கிஷன் சிங்குக்கு மேலும் நான்கு மகன்கள் மற்றும் மூன்று பேர் இருந்தனர் மொத்தத்தில், அவருக்கு ஆறு மகன்கள் மற்றும் மூன்று மகள்கள் இருந்தனர். அவர்களின் பெயர்கள் காலவரிசைப்படி: ஜகத் சிங், பகத் சிங், குல்விர் சிங், குல்தார் சிங், ராஜேந்திர சிங், ரன்வீர் சிங், பீபி அமர் கவுர், பீபி பிரகாஷ் கவுர் (சுமித்ரா) மற்றும் பீபி சகுந்தலா.

பகத் சிங் தேசபக்தியினை மரபு வழி மூலம் தொடங்கினார். அவரது தாத்தா சர்தார் அர்ஜுன் சிங் ஒரு வலுவான எதிரி. அதாவது பிரிட்டிஷ் அரசாங்கத்தின் எதிரி என்று பேசும் காலம் அது ஆங்கிலேயர்களுக்கு எதிரானது எல்லாம் மரண அழைப்பாக தான் இருந்தது. அந்த நாள் மக்கள் எல்லா நன்மைகளும் இருப்பதால் ஆங்கிலேயர்களைப் புகழ்வது அவர்களின் கடமை என்று கருதினர். எனவே, சர்தார் அர்ஜுன் சிங்கின் இரண்டு சகோதரர்கள் - சர்தார் பகதூர் சிங் மற்றும் சர்தார் தில் பாக் சிங்- இவர்கள் சோர்வாக கருதப்பட்டனர். அதேசமயம் சர்தார் அர்ஜுன் சிங் ஆங்கிலேயர்களை வெறுத்தார். எனவே, அவரது சகோதரர்கள் இருவரும் அவரை முட்டாள் என்று கருதினர். சர்தார் அர்ஜுன் சிங்கிற்கு மூன்று மகன்கள் - சர்தார் கிஷன் சிங், சர்தார் அஜித் சிங் மற்றும் சர்தார் ஸ்வர்ணா சிங் ஆவர். மூன்று சகோதரர்களும் இருந்தனர் தங்கள் தந்தையைப் போல அச்சமற்ற மற்றும் தேசபக்தி உடையவர்கள்.

பகத்சிங்கின் தந்தை மீது அரசாங்கம் 42 வழக்குகளை பதிவு செய்தது சர்தார் கிஷன் சிங் இந்தியாவுக்கான சுதந்திர இயக்கங்களில் ஆங்கிலேயருக்கு எதிராக பங்கேற்றதற்காக அவர் இரண்டரை ஆண்டுகள் சிறைத்தண்டனை பெற்றார். மேலும், அவர் பர்மாவின் தலைநகரான ரங்கூனுக்கு அனுப்பப்பட்டார். பகத் சிங் ஆங்கிலேயருக்கு எதிராக சுதந்திர இயக்கங்களில் பங்கேற்றதற்காக 1907ல் ஜூன் மாதம் இந்தியாவிலிருந்து வெகு தொலைவிற்கு அனுப்பப்பட்டார். பகத்தின் காலத்தில் அவர் அங்கு சிறையில் அடைக்கப்பட்டார் சிங்கின் பிறப்பு. சில மாதங்களுக்குப் பிறகு, அங்கிருந்து விடுவிக்கப்பட்ட பிறகு, அவர் ஈரான், துருக்கி மற்றும் ஆஸ்திரியா வழியாக ஜெர்மனியை அடைந்தார். அங்கிருந்து முதல் உலகப் போரில் ஜெர்மனியின் தோல்விக்குப் பிறகு பிரேசிலுக்கு சென்றார். அவர் பின்னர் ஜவஹர்லால் நேருவின் முயற்சியால் மீண்டும் இந்தியா வந்தார் 1946 இல் இடைக்கால அரசாங்கம் உருவானது.

பகத்சிங்கின் இளம் மாமா ஸ்வர்ண சிங்கும் சுதந்திரமானவர் அவரது தந்தை மற்றும் இரண்டு மூத்த சகோதரர்களைப் போன்ற போராளி தான். மூத்த சகோதரர் கிஷன் சிங் “பாரத் சொசைட்டி“யை நிறுவினார். அதில் ஸ்வர்ணா சிங்கும் இணைந்தார். அவர் தேசத்துரோக வழக்கில்

தண்டனை பெற்று லாகூர் மத்திய சிறையில் அடைக்கப்பட்டார். இங்கே அவர் மிகவும் கடினமாக உழைக்க வைக்கப்பட்டார், இதனால் அவருக்கு காசநோய் வந்து அவர் 23 வயதிலேயே இறந்தார்.

பகத்சிங் தேசபக்தி மற்றும் சுதந்திரத்தின் பாடங்களை இயல்பாகவே கற்றுக் கொள்ள வந்தார். அவரது பேச்சுக்கள் மற்றும் அவரது பழக்கவழக்கங்கள் வழக்கத்திற்கு மாறாக இருந்தன குழந்தை பருவத்திலிருந்தே விசித்திரமானது. அவருக்கு மூன்று வயது இருக்கும் போது ஒரு நாள், அவரது தந்தை சர்தார் கிஷன் சிங் பகத்சிங்குடன் சென்றார். அவரது நண்பர் ஸ்ரீ நந்த் கிஷோர் மேத்தாவின் வயல்வெளிகளுக்கு சென்றனர். அப்போது குழந்தை பகத் சிங் மண் குன்றுகளில் சிறிய வைக்கோல்களை ஒட்டி உரையாடினார். அந்த உரையாடல் பகத் சிங்கிற்கும் மேத்தாவிற்கும் இடையில் நடந்தது. அவர் அவரைக் கவனித்துக் கொண்டிருந்தார். ஆனால், அவரது செயல்பாடுகள் யாவும் குறிப்பிடத்தக்கவை:

மேத்தா : ”உன் பெயர் என்ன?”

பகத் சிங் : ”பகத் சிங்.”

மேத்தா : ”என்ன செய்கிறாய்?”

பகத்சிங் : ”நான் துப்பாக்கிகளை விதைக்கிறேன்.”

மேத்தா : (ஆச்சரியத்துடன்) : ”துப்பாக்கிகளா?”

பகத் சிங் : ”ஆம், துப்பாக்கிகள்.”

மேத்தா : ”ஏன் இவ்வாறு செய்கிறாய்?

பகத் சிங் : ”எனது நாட்டுக்கு சுதந்திரம் கிடைக்க வேண்டும்.”

மேத்தா : ”உன் மதம் என்ன?”

பகத் சிங் : ”நாட்டிற்கு சேவை செய்ய” மட்டுமே நான் பிறந்தேன்.

அஜித் சிங் நாடு கடத்தப்பட்ட சம்பவமும் ஒரு விட்டுக் கொடுத்தல் மனப்பான்மையுடன் தான் இருந்தது.

பகத் சிங் ஒரு அழியாத அபிப்ராயம் கொண்டிருந்தார். ஆகவே அவரது மனைவி தொடர்ந்து அழுது கொண்டே இருந்தார் தனது கணவரிடமிருந்து பிரிந்தார். அவள் அழுவதைப் பார்த்து குழந்தை பகத் சிங் கூறுவார், “அத்தை, அழாதே நான் வளர்ந்ததும் ஆங்கிலேயர்களை நாட்டை விட்டு வெளியேற செய்வேன் என்றார். மாமாவை வீட்டிற்கு அழைத்து வந்தார்கள்.

அவர் ஐந்து வயதாக இருந்தபோது, அவர் தனது விளையாட்டு தோழர்களை இரண்டு குழுக்களாக பிரிப்பார். அவற்றில் ஒன்று மற்றொன்றைத் தாக்கும்.

இவை அனைத்தும் தேசபக்தியின் உணர்வு நிரம்பியிருப்பதை தெளிவாக்குகிறது சிறுவயதிலிருந்தே பகத்சிங்கிற்குள் நுழைந்தார். ஸ்ரீ நந்த் கிஷோர் மேத்தா அவர் ஒரு தேசபக்தர். பகத்சிங்குடனான உரையாடலுக்குப் பிறகு, மேலே குறிப்பிட்ட, அவர் சர்தார் கிஷன் சிங்கிடம், “தம்பி, நீங்கள் மிகவும் அதிர்ஷ்டசாலிகள். உங்கள் வீட்டில் ஒரு பெரிய ஆன்மா பிறக்க போகிறது. நான் இந்த குழந்தையை ஆசீர்வதிக்கிறேன். அவன் தனக்கென ஒரு பெயரை உருவாக்குவான். அக்குழந்தை உலகப் புகழ் பெற வேண்டும் என்பது தான் விதி என்றார். மேலும் இந்த தேசத்தின் வரலாற்றில் அவர் பெயர் அழியாததாக இருக்கும் என்றார். உண்மையில், காலப்போக்கில் ஸ்ரீ மேத்தாவின் கணிப்பு உண்மையாகிவிட்டது.

கல்வி

நான்கு-ஐந்து வயதில் பகத் சிங் அவருடைய மாவட்டத்தில் பங்கா கிராமத்தின் வாரியத்தின் ஆரம்பப் பள்ளியில் சேர்க்கப்பட்டார். அவரது மூத்த சகோதரருடன் செல்வார். பள்ளியில் நண்பர்கள் அனைவராலும் விரும்பப்பட்டவர். அனைத்து மாணவர்களும் அவருடன் நட்பு கொள்ள விரும்பினர். பகத்சிங்கும் கூட மற்ற மாணவர்களை தனது நண்பர்களாக்கினார். நண்பர்கள் அவரை எவ்வளவு நேசித்தார்கள் என்பது பல சந்தர்ப்பங்களில் நடைபெற்ற உண்மை சம்பவங்களிலிருந்து தெரிகிறது. அவர் மேல் உள்ள பாசத்தால் அவர்கள் தோள்களில் சுமந்து வந்து அவரை வீட்டில் இறக்கி விட்டனர். ஆனால் பகத் சிங்குக்கு ஒரு விசித்திரம் இருந்தது. அதாவது குழந்தை பருவத்திலிருந்தே அப்பழக்கம் இருந்தது. குழந்தைகள் விளையாடுவதை விரும்பும் வயதில் அல்லது படிக்கும்போது அவர் மனம் விசித்திரமான விஷயங்களை நினைத்து அலைந்தது. அவர் சலிப்படைந்தார். அதனால், பள்ளியின் சிறிய அறைகளில் அமர்ந்து யோசிப்பார். திடீரென அவர் தனது வகுப்பை விட்டு வெளியேறுவார் ஒரு நடைக்குள் திறந்த மைதானத்திற்குச் சென்று விடுவார். அவரது இதயம் சிறகடித்தது. மேலும் சலசலக்கும் ஆறுகள், ட்விட்டர் பறவைகள் மற்றும் மெதுவாக வீசும் காற்று ஆகியவற்றை ரசிப்பார். எப்பொழுது அது மறைந்தது என்பதைக் கூட அறியா வண்ணம் அதைக் கவனிப்பார். அவர் திறந்த வெளியில் அமர்ந்திருப்பதைக் காண மட்டுமே தேடிச் செல்வார் தரையில் உட்கார்ந்து ஜகத் சிங் கூறுவார், “நீங்கள் இங்கே என்ன செய்கிறீர்கள்? என்றார். அப்போது, குருஜி வகுப்பில் கற்பிக்கிறார் வா போவோம், எழுந்திரு” என்றார். சிரித்துக் கொண்டே குழந்தை பகத் சிங் கூறுவார், ”எனக்கு இங்கே உட்கார்ந்திருப்பது பிடிக்கும்”.

”நீங்கள் இங்கே என்ன செய்கிறீர்கள்?”

”ஒன்றுமில்லை, என்பது போல் நான் அமைதியாக தரையைப் பார்த்தேன்.

”தரையில்? ஏன் பார்க்கிறீர்கள்? அங்கு தரையில் என்ன இருக்கிறது?” “ஒன்னும் இல்லை பையா, ஆனால் எனக்கும் திறந்த நிலப்பரப்பில் இப்படி சுதந்திரமாக இருக்க வேண்டும் என்று தோன்றியது.

ஜகத் சிங்கின் இத்தகைய பேச்சுக்களால் வெறுப்படைந்த அவர், “வேண்டுமானால் இதையெல்லாம் நீங்கள் செய்யுங்கள் என்றார். பிறகு உங்களை ஏன் பள்ளியில் சேர்த்தார்கள்? என்றார். மேலும், நீங்கள் விவசாயம் செய்திருக்கலாமே என்றார். நீங்கள் படிக்கவில்லை என்றால், ஆசிரியர் உன்னை அடிப்பேன்.” என்பார்.

”நான் ஏன் அடிக்கப்பட வேண்டும்?”

”நீங்கள் பாடம் கற்கவில்லை என்றால், நீங்கள் அடிக்கப்படுவது உறுதி” தானே என்பது போல் தான் சூழல் இருந்தது.

“ஆனால் பையா, அது பாடப் புத்தகங்களில் உள்ளது. நான் அதைக் கற்றுக்கொள்வேன்.” பகத்சிங் உண்மையில், கூர்மையான புத்திசாலித்தனம் கொண்ட குழந்தை, அவர் மற்ற வகுப்பு தோழர்களைக் காட்டிலும் அச்சமற்ற, தைரியமான மற்றும் வெளிப்படையாகப் பேசக்கூடியவர். ஆனால், அதற்குள் திடீரென ஒரு சோகம் ஏற்பட்டது. அவருடைய மூத்த சகோதரர் அவருடன் படித்த ஜெகத்சிங் இறந்துவிட்டார். அவருக்கு வயது பதினொன்றுதான். இந்த சம்பவம் பகத்சிங்கிற்கு பெரும் அதிர்ச்சியை ஏற்படுத்தியது. இதன் பிறகு சர்தார் கிஷன் சிங் லாகூர் அருகே உள்ள நவகோட் நகருக்கு குடிபெயர்ந்தார். அவருக்கு அங்கே கொஞ்சம் நிலமும் சொத்தும் இருந்தது. பகத்சிங்கிடமும் இருந்தது தனது ஆரம்பக் கல்வியை முடித்தார். சீக்கியர்களுக்கு என்று ஒரு பாரம்பரியம் இருந்தது பொதுவாக அவர்கள் தங்கள் குழந்தைகளை கல்சா பள்ளிகளில் சேர்த்தனர். ஆனால் அந்தப் பள்ளியில் ஆங்கிலத்தின் மீது தான் நாட்டம் அதிகமாக இருந்தது. ஆசிரியர்கள் மேலும் இங்குள்ள நிர்வாகம் மற்றவர்களை விட ஆங்கிலேயர்களை அதிகமாக மதித்தது. சர்தார் கிஷன் சிங்குக்கு இது பிடிக்கவே இல்லை. அவர் உண்மையான தேசபக்தர் மற்றும் சுதந்திர போராட்ட வீரர். பகத்சிங்கை பள்ளியில் சேர்க்க விரும்பினார். ஆனால் அங்கு அடிமைத்தனத்தின் நிழல் கூட தென்படவில்லை. எனவே அவர் அதை முடிவு செய்தார் அவரை லாகூரில் உள்ள DAV பள்ளியில் சேர்க்க வேண்டும். DAV பள்ளி தேசியவாத சிந்தனையில் நனைந்திருந்தது. சர்தார் கிஷன் சிங் அதை எதிர்த்தார் பகத்சிங்கை இந்த பள்ளியில் சேர்த்ததற்கு எதிர்ப்பு தான். ஆனால் அவர் அதை பொருட்படுத்தவில்லை அதற்காக. இச்சம்பவம் 1916-17ம் ஆண்டு

தொடர்ந்தது. இப்பள்ளியில் பகத் சிங் ஆங்கிலம் போன்ற பிற பாடங்களுடன் சமஸ்கிருதத்தையும் படித்தார். மற்றும் உருது அவர் சமஸ்கிருதத்தை விசேஷமாக நேசித்தார். அவரைப் பற்றி அறிந்து கொள்வோம். அவர் தனது தாத்தாவுக்கு எழுதிய கடிதங்களிலிருந்து சமஸ்கிருதத்தின் மீதான பற்று வெளியானது 22 ஜூலை 1918ல் எழுதினார். அவர் தனது தேர்வு முடிவுகளைப் பற்றியும் எழுதினார் அவர் சமஸ்கிருதம் மற்றும் ஆங்கிலத்தில் பெற்ற மதிப்பெண்கள், 150க்கு 110 மற்றும் 68, முறையே ஆகும்.

பகத் சிங் 1919 இல் இந்த நேரத்தில், ஆர்ப்பாட்டங்கள் எங்கும் நடத்தப்பட்டனரவுலட் சட்டத்தை எதிர்த்து இந்தியா. அத்தகைய ஒரு ஆர்ப்பாட்டம் நடத்தியது. அது ஜாலியன்வாலாபாக்கில் நடைபெற்றது, இதில் அவர்கள் கலந்துகொண்டனர். அதாவது ஆயிரக்கணக்கான மக்கள் இந்த நிராயுதபாணி மக்கள் படுகொலை செய்யப்பட்டனர் ஜெனரல் டயர் அதில் முக்கியமானவர். ஜாலியன்வாலாபாக் காண்ட் நமது தேசபக்தியை வலுப்படுத்தியது தேசத்தின் மீது அக்கறை கொண்ட இந்தியர்களின் தீர்மானம். பகத் சிங் தேசபக்தியுள்ள குடும்பத்தின் மூன்றாம் தலைமுறையைச் சேர்ந்தவர். எனவே, எப்படி இருந்தது காண்டால் அவர் பாதிக்கப்படாமல் இருக்க முடியுமா? ஆன் ஹியரிங் காண்டின் செய்தி அவர் லாகூரிலிருந்து அமிர்தசரஸை நோக்கிச் சென்றார். அன்புக்காக உயிர் தியாகம் செய்த மக்களுக்கு அஞ்சலி அவர்கள் நாட்டின் சார்பாக செலுத்தினர். பகத்சிங்கின் பார்வையில் ஜாலியன் வாலாபாக் ஒரு புனித இடமாக மாற்றப்பட்டது. இதைப் பார்த்ததும் அவர் பதற்றமடைந்தார். அதாவது கோர் நம்பமுடியாத கட்டுப்பாட்டுடன் அவர் தன்னை இசையமைத்தார். முழு பாக்கும் ரத்த ஆறுகளில் நனைந்தது போல் காட்சியளித்தது. நிலம் போல் தோன்றியது அவர் அவரிடம், “இந்தத் தேசத்தின் பெயரால் உறுதிமொழி எடுத்துக்கொள். இந்த இரத்தம் வீணாகாமல் இருக்கட்டும் எல்லாவற்றையும் தியாகம் செய்யுங்கள், உங்கள் சொந்த வாழ்க்கையை கூட பணயம் வைத்து இந்த கொடூரம் நிறைந்த ஆங்கிலேயர்களை நிறுத்த வேண்டும்...” என்று பகத்சிங் ஒரு முடிவு எடுத்தார். இரத்தம் தோய்ந்த மண்ணின் கையளவு தியாகம் செய்ய உறுதியளித்தார். அவர் இந்த மண்ணை ஒரு பாட்டிலில் வைத்தார். இந்த மண் அதை அவருக்கு நினைவுபடுத்திக்கொண்டே இருந்தது அவர் தனது நாட்டையும் நாட்டு மக்களையும் அவமதித்ததற்கு பழிவாங்க வேண்டியிருந்தது நினைவுக்கு வரும்.

மகாத்மா காந்தி 1920 இல் ஒத்துழையாமை இயக்கத்தைத் தொடங்கினார். இந்த இயக்கத்தின் மூலம் அவர் தனது நாட்டு மக்களை பிரிந்து செல்லுமாறு கோரினார் அரசாங்க நீதிமன்றங்கள், பதவிகள் மற்றும்

சேவைகள் ஆகியவை அடங்கும். மாணவர்கள் பள்ளி, கல்லூரிகளை விட்டு வெளியேறுமாறு கேட்டுக் கொள்ளப்பட்டனர். இதன் விளைவாக, பகத்சிங் 1921 இல் பள்ளியை விட்டு வெளியேறினார். அவர் அங்கு DAV பள்ளியில் ஒன்பதாம் வகுப்பு படிக்கும் மாணவர். பல பள்ளிகள் மற்றும் செல்வாக்கின் கீழ் முக்கிய நகரங்களில் கல்லூரிகள் நிறுவப்பட்டன. ஒத்துழையாமை இயக்கமும் பல பல்கலைக்கழகங்கள் மற்றும் வித்யாபீடங்கள் (இருக்கைகள் கற்றல்) இந்த காலகட்டத்தில் நாட்டில் நிறுவப்பட்டது. குஜராத் வித்யாபீடம், பீகார் வித்யாபீடம், பஞ்சாப், காசி வித்யாபீடம், வங்காள ராஷ்டிரிய விஸ்வவித்யாலயா, திலக் மகாராஷ்டிரா வித்யாபீடம், பஞ்சாப் ஜான்சி வித்யாபீடம், ராஷ்ட்ரிய முஸ்லிம் வித்யாலயா, அலிகார் போன்றவை. இந்த காலகட்டத்தில் நிறுவப்பட்ட பல்கலைக்கழகங்களில் அடங்கும். லாலா லஜ்பத் ராய் லாகூரில் தேசிய கல்லூரியை நிறுவினார். இந்த கல்லூரி அதனுடன் இணைக்கப்பட்டது காசி வித்யாபீடத்திற்கு இதில் ஏராளமான மாணவர்கள் கலந்து கொண்டனர் ஒத்துழையாமை இயக்கம், இந்தக் கல்லூரியில் தங்களை இணைத்துக் கொண்டது. பகத்சிங்கும் இக்கல்லூரியில் சேர்க்கை பெற்றார். பகத் சிங் நேஷனல் படிப்பில் சேர்ந்ததாக பல புத்தகங்கள் குறிப்பிடுகின்றன கல்லூரி, லாகூர் டிஏவி பள்ளியில் இருந்து உயர்நிலைப் பள்ளியை முடித்த பிறகு இந்த அறிக்கை சரியானது அல்ல. மறுபுறம் உண்மை அதுதான் என குழப்பத்தை உருவாக்கியது.

மகாத்மா காந்தியின் அழைப்பின் பேரில் அவர் DAV பள்ளியை விட்டு வெளியேறியபோது ஒன்பதாம் வகுப்பு மாணவனாக இருந்தார். அவருக்கு இரண்டு மாதங்கள் அவகாசம் வழங்கப்பட்டது. அதாவது, தேசிய கல்லூரியில் சேர்க்கைக்காக, அவர் பரீட்சை எழுத வேண்டியிருந்தது. அதற்கு பிறகு தேர்ச்சி பெற்ற பின்னரே தேசிய கல்லூரியில் அனுமதி பெற்றார்.

புரட்சியாளர்களுடன் தொடர்பில்

தேசிய கல்லூரியில் அவருக்கு நல்ல வாய்ப்பு கிடைத்தது அவரது தேசபக்தி உணர்வுகளை வளர்த்துக் கொள்ளுங்கள் என்ற நோக்கத்துடன் இந்த கல்லூரி நிறுவப்பட்டது. சுயராஜ்யத்தை அடைய கடினமாக உழைக்கும் ஆர்வலர்களை தயார்படுத்துவது, அதேசமயம் நோக்கம் அரசு கல்லூரிகளில் படிக்கும் மாணவர்கள் மற்றும் பிறர் சேர தேர்வில் தேர்ச்சி பெற வேண்டும். ஆம், விதிகள் காந்தி ஆசிரமங்களில் இருந்ததைப் போல் இங்கு கண்டிப்பானவர்கள் இல்லை. அனைத்து மாணவர்களும் பொதுவாக சாதாரண உடைகளை அணிந்திருந்தனர். அவ்வுடை காதி (கையால் செய்யப்பட்ட துணி) என்பதில் சந்தேகமில்லை. ஆனால், மாணவர்கள் இயந்திரத்தால் செய்யப்பட்ட ஆடைகளையும் அணிந்திருந்தனர். மிகக்

குறைந்த ஆடைகளுடன் தொடர, எல்லா செயல்களையும் தன் கைகளால் செய்ய வேண்டும், சுடாமல் சாப்பிட வேண்டும். உணவில் உள்ள காய்கறிகள் நல்லது என்று கருதப்பட்டது என்ற விதி இருக்கவில்லை. காந்தி ஆசிரமத்தைப் போல காலை பிரார்த்தனை மற்றும் மாலை தியானம் எல்லாம் இருந்தது. அதனால், இந்தக் கல்லூரியின் சூழலை பகத்சிங் கவர்ச்சிகரமானதாகக் கண்டார். யாஷ் போன்ற புரட்சியாளர்களுடன் இந்தக் கல்லூரியில் அவருக்குத் தொடர்பு ஏற்பட்டது

பால், பகவதி சரண், சுக் தேவ், ராம் கிஷன், தீர்த்த ராம் மற்றும் ஐந்தா சிங். பகவதியுடன் தொடர்ந்து தொடர்பு வைத்திருந்தார். சரண் மற்றும் சுக் தேவ் தனது வாழ்நாளில் நீண்ட காலம் தொடர்பில் இருந்தார். அங்குள்ள இந்தக் கல்லூரியில் தொடர்ந்து கற்பித்தல் தவிர பாய் பர்மானந்த் மற்றும் லாலா லஜபதி ராய் ஆகியோரின் விரிவுரைகளும் அங்கு நடைபெற்றது. இந்த விரிவுரைகள் தேசபக்தி, தேசியம் போன்றவற்றில் மாணவர்களுக்கு கல்வி கற்பித்தனர். பேராசிரியர் ஜெய் சந்த் இக்கல்லூரியில் வரலாற்று ஆசிரியராக வித்யாலங்கார் இருந்தார். மாணவர்கள் அவரால் மிகவும் ஈர்க்கப்பட்டார். குறிப்பாக பேராசிரியர் ஜெய் சந்த் வித்யாலங்கார் ஆகியோரால் ஈர்க்கப்பட்டனர். பகத் சிங்கை மிகவும் பிடித்திருந்தது. ஆகவே, பகத்சிங்கைப் பற்றி விரிவாகப் பேசுவார் புரட்சியாளர்கள். அவர் பல புரட்சியாளர்களுடன் தொடர்பு கொண்டிருந்தார். அவரது எண்ணங்கள் பகத்சிங்கை மிகவும் பாதித்தன. உண்மையில், அவர் பகத் சிங்கின் அரசியல் வழிகாட்டியாவார்.

ஒரு வேடிக்கையான குறும்பு மாணவர் வடிவத்தில்

பகத் சிங் தனது படிப்பிற்காக அதிகபட்ச ஆற்றல்களை அர்ப்பணித்தார். அவனிடம் இருந்தது வரலாறு மற்றும் அரசியலில் சிறப்பு விருப்பம். இந்த விஷயங்களைப் பற்றி அவர் விவாதித்தார். அவரது ஆசிரியர்கள் மற்றும் நண்பர்களுடன் விவரங்களை சேகரித்தனர். அவர் வேடிக்கையாகவும் குறும்புக்காரராகவும் இருந்தார். அவர் லாகூரில் உள்ள தேசிய கல்லூரியில் மாணவராக இருந்தபோது, பேராசிரியர். சோந்தி அவருக்கு இந்திய வரலாற்றைக் கற்றுக் கொடுத்தார். பேராசிரியர் சோந்திக்கு ஒரு தனிப் பண்பு இருந்தது. அவர் சொற்பொழிவு செய்யும் போது கூட தூங்கிவிட்டார். வகுப்பின் குறும்பு மாணவர்கள் பேராசிரியரின் இந்தப் பண்பை நோக்கி இழுக்கப்பட்டதில் பகத்சிங் இருந்தார் அவர்களுள் ஒருவர். மாணவர்கள் தொந்தரவு செய்வதன் மூலம் ஒரு வித்தியாசமான மகிழ்ச்சியைப் பெற்றனர் இந்த பேராசிரியரிடம் முட்டாள்தனமாக பேசுகிறார் என கூறுவர். ஒருமுறை பேராசிரியர் சோந்தி பேரரசர் அசோகரைப் பற்றி கற்பித்துக் கொண்டிருந்தார். ஆனால் என போதனையின் நடுவில் தூங்கத் தொடங்கினார். பகத் சிங், சுக் தேவ் மற்றும் யஷ் பால் ஆகியோர் அவரது

விரிவுரையைக் கேட்பதில் கவனம் செலுத்த முடியவில்லை. அவர்கள் வகுப்பை விட்டு வெளியேற விரும்பினர். ஆனால் அது முடியவில்லை, அவர்களுக்கு முன்னால் பேராசிரியர் வந்தார். பகத்சிங் எழுந்து நின்று அவரிடம் கேட்டார். ”ஐயா, ஆங்கிலேயர்கள் இந்தியாவிற்கு பிச்சைக்காரர்களாக வந்தார்கள், ஆனால் பின்னர் அவர்கள் இங்கு ஆட்சியாளர்களாக ஆனார்கள் என்பது உண்மையா?” என்று கேட்டார்.

அசோகரின் நீதிக் காதலைப் பற்றிப் பேசிக்கொண்டிருந்தார் பேராசிரியர். சம்பந்தமில்லாத இந்தக் கேள்வியால் எரிச்சலடைந்த அவர், “நான் கேட்டேன் என் எண்ணங்களின் ஓட்டத்திற்கு இடையூறு விளைவிக்காமல் இருக்க நான் பல முறை கூறினாலும் நீ கேட்கவில்லை” பேராசிரியர் பதில் சொல்வதற்குள், சுக் தேவ் எழுந்து நின்று சொன்னார் . “சார், இந்த பகத்சிங் ஒரு முழு முட்டாள் பற்றி கற்பித்துக் கொண்டிருந்தீர்கள் ஷாஜகானின் நிர்வாக காலம், அவர் கொண்டு வந்தார் ஆங்கிலேயர்களா? நீங்கள் என்ன செய்கிறீர்கள்? நான் ஷாஜஹான் பற்றிக் கூறினேன் என்று பேராசிரியர் சோந்தி கத்தினார். இப்போது யாஷ் பாலின் முறை வந்தது. இருக்கையில் இருந்து எழுந்து நின்றான் “ஐயா, நீங்கள் கற்றுக்கொடுக்கிறீர்கள் என்று இருவரிடமும் சொல்லிக் கொண்டிருந்தேன் என்றார். முகமதுவின் பைத்தியக்காரத்தனம். துக்ளக், அவர்கள் என்னை நம்பவில்லை.

உடனே பேராசிரியர் கூச்சலிட்டார், “நீங்கள் அனைவரும் பயனற்ற தோழர்கள். நான் உனக்கு கற்பிக்க முடியாது.” இப்படிச் சொல்லிக் கொண்டே வகுப்பை விட்டு வெளியேறினார். அந்த மாணவர்கள் சிரித்துக்கொண்டே வகுப்பை விட்டு ஓடினர்.

இது அடிக்கடி நடந்தது. எப்போதெல்லாம் மாணவர்கள் சலிப்படைகிறார்களோ அப்போதெல்லாம் பேராசிரியர் சோந்தியின் வகுப்பு, பகத் சிங் போன்றவர்கள் அவரை இவ்வாறு தொந்தரவு செய்தனர்.

பேராசிரியர் வகுப்பை விட்டு வெளியேறுவார், மாணவர்கள் தங்கள் வழிக்கு வந்தனர். அதேபோல், பேராசிரியர் மேத்தாவும், இவர்களுக்கு பொழுதுபோக்கிற்கான ஒரு வழிமுறையாக இருந்தார் மாணவர்கள். பேராசிரியர் மேத்தா பக்தியுடன் கற்பித்தார். ஆனால் அவருடைய அறிவைப் பற்றி ஹிந்தி அவருக்கு மிகவும் மோசமாக இருந்தது. வித்தியாசமான முறையில் ஹிந்தி வார்த்தைகளை உச்சரித்தார். அவர் மாணவர்களிடம் சில வார்த்தைகளுக்கு இணையான ஹிந்தியைக் கேட்டபோது, அந்த மாணவர்கள் அவருக்கு ஒரு தூய பஞ்சாபி வார்த்தையை வழங்கினர். இதைப் பற்றி மற்ற மாணவர்கள் வெடித்துச் சிரிப்பார்கள். இதனால் பேராசிரியர் மேத்தா தொந்தரவு அடைந்தார் பிறகு அவர் கூட்டாளியான

ஜந்தா சிங்கை நோக்கிக் காட்டினார் பகத் சிங்கைப் பற்றி கூறியதும் ”வகுப்பிலிருந்து வெளியேறு” என்று கூறுவார். பின்னர் இதே போன்று சுக் தேவ், பகத் ஆகியோருக்கு ஒவ்வொன்றாக உத்தரவுகள் வந்தது. சிங் மற்றும் இன்னும் ஓரிரு மாணவர்களும் இதில் அடங்குவர்.

மாணவர் வாழ்க்கையின் பிற செயல்பாடுகள்

பகத்சிங்கின் நாட்டம் தேசிய பிரச்சனைகளின் பக்கம் வளர்ந்தது அவரது படிப்புக்கு இடையில் தேசப்பற்று ஆர்வம் உள்ளுணர்வில் இருந்தது. புதிய நிகழ்வுகள் மற்றும் அவர்களுக்காக தீவிரமாக பணியாற்றினார். நாம் அதைப்பற்றி தெரிந்து கொள்ளலாம். தாதாஜிக்கு எழுதிய கடிதத்தில் இருந்து நவம்பர் 14, 1921-ல் இந்த கடிதத்தில், “ரயில்வே ஊழியர்கள் இந்த நாட்களில் வேலை நிறுத்தம் என்று திட்டமிட்டுள்ளனர் என்று இருந்தது. அடுத்த வாரம் கழித்து அது தொடங்கும் என்று நம்புகிறேன் என்றார்.

அவர் தேசபக்தியின் பாடல்களைப் பாடுவதிலும், பங்கேற்பதிலும் ஆழ்ந்த ஆர்வம் காட்டினார். உற்சாகமான நாடகங்கள் மற்றும் பிற சமூக மற்றும் தேசிய நடவடிக்கைகள் யாவும் இயல்பாகவே நடந்தது. அவர் நேஷனல் நைட் கிளப்பின் தீவிர உறுப்பினராக இருந்தார். இந்த கிளப்பில் ஒருமுறை சந்திர குப்தா பேரரசர் தொடர்பான நாடகத்தை அரங்கேற்றினார். பகத் சிங் இந்த நாடகத்தில் சஷி குப்தாவாக நடித்தார். அவரது நடிப்பை அங்கிருந்தோர் சுற்றிலும் பாராட்டினர். அவரது நடிப்பின் வெற்றிக்கும், நலத்திற்கும் வாழ்த்துகள் என்றார். மேலும், பாய் பர்மானந்த், “எனது பகத்சிங் நிச்சயம் செய்வார் எதிர்காலத்தில் சசி குப்தாவை போலவே நிரூபியுங்கள் என்றனர். இந்த கிளப் மற்ற நாடகங்களையும் அரங்கேற்றியது ”ராணா பிரதாப்” மற்றும் ”மகாபாரதம்” போன்றவற்றிலும் பகத்சிங் நடித்தார். இந்த நாடகங்கள் அனைத்திலும் முக்கியமான பாத்திரங்கள் என்றார். இவற்றை அரங்கேற்றுவதன் முக்கிய நோக்கம் நாடகங்கள் தேசபக்தி மற்றும் தேசிய உணர்வுகளை பரப்புவதாக இருந்தது பொதுமக்கள் மற்றும் ஆங்கிலேயர்களுக்கு எதிராக குரல் எழுப்ப வேண்டும்.

எனவே, அரசாங்கம் இந்த கிளப்பை தடை செய்தது. அச்சமயம் திருமணத்திற்காக பகத் சிங்கிற்கு அழுத்தம் கொடுத்தனர். அதாவது பகத் சிங் பிஏ படிக்கும்போதே அவரது பெற்றோர் திருமணம் செய்து கொள்ளுமாறு வற்புறுத்தத் தொடங்கினார். பகத்சிங்கின் பாட்டி அவரை மிகவும் நேசித்தார். பகத் சிங்கை திருமணம் செய்து கொள்ளும்படி வற்புறுத்தினாள். அதன் மூலம் அவளுடைய பேர மருமகளின் முகத்தை அவளால் பார்க்க முடியும் என்று விரும்பினாள். பகத் சிங்கால் வீட்டில் சுவாரஸ்யம் எதுவும் கிடைக்கவில்லை என்பதை அவனது தந்தையும் கவனித்துக் கொண்டிருந்தார். ஒருமுறை காங்கிரஸ் தொண்டர்கள் கூட்டம்

நடந்தது. அதில் பங்கேற்க பகத்சிங் சென்றிருந்தார். இரவில் தாமதமாக வீடு திரும்பினார் தேர்வுகள் நெருங்கிவிட்டன, ஆனால் பகத்சிங் அதில் கவனம் செலுத்தவில்லை தந்தை சர்தார் கிஷன் சிங் கோபமடைந்தார். அவர் கோபத்தில் திட்டினார். இரவு 11.00 மணிக்குத் திரும்பிய பகத்சிங் இடம், இது என்ன செயல்? இந்த நேரத்தில் வீட்டிற்கு வருகிறீர்களா? படிக்க விருப்பம் இல்லை என்றால் வீட்டில் உட்காருங்கள். இப்படி நேரத்தையும் பணத்தையும் வீணடிப்பதால் என்ன பயன்?" என்று கடிந்து பேசினார்.

தேசபக்தியில் மூழ்கிய பகத்சிங், "படிப்புக்கு எல்லா நேரமும் இருக்கிறது தந்தையே! இருப்பினும், ஒருவருக்கு நாட்டிற்கென்றும் சில கடமைகள் உள்ளன என்பது உங்களுக்கு புரியவில்லையா?

"உங்கள் சொற்பொழிவை நான் கேட்க விரும்பவில்லை. ஒன்று சரியாகப் படிப்பது அல்லது அதை விடு. இதுபோன்ற விஷயங்களை என்னால் சகித்துக்கொள்ளவே முடியாது என்று கூறினார்.

ஆகவே, பகத் சிங் எந்த பதிலும் சொல்லாமல் தன் படிப்பில் தன்னை அர்ப்பணித்துக் கொண்டார். அவ்வப்போது தந்தையுடன் தகராறு செய்துள்ளார். எனவே வைப்பதற்காக பகத் சிங் மீண்டும் பாதைக்கு திரும்பினார் மற்றும் அவரது பாட்டியின் அழுத்தத்தால் ஒப்புக் கொண்டார். அவரது தந்தை பகத்சிங்கை திருமணம் செய்ய முடிவு செய்தார். மத்தியில் ஒரு பழமொழி உண்டு. அதாவது ஜாட் இனத்தவர், சிறுவன் வழிதவறிச் சென்றால், அவனுக்கு கால் கட்டு போட வேண்டும் என்பார்கள். அதாவது அது திருமணம். எனவே, சர்தார் தேஜா சிங்குடன் பகத்சிங்கின் நிச்சயதார்த்தம் என்றனர். மன்வாலா கிராமத்தில் வசிப்பவர், சர்கோதா. பகத் போது சிங் தனது நிச்சயதார்த்தத்தை அறிந்தார், அவர் அவருக்கு ஒரு கடிதம் எழுதினார் அதாவது அப்பாவுக்கு எழுதினார்.

"மதிப்பிற்குரிய தந்தையே,

இது திருமணம் செய்ய நேரம் இல்லை. என் நாடு என்னை அழைக்கிறது. என்னிடம் உள்ளது என் இதயத்தோடும் ஆன்மாவோடும் நாட்டுக்கு சேவை செய்வதாக சபதம் எடுத்தேன் தவிர, அது எங்களுக்கு புதிய விஷயம் அல்ல. எங்கள் முழு குடும்பமும் தேசபக்தி உணர்வுகளால் நிரம்பியுள்ளது மாமா ஸ்வர்ண சிங் சிறையில் 1910-ல் தனது பரலோக வாசஸ்தலத்திற்கு புறப்பட்டார். நான் பிறந்து இரண்டு அல்லது மூன்று ஆண்டுகளுக்குப் பிறகு மாமா அஜித் சிங் தான் முன்னிலை வகிக்கிறார். வெளி நாடுகளில் ஒரு நாடுகடத்தப்பட்ட வாழ்க்கை தான். நீங்களும் சிறைகளில் வசதியில்லாமல் கடுமையாக பாதிக்கப்பட்டுள்ளீர்கள். நான் உங்கள் கால்தடங்களை மட்டுமே பின்பற்றுகிறேன் அதையே காண்பிக்கிறேன் இதைச் செய்வதற்கான தைரியம் என்னிடம் உண்டு. தயவு

செய்து என்னை பாத்திரங்களில் கட்டி விடாதீர்கள். மாறாக என்னை ஆசீர்வதியுங்கள். அதாவது நான் என் பணியில் வெற்றி பெற வேண்டும்." என்று வாழ்த்துங்கள் என்று எழுதியிருந்தார்.

பகத் சிங்கின் இந்தக் கடிதம் ஒட்டுமொத்த குடும்பத்தையும் புயலடிக்கச் செய்தது. ஒரு பக்கம் குடும்பத்தின் மூத்த உறுப்பினர், அவருடைய பாட்டி எப்படியாவது தன் பேரனுக்கு திருமணம் செய்து வைக்க விரும்பினாள். ஆனால் பேரன் முற்றிலும் வேறுபட்டு இருந்தான். வெவ்வேறு யோசனைகள் பாட்டி மற்றும் பேரனின் இந்த முரண்பட்ட கருத்துக்கள் கிஷன் சிங்கை ஒரு குழப்பமான சூழ்நிலையில் வைத்தது. இறுதியாக, பல யோசனைகளுக்குப் பிறகு, அவர் தனது மகனுக்கு கடிதம் எழுதினார்:

"அன்புள்ள பகத் சிங்,

உனது திருமணத்தை நாங்கள் நிச்சயித்துள்ளோம். நாங்கள் பெண்ணைப் பார்த்தோம், நாங்கள் விரும்புகிறோம். அவள் குடும்பத்தை, நீயும் நானும் பழைய தாதிமாவின் உணர்வுகளுக்கு மதிப்பளிக்க வேண்டும். அதனால் இந்தத் திருமணத்திற்கு எந்த விதமான இடையூறும் உண்டாக்க வேண்டாம் என்று உத்தரவிடுகிறேன். ஆகையால் நீ மகிழ்ச்சியுடன் அதற்கு தயாராகு என்று கூறி எழுதியிருந்தார்.

இந்தக் கடிதம் பகத்சிங்கை ஏமாற்றியது. முழுப் பிரச்சினையையும் தீவிரமாக யோசித்துவிட்டு கல்லூரியிலிருந்து வெளியேற முடிவு செய்தார். அவர் தனது தந்தைக்கு கடிதம் எழுதினார்:

"மதிப்பிற்குரிய தந்தையே,

உங்கள் கடிதத்தைப் படித்து வியந்தேன். ஒரு தேசபக்தி மற்றும் தைரியம் என்றால் உங்களைப் போன்ற நபர் எளிய பிரச்சனைகளால் சோர்வடைகிறார், பிறகு என்ன செய்வார் சாமானியனுக்கு நடக்குமா? பாட்டியைப் பற்றி நீங்கள் கவலைப்படுகிறீர்கள். தாயின் வலிகள் மற்றும் துன்பங்களைப் பற்றி நீங்கள் எப்போதாவது யோசித்திருக்கிறீர்களா? மில்லியன் கணக்கான மக்களை கொண்ட - பாரத மாதா! நாம் அனைத்தையும் ஏற்றுக்கொள்ள வேண்டும். அவளுடைய துன்பங்களை போக்க நான் விரும்புகிறேன். நான் இங்கே தங்கினால், நான் திருமணத்திற்கு கட்டாயப்படுத்தப்படுவேன் என்று எனக்குத் தெரியும். எனவே, நான் வேறு இடத்திற்குச் செல்கிறேன் என்று எழுதினார்.

இந்தக் கடிதப் பரிமாற்றத்திற்கு முன், பகத்சிங் வீட்டில் இருந்தபோது பகத்சிங்கை பார்க்க மணமகள் தரப்பிலிருந்து ஆட்கள் வந்திருந்தனர். அவரது நடத்தை விருந்தினர்களுடன் இனிமையாகவும் ஒழுக்கமாகவும் இருந்தது. அவர் லாகூர் வரை சென்றிருந்தார் அவர்கள்

பார்த்து விட்டு திரும்பியதும் அப்பாவிடம் தெளிவாக சொல்லிவிட்டான் திருமணம் செய்ய மாட்டேன். என்று''

"ஆனால் ஏன்?" என்று தந்தை கேட்டார்.

பகத் சிங், "நான் ஆதரிக்கத் தொடங்கும் வரை திருமணம் விரும்பத்தக்கது அல்ல என்றார்.

தந்தை கிஷன் சிங் கோபமடைந்தார்: "நீங்கள் எதை காட்ட முயற்சிக்கிறீர்கள்? உங்களுக்கு அதிகம் தெரியும் என்று எதை நினைக்கிறீர்கள்? திருமணம் செய்து கொள்ளுங்கள், உங்கள் கால்களில் நீங்கள் இருக்க முயற்சி செய்யுங்கள் என்றார். ஆனால், அதற்கு இல்லை என்று தான் கூறுகிறார். திருமணத்திற்குப் பிறகு ஏதாவது பெரிய பிரச்சனையை சந்திக்க நேரிடுமா?

சொல்லு?" எந்த வழியையும் காணாததால், பகத் சிங், "நான் மிகவும் இளமையாக இருக்கிறேன் தற்போது திருமணம்." தேவையில்லை என்றார்.

நீ வயதானவரைப் போல பேசுகிறாய். திருமணம் உனக்கு இளமையான வயதில் தான் செய்ய முடியும், திருமணம் செய்து கொள் என்றார். அப்போதுதான் உனக்கு வீடும் ஞாபகத்திற்கு வரும் என்றார். மீண்டும் ஒரு முட்டுக்கட்டையை எதிர்கொண்ட பகத் சிங், "நான் திருமணம் செய்து கொண்டால், நான் நினைக்கும் காரியங்களைச் செய்து என்னால் வெற்றி பெற முடியாது என்றார். பின்பு, படித்த பெண்ணை திருமணம் செய்துகொள்" என்றனர். ஆனால், திருமணம் நிச்சயிக்கப்பட்டது படித்த பெண் அல்ல. அப்போதும் அவர் உறவினர்களால் அவருடைய முடிவை மாற்றுவதில் வெற்றிபெற முடியவில்லை. இறுதியில், ஆதரவற்ற நிலையில் கல்லூரியை விட்டு ஓட வேண்டியதாயிற்று. BA படிப்பை முழுமையடையாமல் விட்டுவிட்டார்.

பகத் சிங் மீதான தாக்கம்

பகத்சிங்கின் குடும்பம் பற்றி முன்பே எழுதப்பட்டுள்ளது நாட்டின் தேசியவாதத்தை நேசித்த ஒரு மனிதனின் சொந்த குடும்பம் தான் அவரது குடும்பம். அதுவே அவரது முதல் பள்ளி. தன்மையை உருவாக்குவதில் முதல் செல்வாக்கு நிறைந்த இடம். பகத்சிங் அத்தகைய குடும்பத்தைச் சேர்ந்தவர். அவரது மாமா சர்தார் அஜித் சிங் அவர் மனதை மிகவும் பாதித்தார். அவரது மாமா சர்தார் அஜித் சிங்கிற்கு பிறகு, அடுத்த முக்கிய செல்வாக்கு தியாகி கர்தார் சிங் சரபாவின் செல்வாக்கு ஆகும். கனடாவில் இருந்து திரும்பிய பஞ்சாப் விவசாயிகள் கதர் என்ற இயக்கத்தைத் தொடங்கினர். (கலகம்). இந்த இயக்கத்தின் போது அவர் அவர்களை தொடர்பு கொண்டார் கர்தார் சிங் சரபா, ராஸ் பிஹாரி போஸ் போன்றவர்கள் அங்கு வருவார்கள். அதாவது பங்கா சந்தா வசூலிக்க அல்லது சர்தாரிடம் சில பிரச்சனைகளைப் பற்றி விவாதிக்க வேண்டி அங்கு வருவார்கள். பகத் சிங் கிஷன் சிங். இது தொடர்பாக கர்தார் சிங் சரபா கைது செய்யப்பட்டார்.

அதாவது 1915 இல் லாகூர் சதி வழக்கில் கைதானார். நீதிமன்றம் அவரைப் பற்றிக் கூறியது: “சந்தேகமில்லை, அவன் ஒரு இளைஞன். ஆனால் அவர் நிச்சயமாக மிகவும் ஆபத்தானவர். மேலும், கிளர்ச்சியாளர்கள் மத்தியில். அவர் கருணைக்கு தகுதியற்றவர், அவருக்கு கருணை இல்லை. ஆகவே சரபாவுக்கு தூக்கு தண்டனை விதிக்கப்பட்டது. 1916 இல் 20 வயதிலேயே நடந்தது. ஆனால் சிரித்துக்கொண்டே தூக்கு கயிற்றினை முத்தமிட்டார். அவரது தியாகம் பகத்சிங் குழந்தையாக இருந்தாலும் அந்த நேரத்தில், அவரால் பாதிக்கப்படாமல் இருக்க முடியவில்லை. ஒன்பது வயது (குழந்தை) இந்த துணிச்சலான தியாகத்தால் பகத்சிங் மிகவும் பாதிக்கப்பட்டார். சரபாவின் புகைப்படத்தை அவர் எப்போதும் தன்னுடன் வைத்திருந்தார் வீட்டில் எப்போதாவது சரபாவைக் காட்டினார் அவரது தாயிடம் புகைப்படம் எடுத்து, “அன்புள்ள மா! இவர் எனது வழிகாட்டி (குரு), என் சகோதரர் மற்றும் என் கூட்டாளி.” வீட்டில் வேலை செய்யும் போது அல்லது சுற்றி உலாவும்போது, அவர் சரபாவின் அன்பான நால்வர் அணியை அடிக்கடி கூறினார்:

ஓ என் தாழ்மையான ஆன்மா. சந்தேகத்திற்கு இடமின்றி இது நாட்டின் சேவை, ஆனால், நடைமுறையில், நாட்டின் சேவை மிகவும் கடினம். இதை தங்கள் தோளில் எடுக்க முடிவு செய்பவர்கள் அவர்கள் வாழ்க்கையில் எண்ணற்ற துன்பங்களை அனுபவிக்க வேண்டியதாயிருந்தது. பகத் சிங் ஸ்ரீ நந்த் கிஷோர் மேத்தா, லாலாவை பற்றி அறிந்து கொண்டார். பூண்டி தாஸ், சூ.ஃ.பி அம்பா பிரசாத், பஞ்சாப் கேசரி (பஞ்சாப் சிங்கம்).

லாலா லஜபதி ராய் மற்றும் பிற அரசியல் தலைவர்கள் அவர் குழந்தை பருவம் முதலே அதில் ஈடுபாடு கொண்டார். அவர்கள் எல்லோருடைய பல்வேறு நடவடிக்கைகளாலும் அவர் குழந்தை பருவம் முதலே அதில் ஈடுபாடு கொண்டார்.

மாணவர் வாழ்க்கை மற்றும் பராமரிப்பு

பகத்சிங் தனது மாணவரின் எளிய ஆடைகளையே உடுத்தினார். அவருடைய உடைகள் அலங்கோலமாகவும் வித்தியாசமாகவும் இருந்தன. ஆனால் அவருக்கு எந்த ஆட்சேபனையும் இல்லை. அதாவது தேய்ந்து போன, பழைய ஆடைகள் ஒன்று. சில சமயங்களில் கல்லூரிக்கும் கூட அவ்வாறே அணிந்தார். பகத் சிங் லுங்கி (ஒரு முறைசாரா, வசதியான பஞ்சாப் உடை). அவரது நண்பர் ஷிவ் வர்மா, தனது ஆடை பழக்கம் பற்றி எழுதுகிறார், “எனக்கு ஒன்று கூட நினைவில் இல்லை புத்தகம் எடுத்துச் செல்லாமல் அவரைக் கண்ட சந்தர்ப்பங்களை நான் பார்த்திருக்கிறேன். அதாவது அவர் தேய்ந்துபோன, கிட்டத்தட்ட கந்தல் உடையில் பார்த்துள்ளேன். ஆனால் அவர் புத்தகங்களை பாக்கெட்டுக்குள் எடுத்துச் சென்றார்.

*****

2. கல்லூரிக்குப் பிறகு

கல்லூரியை விட்டு ஓடிய பிறகு, பகத்சிங் அறிமுகமானார். அதாவது பிரபல புரட்சியாளர்களுக்கும் சுரேஷ் சந்திர பட்டாச்சார்யா, படுகேஷ்வர் தத், அஜய் கோஷ் மற்றும் விஜய் குமார் சின்ஹா ஆகியோருடன் தொடர்பில் இருந்தார். அனைத்து வங்காளிகளும், அவர்கள் மத்தியில் ஒரு சீக்கிய இளைஞன் வாழ்ந்தால், அது அவர்களை வளர்க்க முடியும் என்பது சிஜடியின் எண்ணம் அதனால் ஸ்ரீ கணேஷ் சங்கர் வித்யார்த்தி அவற்றில் சிலவற்றைக் கண்டுபிடித்தார். பிரதாப்பில் அவனுக்காக வேலை செய்து சில இடங்களில் அவனது வாழ்க்கைக்கு மாற்று இடம் ஏற்பாடு செய்தார். பிரதாப்பில் வேலை கிடைக்கும் முன், பகத்சிங் அவரைச் சந்தித்தார். நாளிதழ் விற்பதன் மூலம் சில நாட்கள் செலவுகளை சரி செய்தார்.

இந்தக் காலக்கட்டத்தில், படுகேஷ்வரிடமிருந்து வங்காள மொழியைக் கற்றுக்கொண்டார் தத், மற்றும் கார்ல் மார்க்ஸ் படித்தார். பின்னர் அவர் “இந்துஸ்தான் குடியரசு கட்சியில் சேர்ந்தார் அதாவது சங்கம்“. இந்த சங்கத்தை நிறுவுவதே இதன் நோக்கமாக இருந்தது ஆயுதப் புரட்சி மூலம் நாட்டில் ஜனநாயகம் என்பதாகும். பகத் சிங் உத்தரப்பிரதேசத்தில் புரட்சிகர சிந்தனை கொண்ட இளைஞர்களுடன் தொடர்புகளை வளர்த்துக் கொண்டார் பிரதேஷ் மற்றும் பஞ்சாப் மற்றும் இந்துஸ்தான் குடியரசுக் கட்சியில் சேர இச்சங்கம் அவர்களை உற்சாகப்படுத்தியது “இப்போது அவர் முழுக்க முழுக்க இந்தக் கட்சியின் ஆள், மற்றும் வேலை கட்சி மட்டுமே அவரது வேலையாக இருந்தது. புரட்சி கட்சி ஆயுதம் ஏந்தியவர்களுக்கு தயாராக இருந்தது புரட்சி, ஆனால் அது ஒரு பெரிய சிக்கலை எதிர்கொண்டது. அதில் பணம் இல்லை. ஆகையால், அவர்கள் கொள்ளையடிப்பதாகவும் கருதப்படுகிறது. டகோயிட்டி பற்றிய முக்கிய விஷயம் அது ஒரு தனிநபரின் வீட்டில் செய்யப்பட வேண்டும். அங்கு அரசாங்கத்தின் கஜானாவை கொள்ளையடிக்க கட்சிக்கு போதிய வழிகள் இல்லை. இந்த யோசனையை அவர்கள் கொள்ளையடித்தார் என்ற காரணத்துடன் ஒத்திவைக்க வேண்டியிருந்தது. ஒரு தனிநபரின் வீடு பொதுமக்களின் அனுதாபத்தை இழந்தது. அவ்வாறு ஒருமுறை புரட்சியின் விளம்பரம் வழக்கமான அடிப்படையில் தொடர்ந்தது.

பகத்சிங் தசரா விழாவின் போது, புரட்சிகர இலக்கியம் ஒன்று அச்சிடப்பட்டது பிரதாப் பிரஸ் விளம்பர வடிவில் அது வெளியானது. பகத்சிங் அதன் விநியோகத்திற்காக அவரது ஐந்து கூட்டாளிகளுடன் புறப்பட்டார். அவர்கள் பிரதாப்கரில் கண்காட்சிக்கு சென்றடைந்தனர். அழகான ஆடைகளை அணிந்திருந்த மக்கள் பல்வேறு வகையான

பாடல்கள் பாடிக்கொண்டிருந்தனர். ஒரு இடத்தில் பெரும் கூட்டம் இருந்தது. பகத் சிங் மற்றும் அவரது கூட்டாளிகள் விளம்பரத்தை விநியோகிக்கத் தொடங்கினர் ”என் நாட்டு மக்களே, எழுந்திருங்கள்” என்று வாசித்தனர். சாதாரண உடையில் போலீசார் இருந்தனர். மக்கள் மத்தியில் நின்று பார்த்தனர். இதை பார்த்தவுடன் அந்த விளம்பரம், அவர்கள் பகத்சிங்கின் கூட்டாளிகள் மீது பாய்ந்து பிடிக்கும் படி அமைந்தது. இருவரையும் கைது செய்தனர். இதைப் பார்த்த பகத்சிங் அனைத்தையும் தூக்கி எறிந்தார் காகிதங்கள் மற்றும் கூட்டத்தில் மக்கள் கூறினார், ”காங்கிரஸ்காரர்கள் மீது இன்னொரு பக்கம் போஸ்டர்களை விநியோகிக்கிறார்கள். இதைக் கேட்டதும் இரண்டு போலீஸ்காரர்கள் கைது செய்யப்பட்ட இளைஞர்களுக்கு காவலாக நின்றார், மற்றவர்கள் உள்ளே விரைந்தனர் பகத் சிங் சுட்டிக்காட்டிய திசையில் சென்றனர். உடனே இந்த போலீஸ்காரர்கள் கண்ணுக்கு தெரியாத நிலையில், பகத் சிங்கும் அவரது கூட்டாளிகளும் தாக்கப்பட்டனர். கூட்டாளிகள் இருவருக்கு காவலாக இருந்த இரண்டு போலீசார் கைது செய்யப்பட்டனர். அவர்கள் தங்கள் கூட்டாளிகளை விடுவித்து உடனடியாக தங்கள் குதிகால்களுக்கு அழைத்துச் சென்றனர். போலீசாரும், சிலரும் அவர்களை பின்தொடர்ந்து செல்ல முயன்றனர். ஆனால் பகத் சிங் அவருடன் இருந்தவர்கள் வானத்தை நோக்கி மூன்று ரவுண்டுகள் சுட்டதை பார்த்து பயந்தனர். பின்புறம் திரும்பினர்.

ஒருமுறை அவர் கான்பூரில் தங்கியிருந்தபோது டெல்லியில் கலவரம் ஏற்பட்டது. பிறகு பிரதாப்பின் நிருபராக பகத்சிங் டெல்லிக்கு அனுப்பப்பட்டார். பகத் சிங் இந்தப் பணியை திறமையுடனும் நேர்மையுடனும் நிறைவேற்றினார். மேலே சொன்ன பிறகு அவர் கான்பூரில் தங்கியிருக்கக் கூடும் என்று எண்ணினர். அங்கு எழுத்து சிக்கல் ஏற்பட்டது. இதன் விளைவாக, அவர் கான்பூரில் தங்கியிருந்த இரண்டு மாதங்களுக்குப் பிறகு, வித்யார்த்திஜி அவரை அலிகார் மாவட்டம் ஷாதிபூர் கிராமத்திலுள்ள தேசிய பள்ளிக்கு தலைமை ஆசிரியராக அனுப்பினார். பகத்சிங்கின் திறமையால் தூண்டப்பட்டு, அங்கு பள்ளி மிகக் குறுகிய காலத்தில் சிறந்து விளங்கத் தொடங்கியது. மாணவர்கள் மற்றும் ஆசிரியர்கள் அவரது திறமை மற்றும் கடின உழைப்பால் ஈர்க்கப்பட்டனர். இந்த ஆண்டு, அதாவது 1924 படிப்பின் போது கான்பூரில் நிவாரணப் பணிகளில் மிகவும் சுறுசுறுப்பான பங்கு வகித்தார் கடுமையான வெள்ளமும் அச்சமயம் சூழ்ந்திருந்தது.

இங்கு அவர் மாபெரும் புரட்சியாளர் சந்திரசேகர் ஆசாத்தை சந்தித்தார். இந்த இரண்டு நபர்களின் சந்திப்பு இந்திய வரலாற்றில் ஒரு முக்கியமான நிகழ்வு ஆகும். இருவரும் ஒருவரையொருவர் கவர்ந்தனர். அவர்களில் ஒருவரையொருவர் தங்கள் புரட்சியாளரை வலுப்படுத்த

தேடிக்கொண்டிருந்தனர் அமைப்பு. கங்கை மற்றும் யமுனை நீரோட்டங்கள் சந்திப்பது போல், அவர்கள் இந்தியாவின் புரட்சியாளர்களின் வரலாற்றில் முன்னேறினர். இரண்டும் அவர்களில் சிதறிய புரட்சியாளர்களை ஒன்றிணைத்தல், ஒழிப்பு பற்றி பேசினர் காண்ட் குற்றவாளிகளைப் பெறுதல் போன்று விடுவிக்கப்பட்டார்.

கான்பூரிலிருந்து வீட்டிற்கு சென்றார்.

இங்கே பகத் சிங் இந்தியாவின் சுதந்திர வரலாற்றை உருவாக்கினார். அவரது வீட்டில் அனைவரும் அவரைப் பற்றி கவலைப்பட்டனர். அவர் பாட்டி கீழே விழுந்தாள். அதாவது அதிர்ச்சி காரணமாக உடம்பு சரியில்லாமல் போய்விட்டது. அவள் பகத்சிங்கைப் பார்க்க துடித்துக் கொண்டிருந்தாள். அவள் தன்னைத்தானே சபித்துக் கொண்டு, அவள் ஏன் பகத்தை வற்புறுத்தினாள் என்று தன்னைத்தானே கேட்டுக்கொண்டாள் சிங்கின் திருமணம், அதற்காக அவர் வீட்டை விட்டு வெளியேறினார். அனைவரும் ஆதரவற்றவர்களாக இருந்தனர். என்ன செய்வது என்று யாருக்கும் தெரியவில்லை.

இந்தப் பக்கத்தில் பகத்சிங் தனது நண்பர் ராமுக்கு ஒரு கடிதம் எழுதினார் ஐக்சகாவில் வசிப்பவர். கடிதத்தில் தனது முகவரியையும் கொடுத்துள்ளார் அவரது முகவரியைக் கொடுக்கக் கூடாது என்ற கடுமையான அறிவுறுத்தல் இருந்தும் அதைக் கொடுத்தார். குடும்பம் சந்திக்கும் பிரச்சனை ராம் சந்திரனுக்கு தெரியும். அவர் அந்தக் கடிதத்தைப் பற்றி ஜெய் தேவ் குப்தாவிடம் கூறினார். ஆனால், அவர் முகவரியைத் தெரிவிக்கவில்லை. தொடர்ந்து கோரிக்கை விடுத்தும், ராம் சந்திரா முகவரியைச் சொல்லவில்லை. ஆனால் அந்த முகவரிக்கு அவரை (ஜெய் தேவ்) அழைத்துச் செல்ல ஒப்புக்கொண்டார். அப்பா சர்தார் கிஷன் வந்தேவில் ஒரு செக்கை வைத்தார். மாதரம் காகிதம், "பகத் சிங், நீ எங்கிருந்தாலும் வீட்டுக்கு வா. உங்கள் பாட்டிக்கு உடல்நிலை சரியில்லை." ஆனால் பகத்சிங் திரும்பவில்லை. ராம் சந்திரா மற்றும் ஜெய் தேவ் குப்தா அவரை அழைத்துச் செல்ல கான்பூரை அடைந்தார். மேலும் அதன் முகவரி அந்தக் கடிதத்தில் இருந்தது இருவரும் வித்யார்த்திஜியை சந்தித்தனர். வித்யார்த்திஜி அவர்களை போகச் சொன்னார். அதாவது ஷாதிபூருக்கு அவர்கள் வருவதை பகத்சிங் தூரத்தில் பார்த்தார். எனவே அவர் அங்கிருந்து நழுவினார். இதன் விளைவாக இருவரும் திரும்பினர். அங்கு ஏமாற்றம் தான் வித்யார்த்திஜி அவரை இல்லத்திற்கு அனுப்புவதாக உறுதியளித்தார். அதாவது பகத் சிங் இல்லம். பின்னர் இருவரும் திரும்பி வந்தனர். சர்தார் கிஷன் சிங் பிரபல உருது கவிஞர் மௌலானா ஹஸ்ரத் அலியை சந்தித்தார். மௌலானா அலி வித்யார்த்திஜிக்கு நன்கு தெரியும். அவர் வித்யார்த்திஜிக்கு கடிதம் எழுதினார். பகத் சிங்கின் குடும்பத்தில்

உள்ள யாரும் அவருக்கு அழுத்தம் கொடுக்க மாட்டார்கள் என்றார். அதாவது வீடு திரும்பினால் திருமணம் என்பார்களே என்ற பயத்தை சுட்டிக் காட்டினார்கள். இதேபோன்ற கடிதம் பகத்துக்கும் அனுப்பப்பட்டது. பின்னர் வீடு திரும்பினார். அவரது பாட்டி உண்மையில் உடல்நிலை சரியில்லாமல் இருந்தார். அவர் திரும்பியவுடன், அவரது முழு குடும்பத்திற்கும் மகிழ்ச்சி திரும்பியது. பகத்சிங் தனது பாட்டிக்கு சேவை செய்யும் பொறுப்பை அவர் ஏற்றுக்கொண்டார் மருந்து மற்றும் உணவை முறையாக வழங்குதல். சில நாட்களில் அவள் முழுமையாக மீட்கப்பட்டாள். ஆனால் பகத்சிங்கால் கான்பூருக்குத் திரும்ப முடியவில்லை. அவரது பாட்டியின் குணத்தால் அவள் வற்புறுத்தியதால் போக விடாமல், மனம் திரும்பி நிற்கிறது. சில நேரங்களில் அவர் தனது பாட்டியுடன் தங்கினார் மற்றும் சில நேரங்களில் அவர் லாகூர் சென்றார். சில நேரங்களில் அவர் லாகூரில் தங்கியிருந்தார். நாட்களின் எண்ணிக்கைலோ அதிகரித்தது அவர் புரட்சியாளர்களுடன் தொடர்பில் இருந்தார். இந்தியாவின் விடுதலைக்காக வட இந்தியாவில் திட்டங்களை வகுத்தனர். தவிர, அவர் பஞ்சாபின் கிராமங்களில் நடமாடத் தொடங்கினார். பின்பு அவரது பல எரியும் பிரச்சனைகளை நேருக்கு நேர் சந்திக்கும் வாய்ப்பை உருவாக்கியது.

அகாலி இயக்கம் மற்றும் பகத் சிங்

திருமணத்தைப் பொறுத்தவரை, அவர் இப்போது முற்றிலும் சுதந்திரமாக இருக்கிறார். 1925ல் ஒரு சம்பவம் அவரது வாழ்க்கையை முற்றிலும் மாற்றியது. இந்த சம்பவம் அகாலி இயக்கத்தின் ஆரம்பம் ஆகும். ஆண்டு குருத்வாராக்களின் வருமானம் கோடிக்கணக்கான ரூபாய், ஆனால் இந்தப் பணம் குருத்வாராக்களின் மகான்கள் தங்கள் தனிப்பட்ட விஷயங்களுக்குப் பயன்படுத்தினர். வழங்கப்பட்ட பணத்தை தவறாகப் பயன்படுத்துவதைப் பற்றி சமூகம் கவலைப்பட்டது. இந்த பணத்தை அவர்கள் நலனுக்காக மட்டும் பயன்படுத்த விரும்பினர் சமூகம் மற்றும் நாடு. என கவலையில்லை. எனவே சீக்கியர்களுக்கு எதிராக இயக்கம் தொடங்கியது. அதாவது இந்த ஊழல் காரணமாக இயக்கம் அவர்கள் பிறந்த இடமான நான்கானாவை அடையத் தொடங்கினர் குருநானக் மகாராஜ் ஜாதங்களில் (குழுக்கள்). நாபா மாநிலத்தின் ஆட்சியாளர்,

மகாராஜா ரிபுதமன் சிங்கும் இந்தப் போராட்டத்தில் குதித்தார். இது ஒரு சமூகப் புரட்சி, மற்றும் அரசியலுடன் தொலைதூரத் தொடர்புகளைக் கூட கொண்டிருக்கவில்லை. ஆனால் அரசாங்கம் கவலையும் கோபமும் அடைந்தது. மகாராஜா ரிபுதமன் சிங் அவரது இருக்கையில் இருந்து அகற்றப்பட்டு வீட்டின் கீழ் வைக்கப்பட்டார். டேரா டூனில் கைது செய்யப்பட்டார். இந்த இயக்கம் நாளுக்கு நாள் தீவிரமடைந்தது. அரசாங்கமும் பலவந்தமாக அதை நசுக்கத் துணிந்தது. இப்போது இந்த

ஜாத்தாக்கள் (கூப்கள்) நான்கானாவின் ஜெய்ட்டனை நோக்கிச் சென்று கொண்டிருந்தனர். அதாவது, சாஹேப் இந்த ஜாத்தாக்கள் எங்கு சென்றாலும் பொதுமக்கள் இந்த குழுக்களை வரவேற்றனர். அதேபோல், ஒரு ஜாத்தா (குழு) பங்கா கிராமத்தின் வழியாக செல்ல வேண்டும். சர்தார் கிஷன் சிங் அதை வரவேற்கும்படி கேட்டுக் கொள்ளப்பட்டார். ஆனால் தற்செயலாக அது நடந்தது. இன்ஷூரன்ஸ் சம்பந்தமாக பம்பாய்க்குப் போக வேண்டிய நாள் எனவே இந்தப் பொறுப்பை பகத்சிங்கிடம் ஒப்படைத்தார். அங்கு பிரிட்டிஷ் அரசாங்கத்திற்கு விசுவாசமான அரசாங்க ஊழியர்களும் சீக்கியர்களும் இருந்தனர். இந்த இயக்கத்தை எதிர்க்கிறது. தில் பாக் சிங், சர்தாரின் உறவினர் சகோதரர் கிஷன் சிங், ஆங்கிலேயர்களுக்குப் பிடித்தவர்கள். அவர் அதை விரும்பவில்லை ஜாத்தா கிராமத்தில் வரவேற்க வேண்டும். ஆனால், பகத்சிங்கை எதிர்த்தார். இது மட்டுமல்ல, கிணறுகளில் உள்ள அனைத்து கயிறுகளையும் அவர் பார்த்துக் கொண்டார் மற்றும் கிராமத்தில் உள்ள கேன்கள் அழிக்கப்பட்டதால் ஜடாக்கள் செய்யவில்லை. அதன்மூலம் குடிநீர் கூட பெறலாம். கிராமத்தின் அனைத்து கால்நடைகளும் ஓட்டப்பட்டன. பால் பற்றாக்குறையை உருவாக்க அது செய்யப்பட்டது. அதனால் பாலும் இருக்க முடியாது ஜடாக்களுக்கு சேவை செய்தார். தில் பாக் சிங்கின் ஆட்கள் பதவிகளை வகித்தனர். எல்லா இடங்களிலும் போலீஸ்காரர்கள் போல இருந்தனர். ஜாத்தா கிராமத்தை அடைந்தார். பகத் சிங் தனது முதல் அரசியல் உரையை இந்த ஜாத்தாவிற்கு வழங்கினார் என்ற குறிப்புகளுடன் இந்தியாவின் தற்போதைய நிலை குறித்து பேசினார். அவர்கள் அயர்லாந்தின் வரலாறு பேசும் வங்காளத்தின் புரட்சியாளர்கள் ஆவர். ஜாத்தாவின் தொண்டர்கள் பகத்சிங் மற்றும் அங்குள்ள ஜாத்தா முதலில் ஒரு நாளுக்கு பதிலாக மூன்று நாட்கள் தங்கியிருந்தார். திட்டமிடப்பட்ட விசுவாசமான நபர்களின் வரிசையில் ஒரு நபர் கூட சேரவில்லை. தில் பாக் சிங் கை தாங்க ஒரே ஒரு விருப்பம் என்னவெனில் ஆழமான அவமானத்தை போக்குவதற்காக இருந்தது எல்லாம் அமைதியாக முடிந்தது. அரசு பகத்சிங்கிற்கு எதிராக எதுவும் செய்ய முடியவில்லை. எந்த வழக்கும் இல்லாத நிலையில் அவரை ஒன்றும் செய்ய முடியவில்லை. போலிசார் பொய் வழக்குப் போட்டு அவர் மீது வழக்குப் போட்டனர் அவரது பெயரில் ஒரு வாரண்ட் பகத்சிங் லாகூர் சென்றடைந்தார். அங்கு அவர் பேராசிரியர் சந்திராவை சந்தித்தார். பேராசிரியர் சந்திரா அவருக்கு அறிமுகக் கடிதம் கொடுத்தார். அவர் வீர் அர்ஜூனின் நிருபராகப் பணியாற்றத் தொடங்கினார். அவர் இந்த பேப்பரில் போலி பெயரில் (பல்வந்த் சிங்) பணியாற்றி வந்தார். அகாலி இயக்கம் திரும்பப் பெறப்பட்டதும், அவர் லாகூர் திரும்பினார்.

பிற அரசியல் மற்றும் சமூக நடவடிக்கைகள் மூலம்

உத்தரபிரதேச புரட்சியாளர்களுடன் தனது தொடர்பைப் பேணி வந்தார் லாகூர் திரும்பிய பிறகும், இந்துஸ்தான் குடியரசுக் கட்சியின் உறுப்பினர்கள் சங்கம் 8 Dn அன்று கொள்ளையடித்தது. ஹர்டோயில் இருந்து செல்லும் ரயில் 1925 ஆம் ஆண்டு ஆகஸ்ட் 1 ஆம் தேதி லக்னோ கட்சிக்கு பணம் திரட்டுவதற்காக சென்றது. அது ககோரி என்று அழைக்கப்படுகிறது இந்த வழக்கில் பகத்சிங்கின் புரட்சியாளர்கள் கைது செய்யப்பட்டனர். எனவே ஒரு திட்டம் தீட்டப்பட்டது அவர்கள் சிறையில் இருந்து விடுவிக்கப்பட்டனர். பகத்சிங் நவம்பர் மாதம் கான்பூருக்குச் சென்றார். அதாவது 1925 திட்டத்தில் பங்கேற்க சென்றார். ஆனால் திட்டத்தை செயல்படுத்த முடியவில்லை வெளியே கசியும் ரகசியத்திற்கு இதேபோன்ற திட்டம் ஜனவரியில் வெளியிடப்பட்டது. பிப்ரவரி, 1926 இந்த திட்டத்தில் பகத் சிங் பங்கேற்றார், ஆனால் வெற்றி பெற முடியவில்லை. லாகூரில் அவர் கீர்த்தியுடன் தொடர்புடையவர் சோஹன் சிங் ஜோராவால் நிறுவப்பட்ட கிசான் கட்சியில் அவரது கட்டுரைகள் வெளியிடப்பட்டன. கீர்த்தியில், இந்தக் கட்சியின் பேப்பர் வெளியிடப்பட்டது.

நௌஜவான் பாரத் சபா“ நிறுவுதல்

லாகூரில் பகத்சிங் தனது நண்பர்களையும், அரசியல் சிந்தனை கொண்டவர்களையும் கூட்டிச் சென்றார் நிறுவனத்தின் அமைப்பைப் பற்றி விவாதிக்க தொழிலாளர்கள் நோக்கங்களை அறிந்தனர். விரிவான விவாதங்களுக்குப் பிறகு, அவர் “நௌஜவான் பாரத்“ என்ற அமைப்பை உருவாக்கினார் சபா“ 1926 இல் உருவானது. பகத்சிங் உண்மையில் அதன் நிறுவனர் என்றாலும், ராம் கிருஷ்ணா பிஏ அதன் தலைவராக நியமிக்கப்பட்டார், பகத் சிங் அதன் செயலாளர் ஆனார். இந்த நிறுவனத்தின் முக்கிய நோக்கங்கள் இந்திய கலாச்சாரம் பரவல் சுதேசிக்கு ஊக்கம், இந்திய வளர்ச்சி மொழிகள், எளிய வாழ்க்கைக்கான கல்வி, உடல் ஆரோக்கிய விழிப்புணர்வு, மற்றும் சமகால சமூக தலைப்புகளில் விவாதங்கள் ஆகியவை அடங்கும். அப்போதைய உள்துறை அமைச்சகம் 1930 இல் இந்திய அரசாங்கத்தின் மூலம் இந்த திட்டங்களைப் பாராட்டியது. இது “கிர்த்தி கிசான் கட்சி“ மற்றும் “இந்துஸ்தான்“ குடியரசு கட்சி ஆகியவற்றுடன் தொடர்பு கொண்டது அது ஒரு மதச்சார்பற்ற நிறுவனமாக இருந்தது. இதில் உறுப்பினராவதற்கு முன் ஒவ்வொருவரும் உறுதிமொழி எடுக்க அழைக்கப்பட்டனர்.

நாட்டின் நலன்களை தனது சாதியின் நலன்களை விட உயர்ந்ததாக கருதினர். இந்த அமைப்புக்கு பல்வேறு மாவட்டங்களில் கிளைகள் உள்ளன லாகூர், அமிர்தசரஸ், ஜலந்தர், லூதியானா, மாண்ட்கோமெரி போன்ற பஞ்சாப், மொரிண்டா, முல்தான், அடக், சர்கோதா

மற்றும் சியால்கோட். முக்கியமானவற்றில் இந்த அமைப்பின் உறுப்பினர்கள் ராம் கிஷன், ஷர்துல் சிங், கவிஷ்வர், பகவதி சன்ரன் வோஹ்ரா, கேதர் நாத் சேகல், மிர் அப்துல் மஜித், டாக்டர். சத்ய பால், சைபுதீன் கிச்சுலு, பிண்டி தாஸ் மற்றும் கவிஞர் லால் சந்த் ∴பலாக். போன்றவையாகும். அதன் நோக்கங்கள் பின்வருமாறு:

(A) தொழிலாளர்கள் இந்திய விவசாயிகளுக்கு முற்றிலும் சுதந்திரமான குடியரசை உருவாக்குதல்

(B) உருவாவதற்காக இளைஞர்களிடம் நாட்டின் மீதான அன்பை வளர்ப்புத இந்திய ஐக்கிய குடியரசு.

(C) அனைத்து சமூக, பொருளாதார மற்றும் அனுதாபத்தையும் ஆதரவையும் வழங்குதல் ஆகும். தொழில்துறை இயக்கங்கள், வகுப்புவாதத்திலிருந்து விடுபட்டவை; மற்றும் இலட்சிய விவசாயிகள் மற்றும் தொழிலாளர்களின் இயக்கங்களுக்கு ஆதரவு, வழங்க அவர்களை எடுத்துச் செல்வது ஆகும். சுதந்திரக் குடியரசின் நோக்கத்தை அடைவதற்கு அருகில் .

(D) தொழிலாளர்கள் மற்றும் விவசாயிகளை ஒழுங்கமைத்தல். இந்த அமைப்பு சோசலிசத்தை அடிப்படையாகக் கொண்டது என்பது வெளிப்படையானது.

கார்ல் மார்க்சின் கொள்கைகள் அதை நிர்ணயிக்கிறது. ஒருவேளை, அவர்கள் இதற்கான உத்வேகத்தைப் பெற்றிருக்கலாம். அதாவது 1917 இன் மாபெரும் ரஷ்யப் புரட்சியாகும். இந்துஸ்தானின் உறுப்பினர்களின் குடியரசுக் கட்சியின் சங்கம் திறமையானவர்களிடமிருந்து தேர்ந்தெடுக்கப்பட்டது இந்த அமைப்பின் உறுப்பினர்கள். “இந்துஸ்தான் குடியரசுக் கழகம்“ என்பதை உருவாக்கினர். பின்னர் “இந்துஸ்தான் சமாஜ்வாடி குடியரசுக் கழகம்“ என அறியப்பட்டது.

லாகூர் மாணவர் சங்கம்

பகத்சிங் 1928 இல் மாணவர் சங்கத்தை உருவாக்கினார். இந்த சங்கம் கிளையாக இருந்தது நௌஜவான் பாரத் சபாவின் மாணவர்களின் உறுப்பினர்கள் ஆவர். அது உருவானது புரட்சிகர உறுப்பினர்களுக்கான ஆட்சேர்ப்பு மையமாக செயல்பட வேண்டும் என்பதாகும். “சபா“விலும் பெரும்பாலும் மாணவர்கள் பணியமர்த்தப்பட்டனர். தியாகிகளை “சபா“ கொண்டாடியது“. அது கர்தார் சிங் சரபா தூக்கிலிடப்பட்ட நினைவு நாள் ஆகும். மேலும் ககோரியின் தியாகிகளின் நினைவு காண்ட் ஆகஸ்ட் 9, 1925- ல் ராம் பிரசாத் பிஸ்மில், அஷ்பகுல்லா கான், ரோஷன் சிங் லஹிரி போன்ற ராம் பிரசாத்தின் மனதைத் தொடும் கதையை பகத் சிங் விவரித்தார். பிஸ்மில் “சபா“ இந்துக்களின் கூட்டு மதிய விருந்துகளை

ஏற்பாடு செய்தது. முஸ்லீம்களும், தாழ்த்தப்பட்ட மக்களும் குறுகலை ஒழிப்பதற்காகவும் தீண்டாமை, சாதிவெறி மற்றும் உணவுப் பழக்கவழக்கங்களில் உள்ள வேறுபாட்டைப் பற்றிய சிந்தனை ∴பசல், மன்சூர் இலாஹி போன்ற முஸ்லிம் உறுப்பினர்கள் முஸ்லீம்களின் தீய பழக்கங்களை முன்வைத்தும் விமர்சித்தும் பல கட்டுரைகளை எழுதினார். முதல்வர் சாபில் தாஸ் சாதிவெறியை கடுமையாக விமர்சித்தார் சபா போன்ற திறந்த அமர்வுகள் தவிர, இரகசிய சந்திப்புகள் இருந்தன வெகு விரைவிலேயே அரசாங்கத்துக்கு அந்த ரகசியம் தெரிய வந்தது செயல்பாடுகள் மற்றும் “சபா“ மூலம் கை-பில்களை விநியோகித்தல் என அறிவிக்கப்பட்டது. இது 1930 இல் சட்டவிரோதமானது. ககோரியின் இரண்டு புரட்சியாளர்கள் காந்த், ஜோகேஷ் சந்திர சட்டர்ஜி மற்றும் எஸ்.எல்.சன்யால் ஆகியோர் கான்பூர் சிறையில் இருந்தனர். பகத்சிங் அவர்களை சிறையில் இருந்து விடுவிக்க தன்னால் முடிந்த அனைத்தையும் செய்தார். ஆனால் வெற்றிபெற முடியவில்லை. இந்த தோல்வியால் அவர் வருத்தப்பட்டார், ஆனால் அவர் தோல்வியை ஏற்றுக்கொள்ளவில்லை. அவர் எப்போதும் போல் சுறுசுறுப்பாக இருந்தார்.

கைது செய்

அரசின் ஒவ்வொரு நடவடிக்கையையும் உன்னிப்பாகக் கண்காணித்து வந்தார். பகத் சிங், ஆனால் (அவருக்கு எதிராக) போதுமான தீவிரமான காரணத்தை அது காணவில்லை அவரை கைது செய் என்றது. 1927 ஆம் ஆண்டு தசரா தினத்தன்று அதற்குக் காரணம் கிடைத்தது. பகத் சிங் அப்போது டிட்லி பாக்கில் இருந்து திரும்பி வந்து கொண்டிருந்தார். இந்த தோட்டத்தில் எண்ணற்ற வண்ணத்துப்பூச்சிகளின் வகைகள் இருந்தது. பகத் சிங் விசேஷமாக ஒரு பட்டாம்பூச்சியை விரும்பினார். சிவப்பு இறக்கைகள். இந்த வண்ணத்துப்பூச்சி எலுமிச்சை மற்றும் ஆரஞ்சு மரங்களை சுற்றி சுற்றி வந்தது மேலும் அது பகத்சிங்கை போதையில் ஆழ்த்தியது. அவர் திரும்பி வரும்போதுதசரா கூட்டத்தின் மீது யாரோ வெடிகுண்டு வீசினர். இந்த சம்பவத்தில் மக்கள் 22 பேர் இறந்தனர் மற்றும் 56 பேர் காயமடைந்தனர். போலீசார் கைது செய்தனர். பகத் சிங், கலவரத்தைத் தூண்டியதாகக் குற்றம் சாட்டினார் புரட்சியாளர்கள் இத்தகைய செயல்களை முற்றிலும் எதிர்த்தனர். உண்மை என்னவென்றால், அங்கு சன்னதின் என்ற மனிதனால் வெடிகுண்டு வீசப்பட்டது. பின்னர் அவர் பாம்பு கடித்து இறந்தார். முழு காண்ட் (எபிசோட்) இருந்தது காவல்துறையின் எடுத்துக்காட்டாக அது இயற்றப்பட்டது. போலீசார் கைது செய்ய நினைத்தனர் பகத் சிங் புரட்சியாளர்களைப் பற்றி விசாரித்து மேலும் தெரிந்து கொள்ள ககோரியுடன் இணைத்தார்.

வழக்கு விசாரணையின்றி அவர் ஒரு மாதம் லாகூர் சிறையில் அடைக்கப்பட்டார் வாஸ்டல் சிறைக்கு அனுப்பப்பட்டார். காவல்துறை அவர் மீது பொய் வழக்கு போடவும், ஆதாரங்களை சேகரிக்கவும் தீவிர முயற்சி மேற்கொண்டார் அவருக்கு எதிராக, வெற்றிபெறவில்லை. இறுதியில், அவர் ஜாமீனில் விடுவிக்கப்பட்டார் அறுபதாயிரம் ரூபாய் போடப்பட்டது. அதன் பிறகு, இருவர் மீதும் வழக்குப் பதிவு செய்யப்படவில்லை அவருக்கு ஜாமீனும் ரத்து செய்யப்படவில்லை. அப்போது பகத்சிங் ஜாமீன் கேட்டார் அவர் மீது வழக்கு பதிவு செய்ய வேண்டும் அல்லது ரத்து செய்ய வேண்டும் என்று அரசை கேட்டுக்கொள்கிறேன் என்றார். அதனால், 1928ல் அவரது ஜாமீன் ரத்து செய்யப்பட்டது.

பகத் சிங் தனது அரசியல் நடவடிக்கைகளை மறைமுகமாகச் செய்தார். அவரது ஜாமீன் காலத்தில் படிவம் இருந்தது. ஜாமீனுக்குப் பிறகு, அவர் சுதந்திரமாக நகர்ந்தார் வெளிப்படையாக சுற்றி அந்த நாட்களில் சில ஆங்கிலேயர்கள் சர்தார் கிஷனிடம் வந்தனர். வேட்டைக்குச் செல்லும்போது சிங்கின் பண்ணை அவர்களிடம் இருந்து தெரிய வந்தது பகத்சிங்கின் செயல்பாடுகள் கண்காணிப்பில் இருந்த காரணத்தால் அவர் ஒரு தேசிய வாத குடும்பம் என்பதையும் அறிந்தனர். அவர் ஒரு தேசியவாத குடும்பத்தின் மகன் மற்றும் லாகூரில் அரசியல் நடவடிக்கைகள் சிலவற்றையும் சுமந்து கொண்டிருந்தார். சர்தார் கிஷன் சிங் பால் பண்ணையை திறந்து வைத்தார். அவர் அரசாங்கத்தின் கவனத்தை திசை திருப்புவதற்காக. அதை செய்தார். பால் பண்ணையில் பகத் சிங் அங்கு வேறு ஒன்றையும் கண்டோம். அதிகாலை 4.00 மணிக்கு எழுந்து பால்கறந்தார் டோங்காவில் பாலை வைத்துவிட்டு லாகூருக்குப் புறப்பட்டுச் சென்றனர். மற்றும் ஒரு திறமையான தொழிலதிபர் போல் தனது பரிவர்த்தனைகளை நடத்தினார். நிச்சயமாக வேலைக்காரன் இல்லாத நாட்களில் அங்குள்ள எருமையின் சாணத்தையும் அகற்றினார். அவரது ஜாமீன் கிடைத்த உடனேயே பால் பண்ணையிலிருந்து கவனம் திரும்பியது. பால் பண்ணை வாடிக்கையாளர்களுக்கு பால் கிடைக்காததால், இறுதியாக மூட வேண்டியதாயிற்று. அதுவும் சரியான நேரத்தில் இவை இரண்டும் தீவிர பாத்திரங்கள், மற்றும் துருவங்களைத் தவிர ஒரு முனையில் அன்னை இந்தியாவின் நேர்மையான புரட்சிகர மகன், மற்றொன்று பால் வியாபாரி. ஜாமீன் காலத்தில், அவரது பால் பண்ணை இரவில் மாறியது. இந்த வகையான அரசியல் நடவடிக்கைகளின் மையமாக.

புரட்சியாளர்களின் டெல்லி மாநாடு

நாடு முழுவதும் உள்ள புரட்சியாளர்கள் மாநாடு என நடத்த முடிவு செய்தனர் ஜூலை, 1928 இல் கட்சியை மறுசீரமைக்க ஏற்பாடு செய்தனர். எனவே, இந்த மாநாடு நடைபெற்றது பெரோஸ் ஷா கோட்டையின்

இடிபாடுகளில் (சுமார் தேதிகள், வெவ்வேறு புத்தகங்கள் வெவ்வேறு பதிப்புகளை வழங்குகின்றன. சில புத்தகங்களில் மட்டும் இந்த மாநாடு 1928 செப்டம்பரில் நடைபெற்றதாக எழுதப்பட்டுள்ளது. வேறு சிலர் செப்டம்பர் 8 மற்றும் 9 தேதிகளை தேதியாகக் குறிப்பிடுகின்றனர். ஆகஸ்ட் 8 அன்று அது நடைபெற்றது. பொலிஸ் பதிவுகளின்படி 1928 ஆம் ஆண்டு ஆகஸ்ட் 8 ஆம் தேதி கோட்லாவில் கூட்டம் பெரோஸ் ஷாவில் நடைபெற்றது. இந்த மாநாட்டில் நான்கு மாநில புரட்சியாளர்கள் கலந்து கொண்டனர்.

உத்தரப்பிரதேசம், பஞ்சாப், ராஜஸ்தான் மற்றும் பீகார். நன்கு அறியப்பட்ட சுக் தேவ், யாஷ் பால், ராஜ் குரு போன்ற புரட்சியாளர்கள், மகாவீர் சிங், விஜய் குமார் சின்ஹா, சுரேந்திர பாண்டே, பகவதி சரண், பிரம்மா தத், ஜதீந்திர நாத் தாஸ், ஷர்துல் சிங் மற்றும் மோகன் சிங் ஜோஷ் ஆகியோர் உடனிருந்தனர். அறுபது புரட்சியாளர்கள் இதில் கலந்து கொண்டனர். அது உட்பட பகத்சிங் மாநாட்டின் செயலாளராக இருந்தார். இரவு கூட்டம் நடந்தது. சந்திரசேகர் ஆசாத்தால் அதை ஈடுசெய்ய முடியவில்லை இந்த கூட்டத்திற்கு பகத் சிங்கும் சிவ வர்மாவும் அவரை ஏற்கனவே சந்தித்திருக்கிறார்கள். அவர் பெரும்பான்மையினரால் எடுக்கப்பட்ட முடிவின்படி அங்கு செல்வதாக உறுதியளித்திருந்தார். கூட்டத்தில் வங்காளப் புரட்சியாளர்களை அழைக்க சிவவர்மா சென்றிருந்தார் பகத் சிங் ஒத்துழைக்கவில்லை. அதனால் அவர்கள் அதை விரும்பினர் சில நிபந்தனைகளுடன் கலந்து கொள்ளுங்கள் என்றனர். அவர்களின் முதல் நிபந்தனையாக இருந்தது அனைத்து மாநிலங்களின் புரட்சியாளர்களும் தலைவரின் கீழ் செயல்படுவார்கள். அதாவது அனுசீலன் கட்சி மூலம் அவர்களின் இரண்டாவது நிபந்தனையின்படி, உறுப்பினர்கள் ஆட்சேர்ப்புக்கு அவர்களின் செயல்பாடுகளை தற்போதைக்கு கட்டுப்படுத்த வேண்டும். புதிய உறுப்பினர்கள் பணம் வசூல் மட்டுமே செய்ய வேண்டும். ஆனால் இந்த புதிய அமைப்பால் புரட்சியாளர்கள் தனிப்பட்ட சர்வாதிகாரத்தை முற்றிலும் எதிர்த்தனர். அதனால் இத்தகைய சர்வாதிகாரத் தலைவர்கள் மாநாட்டின் நிகழ்காலத்திலிருந்து ஒதுக்கி வைக்கப்பட்டனர் இந்த மாநாட்டில் புரட்சிக்குப் பிறகு நாடு சோசலிச கொள்கைகளை பின்பற்றும் என முடிவு செய்யப்பட்டது. பகத்சிங்கின் மீது “ஹிந்துஸ்தான் குடியரசுக் கழகம்“ என்ற பெயர் பரிந்துரைக்கப்பட்டது. “இந்துஸ்தான் சோசலிஸ்ட் குடியரசுக் கழகம்“ என மாற்றப்பட்டது. ஒரு செல் இருந்தது அதன் கீழ் உருவாக்கப்பட்டது, அதாவது “இந்துஸ்தான் சோசலிஸ்ட் குடியரசு சங்க இராணுவம்“. சந்திரசேகர் ஆசாத் தலைமை தளபதியாக தேர்வு செய்யப்பட்டார். அகில இந்திய மத்திய செயற்குழு அங்கு உருவானது. மாகாணங்களுக்கு இடையேயான குழுவும்

அமைக்கப்பட்டது பல்வேறு மாகாணங்களின் புரட்சியாளர்களுடன் தொடர்பு கொள்ளுங்கள். அதன் பொறுப்பு பகத்சிங் மற்றும் விஜய் குமார் சின்ஹாவிடம் ஒப்படைக்கப்பட்டது. சுக் தேவ் பஞ்சாப் அணிக்கு ஒருங்கிணைப்பாளராகவும், ஷிவ் வர்மா யுனைடெட் அணிக்காகவும் நியமிக்கப்பட்டனர். மாகாணங்கள் (உத்தர பிரதேசம்), ராஜஸ்தானுக்கு குந்தன் லால் மற்றும் பானேந்திரா பீகாருக்கு நாத். நிதி மற்றும் ஆயுதங்கள் மத்திய செயற்குழு அதிகாரத்தின் கீழ் வைக்கப்பட்டன. அவர்கள் தேவைப்படும் மாகாணத்திற்கு அனுப்பப்படும் என்றும் இருக்கும் வேலை முடிந்ததும் மத்திய செயற்குழுக்குத் திரும்பினார். கூடுதலாக, பின்வரும் முடிவுகள் எடுக்கப்பட்டன:

(A) சைமன் கமிஷன் முழுமையாகப் புறக்கணிக்கப்படும் மற்றும் விரிவாக, மற்றும் அவரை ஏற்றி செல்லும் ரயிலில் குண்டு வீசப்படும்.

(B) வெடிகுண்டுகளை ஒன்று சேர்ப்பதில் ஒரு நிபுணரை அடையாளம் காண வேண்டும், மற்றும் உறுப்பினர்கள் இவரிடம் வெடிகுண்டுகள் தயாரிப்பதில் கட்சியின் பயிற்சி பெற்றவர்.

(C) கல்கத்தாவில் வெடிகுண்டுகளை இணைக்கும் தொழிற்சாலைகள் நிறுவப்படும். அவை சஹாரன்பூர், ஆக்ரா மற்றும் லாகூர் ஆகும்.

(D) ககோரி தொடர்பான ரகசியத்தை வெளியே கசிந்த நபர் காண்ட் கொல்லப்படுவார் அதாவது யோகேஷ் சந்திர சட்டர்ஜி ஆவார். மேலும் அவர்கள் சிறையில் இருந்து விடுதலை.

(E) பணம் வசூலிக்க டகோயிட்டிகள் உறுதிபூண்டிருப்பார்கள். சாத்தியமான அரசாங்க கருவூலங்கள் சூறையாடப்படும் என்றார்.

இந்த கூட்டத்திற்கு பிறகு கட்சியின் தலைமை அலுவலகம் ஜான்சிக்கு மாற்றப்பட்டது. அதாவது ஆக்ராவிலிருந்து அங்கு மாற்றப்பட்டது. ககோரிக்குப் பிறகும் அலுவலகம் இங்கேயே இருந்தது. இந்த சந்திப்புக்குப் பிறகு பகத் சிங் பதிண்டா வழியாக பஞ்சாப் சென்றார் அவரது கூட்டாளிகளுடன் சென்றார். சாதாரண உடையில் இருந்த போலீசார் அவரை தேடி வந்தனர் பல்வேறு இடங்களில் புரட்சியாளர்கள் இருந்தனர். டெல்லியில் அவர்களது ஆடையை அணிந்தனர் பஞ்சாப் காவல்துறையின் கான்ஸ்டபிள்கள். அவரது கூட்டாளி ஒருவர் முன்னால் சென்று கொண்டிருந்தார் அவர் அவர்களைச் சுமந்து செல்வது போல் அவருக்குப் பின்னால் மற்றவர் அவனுடன் பதிண்டா செல்லும் ரயிலில் அமர்ந்தனர். இன்னும் பத்து பேர் இருந்தனர் ரயில் புறப்பட நிமிடம் தான் இருந்தது. இதற்கிடையில் ஒரு SHO வந்து விசாரித்தார்:

”எங்கே போகிறாய்?”

” ∴பெரோஸ்பூர்”, பகத் சிங் பதிலளித்தார்.

"எந்த காவல் நிலையம்?"

"நிஹால் சிங் வாலா."

"உங்கள் பெல்ட்டின் எண் என்ன?"

"பாருங்கள் 2340501."

"ரயில்வே பாஸ்?"

"எனது சக ஊழியர் அதை மாற்றச் சென்றுள்ளார்."

"உன் பெயர்?"

" கர்தார் சிங்"

"எதற்காக இங்கு வந்தாய்?"

"கைதிகளை இங்கே இறக்கிவிட"

பகத் சிங்கின் கூற்றை எஸ்.எச்.ஓ நம்பவில்லை. பஞ்சாப் போலீஸ்காரரின் பாஸ் இருக்கிறதா என்று விசாரிப்பதற்கான டிக்கெட் சாளரம் மாற்றப்பட்டது. SHO கிளம்பிய உடனேயே பகத்சிங் உள்ளே சென்றார் ஒரு சாதுவின் உடையில் மாறியது மற்றும் கீதாவுடன் கை வேறு பெட்டிக்கு மாற்றப்பட்டது. ரயில் நகர ஆரம்பித்தது. அன்று அடுத்த ஸ்டேஷனில் ரயில் நின்றதும், அதே எஸ்.எச்.ஓ ஒவ்வொரு பெட்டியையும் கவனமாக ஆய்வு செய்தல் நடந்தது. ஆனால் அவர்களால் அடையாளம் காண முடியவில்லை பதிண்டா ஹேல், திரும்புவதற்கு அவர் அதிர்ஷ்டசாலி தான்.

*****

3. சைமன் கமிஷன் புறக்கணிப்பு மற்றும் லாலா லஜபதி ராயின் மரணம்

பலவற்றை ஆராய இங்கிலாந்தில் இருந்து ஒரு கமிஷன் இந்தியா வந்து கொண்டிருந்தது நிர்வாக சீர்திருத்தங்கள் தொடர்பான சட்டங்கள், 1919 முதல் பொருந்தும். விரைவில் நவம்பர் 8, 1927 வைஸ்ராய் ஏழு உறுப்பினர்களை அறிவித்தார் லார்ட் சைமன் தலைமையிலான ஆணையம் இந்தியாவுக்கு வரவுள்ளது. மேலும் முன்னேற்றம் குறித்து பிரித்தானிய அரசாங்கத்திடம் நிர்வாகம் தெரிவிக்க வேண்டும் இந்தியா 1924 முதல் வகுப்புவாத எரிப்புகளில் எரிந்து கொண்டிருந்தது. காங்கிரஸ் கட்சி கல்கத்தாவில் அதை புறக்கணிக்க ஏற்கனவே முடிவு செய்திருந்தது. இந்த கமிஷன் 1928 பிப்ரவரியில் பம்பாயை அடைந்தது. மேலும், அன்றைய தினம் நாடு தழுவிய வேலை நிறுத்தம் கடைப்பிடிக்கப்பட்டு, "சைமன், கோ பேக்" எனும் கொள்கையை எழுப்பினர். பிரிட்டிஷ் அரசாங்கம் இந்த ஆர்ப்பாட்டங்களால் அதிர்ச்சியடைந்தது சைமன் கமிஷனுக்கு எதிராக போராட்டங்கள் நடத்தப்பட்டன. டெல்லி மற்றும் சென்னையிலும் ஆர்ப்பாட்டம், முழக்கங்கள் மற்றும் கருப்பு கொடிகள் ஏற்றப்பட்டனர். மெட்ராஸில் மூன்று ஆர்ப்பாட்டக்காரர்கள் காவல்துறையில் கொல்லப்பட்டனர். துப்பாக்கி சூடு நடத்தியதால் கொல்லப்பட்டனர். கல்கத்தாவிலும் மாபெரும் ஆர்ப்பாட்டங்கள் நடத்தப்பட்டன. இந்த கமிஷன் அதன் உறுப்பினராக இந்தியர் எவரும் இல்லை. எனவே கிட்டத்தட்ட அனைத்து அரசியல் கட்சிகளும் போராட்டங்களில் பங்கு எடுத்தன. ஒரு வகையில் நாடு முழுவதும் எதிர்ப்பு கிளம்பியது.

லாகூரில் கமிஷன் புறக்கணிப்பு

டெல்லி மாநாட்டில் புரட்சியாளர்கள் ஏற்கனவே திட்டமிட்டிருந்தனர். கமிஷன் மீது வெடிகுண்டு வீச வேண்டும் என்பதாகும். ஆனால் கட்சிக்கு பணப்பற்றாக்குறை ஏற்பட்டது இதற்கிடையில், கைலாஷ் பதி, கோரக்பூர் தபால் நிலையத்தில் பணிபுரியும் ஊழியர் கோரக்பூர், ஆயிரத்து எண்ணூறு ரூபாயுடன் ஓடிப்போய் விட்டார். இந்த பணத்தை கட்சியின் மத்திய செயற்குழுவிடம் கொடுத்தார். இந்த சிறிய மூலதனத்தை வைத்து கட்சி நடந்து கொண்டிருந்தது. குண்டுவீச்சு திட்டத்தால் வெற்றிபெற முடியவில்லை என்று கட்சியின் லாகூர் கிளை அறிவுறுத்தியது. அது பல்வேறு அரசியல் கட்சிகளுடன் ஒருங்கிணைத்து தான் பெரிய அளவில் ஏற்பாடு செய்ய வேண்டும் என சைமன் கமிஷனுக்கு எதிர்ப்பு தெரிவித்து ஆர்ப்பாட்டம் செய்யப்பட்டது.

சைமன் கமிஷன் அக்டோபர் 30, 1928 அன்று லாகூர் சென்றடைந்தது. லாலா லஜபதி ராய் அனைத்து அரசியல் கட்சிகளின் ஒருங்கிணைந்த அணிவகுப்புக்கு தலைமை தாங்கினார். பகத்சிங்கே லாலாஜபதி அருகில் வந்து அவரைப் பெற்றார். தனது கட்சி இளைஞர்களை முன் நிறுத்த அனுமதி. பெற்று புரட்சியாளர்களை உருவாக்கினர். அவரைச் சுற்றி ஏதோ ஒரு வளையம். ஒரு இளைஞன் சூரிய ஒளித் தாக்கத்திலிருந்து விடுபட குடையைப் பிடித்தான். மக்கள் கறுப்புக்கொடி ஏந்தி ஊர்வலம் சென்றனர் முன்னோக்கி, “சைமன், திரும்பிப் போ“ என்ற கோஷம் (நீண்ட நேரடி புரட்சி) செய்தனர்.

ஒருபுறம் மக்கள் கூட்டம் ஆழமற்ற கடல் போல முன்னே சென்று கொண்டிருந்தது பெரிய எழுச்சி அலைகளுடன் இருந்தது. மறுபுறம் அரசாங்கம் இருந்தது அதை கௌரவப் பிரச்சினையாக்கினார். யாரும் பின்வாங்கத் தயாராக இல்லை.

லாலாஜி மற்றும் அவரது மரணம் மீது லத்தி சார்ஜ் செய்தனர்.

இதற்கிடையில் லாகூர் காவல்துறை கண்காணிப்பாளர் திரு. ஸ்காட், தனது கூட்டாளிகளுடன் அங்கு வந்தார். பெரும் கூட்டத்தைப் பார்த்ததும் அவர் மதிப்பிட்டு, ஆர்ப்பாட்டக்காரர்களை அகற்ற முடிவு செய்தார்இ. நிலைமையை விரோதமாக மாறுவதிலிருந்து காப்பாற்ற வேண்டியது அவசியம் என புரிந்தது. எனவே அவர் தனது நம்பிக்கைக்குரிய துணை கண்காணிப்பாளர் திரு. சாண்டர்ஸ், இந்தப் பணிக்காக அணுகினார். முதலில் போலீசார் லேசான தடியடி நடத்தினர். அதாவது கூட்டத்தை கலைக்க, ஆனால் இது இளைஞர்களை பாதிக்கவில்லை. இதற்கு பிறகு பசித்த ஓநாய் போல சாண்டர்ஸ் கூட்டத்தின் மீது பாய்ந்தது. முதலில் அவன் அடித்தான் லாலா லஜபதி ராயின் குடையால், இரண்டாவது அடி அவன் தோள்களில் வந்தது. மற்றும் மூன்றாவது அவரது தலையில் பின்னர் ஸ்காட் லாலாஜியை இரக்கமின்றி அடிக்க ஆரம்பித்தார் தலையில் பலத்த காயம் ஏற்பட்டு, அவர் இரத்தத்தில் தண்ணீரில் மூழ்கினார். மேலும் பலர் காயமடைந்துள்ளனர். பகத்சிங் இருந்தார் இதையெல்லாம் தன் கண்களால் பார்க்கிறார். அவரது கோபத்திற்கு எல்லையே இல்லை, ஆனால் லாலாஜியின் குறிப்பு அவர் அமைதியாக இருந்தார். இளைஞர்கள் தயாராக இல்லை. ஆனால் லாலாஜி அவர்களுக்கு எதிர்ப்பு தெரிவித்து ஆர்ப்பாட்டத்தை நிறுத்தி வைக்க உத்தரவிட்டார் காவல்துறையின் மனிதாபிமானமற்ற மற்றும் காட்டுமிராண்டித்தனமான நடத்தைக்கு எதிராக. அவரது உத்தரவின் பேரில், இளைஞர்கள் வரிசையில் விழ வேண்டியதாயிற்று.

பகத் சிங்கிற்கு எதிர்ப்பு தெரிவித்து கமிஷன் கூட்டம் நடைபெற்றது. துணை போலீஸ் சூப்பிரண்டு நீலும் இருந்தார். கூட்டத்தில் கலந்து

கொண்டார் காவல்துறையின் நடவடிக்கைக்கு கண்டனம் தெரிவித்து, காயமடைந்த லாலாஜி தனது உரையில், "அதன் மீது தாக்குதல் நடத்தும் அரசாங்கம் இவ்வளவு கொடூரமான முறையில் நடந்தும் ஆயுதம் ஏந்தாத பொதுமக்களை நாகரீகம் என்று அழைக்க முடியாது அத்தகைய அரசாங்கம் தொடரவும் முடியாது. இன்று அறிவிக்கிறேன் இந்த அரசாங்கத்தின் காவல்துறை என் மீது அடித்த அடி என்று ஒரு நாள் முடித்துவிடும். என் மீது பொழிந்த லத்திகள் அவர்களை நோக்கி திரும்பும். அது இந்தியாவில் பிரிட்டிஷ் நிர்வாகத்தின் சவப்பெட்டியில் அடிக்கப்பட்ட கடைசி ஆணியாக இருக்கும்.

உடனே லாலாஜி மருத்துவமனைக்குக் கொண்டு செல்லப்பட்டார். அங்கு அவர் இறந்தார் இந்த சம்பவம் நடந்த பதினெட்டு நாட்களுக்குப் பிறகு 1928 நவம்பர் 17. பகத்தில் லாலாஜியின் மரணம் முழு தேசத்திற்கும் அவமானமாகவும் இருந்தது. "இரத்தத்திற்கு இரத்தம்" என்ற ஒரு வழியில் மட்டுமே பழிவாங்க முடியும் என்பது அவரது கருத்து. அங்கு, பிரித்தானியரின் கீழ்சபையான ஹவுஸ் ஆ ஃப் காமன்ஸில் பிரச்சினை எழுப்பப்பட்டது சபையின் உறுப்பினர் ஒருவர் கர்னல் வெட்ஜ்வுட் கேட்டார். இது தொடர்பாக அரசு தனது நிலைப்பாட்டை தெளிவுபடுத்த வேண்டும் ஆனால் அரசு இந்த மரணத்திற்கு தன்னை பொறுப்பாக கருதவில்லை. ஒரு நொண்டி சாக்குப்போக்குடன், "நிரூபிக்க எந்த ஆதாரமும் முன்வைக்கப்படவில்லை அதில் ஏற்பட்ட காயங்களால் லாலா லஜபதி ராயின் மரணம் ஏற்பட்டது. மேலும், நீதி விசாரணை மற்றும் பொது மன்னிப்பு முன் கோரிக்கை லாலா லஜபதி ராயின் உறவினர்களும் நிராகரிக்கப்பட்டனர். இவை அனைத்தையும் பிரிட்டிஷ் அரசாங்கம் உண்மையான தன்மையாக அம்பலப்படுத்தியது.

சாண்டர்ஸ் கொலை

"இந்துஸ்தான் சோசலிஸ்ட் குடியரசு ராணுவம்" கூட்டம் கடந்த 10ம் தேதி நடந்தது டிசம்பர் 1928 இரவு லாலா லஜபதி ராயின் மரணத்திற்கு பழிவாங்குவதற்காக. பகத் சிங், சந்திர சேகர் ஆசாத், மகாவீர் சிங், சுக் தேவ், ராஜ் குரு, ஜெய் கோபால், கிஷோரி லால் மற்றும் துர்காதேவி ஆகியோர் கலந்து கொண்டனர். பகத்சிங் நாட்டின் பரிதாப நிலையை விவரித்தார். மேலும், "நாடு முழுவதும் பதற்றம் நிலவுகிறது வங்காளத்தில் கட்சியில் கணிசமான வேலை செய்துள்ளார். அவர்கள் ஒரு சில அதிகாரிகளை நீக்கியுள்ளனர். அங்குள்ள ஆங்கிலேயர்கள் பயப்படுகிறார்கள். இதன் விளைவாக, அவர்கள் பிரிட்டனுக்கு குடும்பங்களை அனுப்ப தொடங்கினர். சிறிது நேரம் கழித்து, அவர்களால் முடியாது என்பதை அவர்கள் புரிந்துகொள்வார்கள் இந்தியாவின் மீது அதிகாரம் செலுத்துதல். லாலாஜியின் தியாகம் அதிர்ச்சியடைய வைத்தது

காங்கிரஸ்காரர்களை ஆகவே, பண்டித ஜவஹர்லால் நேரு ஏதோ திட்டமிடுகிறார் வரவிருக்கும் அமர்வில் தத்தெடுப்புக்காக காங்கிரஸ் சமர்ப்பிக்கப்படும் என்றார். ஆனால் அவரால் ஏதாவது செய்ய முடியுமா என்று எனக்குத் தெரியவில்லை. அன்று மறுபக்கம் இளைஞர்களின் ரத்தம் கொதிக்கிறது.

இந்த கூட்டத்திற்கு சந்திரசேகர் ஆசாத் தலைமை தாங்கினார். மேலும் அவர் உறுப்பினர்களிடையே உரையாற்றிய போது, “நண்பர்களே, நாங்கள் போராடுகிறோம் பிரிட்டிஷ் சாம்ராஜ்யத்திற்கு எதிரான சுதந்திரப் போர். இராணுவம் எதிரி, அதன் ஆயுதங்கள் மற்றும் பிற போர் பொருட்கள் வரம்பற்றவை. அதனுடன் ஒப்பிடுகையில், தியாகம் மற்றும் மக்கள் கருத்து மட்டுமே நம்முடைய ஆயுதங்களாக உள்ளது. இவைதான் நமது பலம்.

பகத்சிங் மீண்டும் பேசினார், “ஸ்காட் மட்டுமல்ல, நாமும் செய்ய வேண்டும் மேலும் பல ஆங்கிலேயர்களைக் கொன்று குவித்தனர். கவர்னர் அங்கு இருக்க மாட்டார். அங்கு வாழ அனுமதிக்கப்பட்டது. இந்தியர் ஒருவரின் கொலைக்கு பழிவாங்கப்படுவது பத்து ஆங்கிலேயர்களின் கொலை என இருந்தது. அப்போதுதான் எதிரி பாடம் கற்றுக்கொள்வான் என நம்பினர்.

துர்கா தேவி ஸ்காட்டைக் கொல்ல பரிந்துரைத்தார். இது குறித்து, பகத் சிங், ”அவர் என்னாலேயே கொல்லப்பட வேண்டும்” என்று முதலில் முன்வைத்தார். பிறகு இந்த ராஜ் குரு, சுக் தேவ், ஜெய் கோபால் மற்றும் துர்கா தேவி ஆகியோர் அதை வழங்கினர். இந்த வேலையை தாங்களே செய்ய வேண்டும். சந்திரசேகர் ஆசாத் துர்காவிடம் கூறினார் தேவி, “பெண்கள் இந்த செயலில் ஈடுபடக்கூடாது. இரண்டுமே செய்யாது அத்தகைய பணி அவர்களுக்கு ஒதுக்கப்படும் என்றார். அவர்களின் உதவிகள் எடுக்கப்படும் புரட்சியாளர்களை வெளியே எடுக்க வேண்டும் என்று கூறினார்.

எனவே, பகத் சிங், ராஜ் குரு, சுக் தேவ், ஆசாத் மற்றும் ஜெய் கோபால் இந்த பணியை ஒதுக்கியது. ஸ்காட்டைக் கண்காணிக்கும்படி ஜெய் கோபால் கேட்கப்பட்டார் அவரது இயக்கங்கள், அவரது வழிகள் மற்றும் அவரது செயல்பாடுகள் தெரியும். அடுத்த சந்திப்பு 1928 ஆம் ஆண்டு டிசம்பர் 15 ஆம் தேதி நடைபெற்றது. ஜெய கோபால் அனைத்திலும் அறிக்கை செய்தார் ஸ்காட்டின் இயக்கங்கள் மற்றும் நடவடிக்கைகள். பின்னர் ஸ்காட்டின் கொலைக்கான திட்டம் அதற்கான சுண்ணாம்பு வெளியேற்றப்பட்டது. அனைவருக்கும் தனித்தனி பணி ஒதுக்கப்பட்டது. ஜெய் கோபால் அவரது அலுவலகத்திற்கு வெளியே நின்று, அவர் வெளியே வருவதைக் குறிக்கும் கைக்குட்டையை அசைப்பது. ராஜ் குருவும் பகத்சிங்கும் படமெடுப்பார்கள் இந்த அறிகுறி. ஆசாத் மற்றும்

சுக் தேவ் ஆகியோரின் வேலை அது, எப்போது பகத்சிங்கும் ராஜ் குருவும் படப்பிடிப்பு முடிந்து ஓடிவிடுவார்கள் ஸ்காட், யாரும் அவர்களை கவனிக்கவில்லை அல்லது பின்பற்றவில்லை. ஆசாத் மற்றும் சுக் தேவ் ஆகியோர் இருந்தனர் இந்த கலையில் நிபுணர்கள். இது எதிரியை தலையை குனிந்து வைத்திருக்கும்படி கட்டாயப்படுத்துகிறது படப்பிடிப்புக்குப் பிறகு தரையில் இருந்தனர்.

1928ஆம் ஆண்டு டிசம்பர் 17ஆம் தேதி நண்பகல் ஜெய் கோபால் தி.நகருக்கு அனுப்பப்பட்டார். ஸ்காட்டைக் கவனிக்க போலீஸ் அலுவலகம் இருந்தது. ஸ்காட்டின் ஒவ்வொரு செயல்பாடும் அதன் கீழ் இருந்தது. பகத் சிங் ஜெய் கோபாலின் ஸ்கேனர் மற்ற கூட்டாளிகளும் தங்கள் நிகழ்ச்சியை நடத்த புறப்பட்டனர்ஸ்காட்டின் அலுவலகம் பஞ்சாப் சிவில் செயலகத்தில் இருந்தது. ஜெய் கோபால் ஸ்காட்டை பார்க்காமல் இருந்திருக்கலாம். அவர் சாண்டர்ஸை ஸ்காட் என்று தவறாகக் கருதினார். அவனது பதவியில் அனைவரும் தயாராக இருந்தனர். ஜெய் கோபால் தன்னை நிலைநிறுத்திக் கொண்டார்அவரது சைக்கிள் உடைந்தது போல் போலீஸ் வளாகம் அருகே சைக்கிள் இருந்தது. சைக்கிளை வைத்திருப்பதற்கான இரண்டாவது காரணம், வழக்கில் இருந்தது முதல் ஷாட் தவறவிட்டது, ஸ்காட்டை மிதிவண்டியில் பின்தொடர வேண்டும். மீண்டும் சுடப்பட்டது. பகத்சிங்கும் ராஜ் குருவும் சிறிது தூரத்தில் நின்று கொண்டிருந்தனர் வாசலில் இருந்து ஒரு பக்கத்தில் நின்றனர். ஆசாத் டிஏவி கல்லூரியில் நின்றார் வளாகம், அலுவலகத்திற்கு எதிர்புறம். பகத் சிங் மற்றும் ராஜ் குரு ஆகியோர் இருந்தனர். மேலும், அங்கிருந்து, படப்பிடிப்பு முடிந்து, விடுதிக்கு செல்ல வேண்டும். ஆசாத் ஒரு மவுசர் பிஸ்டல், துப்பாக்கி போன்றவை மார்புக்கு எதிராக வைத்து சாதாரண கைத்துப்பாக்கியை விட நீண்ட தூரம் சுமந்து வந்தார். நிரப்பப்பட்ட இரண்டு இதழ்களை எடுத்துச் சென்றார். அவரது பாக்கெட்டில் தோட்டாக்களுடன் இருந்ததன் மூலம் ஏற்கனவே கூறப்பட்டுள்ளது. சாண்டர்ஸை ஸ்காட் என்று ஜெய் கோபால் எடுத்தது தவறு. சாண்டர்ஸ் என்றவுடன் அலுவலகத்தை விட்டு வெளியே வந்த ஜெயகோபால் சைகை செய்தார். சாண்டர்ஸ் மெல்ல மெல்ல வாயிலை நோக்கி நகர, ராஜ் குரு அவரது கழுத்தில் சுட்டார். குறைந்த அலறலுடன் தனது மொபைக்குடன் கீழே விழுந்தார். உடனே பகத்சிங் தனது தலையில் நான்கைந்து தோட்டாக்களை செலுத்தினார். இருவரும் கல்லூரி வளாகத்தை நோக்கி ஓடினார்கள்.

ஒரு போலீஸ் கான்ஸ்டபிள் முழு சம்பவத்தையும் பார்த்துக் கொண்டிருந்தார். ஆனால், அவரால் முடியவில்லை எதையும் சொல்ல அல்லது செய்ய தைரியம் வேண்டும். பகத்சிங் மற்றும் ராஜ் குருவும் ஓட ஆரம்பித்தார் அவர் கத்தினார். அவர் சத்தம் கேட்டு போக்குவரத்து

நெரிசலில் இன்ஸ்பெக்டர் மற்றும் இரண்டு கான்ஸ்டபிள்கள் பகத் சிங் மற்றும் ராஜ் குருவை நோக்கி ஓடினார்கள். பகத்சிங் திரும்பி துப்பாக்கியால் சுட்டார். ∴பெர்ன் தன்னைக் காப்பாற்றிக் கொள்ள வாத்து கீழே விழுந்தது செயல்முறை மற்றும் தோட்டா அவரைத் தாக்கவில்லை. மற்ற இரண்டு கான்ஸ்டபிள்களும், வியப்படைந்தனர். ஆசாத், "நகர்த்துங்கள்" என்றார். பகத் சிங் மற்றும் ராஜ் குரு போய் விட்டனர். ஆசாத் வழி மறித்து நின்றான். கான்ஸ்டபிள் ஒருவர் ஓடினார். பகத்சிங்கிற்குப் பிறகு "கவனம், திரும்பிப் போ" என்று ஆசாத் அவரை எச்சரித்தார். இரண்டு கான்ஸ்டபிள்கள் நிறுத்தப்பட்டனர் ஆனால் சந்தன் சிங் நிறுத்தவில்லை. ஆசாத் ஒரே ஒரு தோட்டாவுடன் அவரை முடித்தார். மூன்று கூட்டாளிகளும் கல்லூரிக்குள் சென்றனர். அதாவது தங்கும் விடுதிக்கு சென்றனர். பிறகு சிறிது நேரம் அங்கேயே இருந்துவிட்டு பின் வாசலில் இருந்து வெளியேறினர். பஞ்சாப் அரசு உள்துறை அமைச்சகத்துக்கு தகவல் அளித்துள்ளது இந்தியாவின் தந்தி மூலம்:

"இன்று பிற்பகல் 2.00 மணியளவில் இரண்டு இளைஞர்கள் துப்பாக்கிச் சூடு நடத்தியதாக வருத்தத்துடன் தெரிவிக்கப்படுகிறது உதவி காவல் கண்காணிப்பாளர், சாண்டர்ஸ் அவர் இறந்தார் என்று இருந்தது. உடனடியாக. இரு இளைஞர்களும் டிஏவி கல்லூரி வழியாக தப்பிச் சென்றனர். உடனடியாக தேடுதல் வேட்டை தொடங்கப்பட்டது, ஆனால் இதுவரை யாரையும் கைது செய்ய முடியவில்லை அவர்களைத் துரத்திய முன்ஷியும் (குமாஸ்தா) கொல்லப்பட்டார்.

விரிவான அறிக்கை அனுப்பப்பட்டது. அடுத்து இந்த சம்பவத்திற்கு அடுத்த நாள் பிங்க் நிறத்தில் சுவரொட்டிகள் ஒட்டப்பட்டன. எல்லா இடங்களிலும், பின்வரும் செய்தி சிவப்பு நிறத்தில் எழுதப்பட்டது.

"இந்துஸ்தான் சமாஜ்வாடி கனதந்திர சேனா அறிவிப்பு அதிகாரிகளே ஜாக்கிரதை"

லஜபதி ராயின் கொலைக்கு ஜேபி கொலை மூலம் சாண்டர்ஸ் பழிவாங்கப்பட்டது.

இந்த யோசனை ஒருவருக்கு வருத்தத்தை அளிக்கிறது, "அது ஒரு சாதாரண மனிதனின் கைகள் கோடி மதிப்பிற்குரிய தலைவரை தாக்கி கொன்றார். இது தேசத்தை அவமதிக்கும் செயலாகும் இந்திய இளைஞர்களுக்கும் மக்களுக்கும் சவால். இன்று உலகம் இந்தியப் பொது மக்கள் உயிரற்றவர்கள் அல்ல என்பதைக் கண்டது. இந்தியர்கள் இரத்தம் இன்னும் உறையவில்லை. அதற்காக அவர்கள் தங்கள் உயிரை பணயம் வைக்கலாம் தங்கள் நாட்டின் பாதுகாப்பு மூலம் இந்த ஆதாரம்

வழங்கப்பட்டுள்ளது இந்த நாட்டின் தலைவர்கள் கண்டிக்கும் மற்றும் நிந்திக்கும் அந்த இளைஞர்கள்.

சாண்டர்ஸின் கொலை பகத்சிங்கை ஒரு பிரபலமான தலைவராக்கியது. அங்குள்ள நாட்டின் மக்களால் நேசிக்கப்பட்டார். மேலும், நாடும் பகத் சிங் மீது பாராட்டு மழை பொழிந்தது. இந்த உன்னத செயலுக்காக, பண்டித ஜவஹர்லால் நேரு தனது பதிவில் எழுதினார். அதாவது சுயசரிதையில் எழுதினார்.

“பகத்சிங் ஒரு சின்னமாக மாறினார். சாண்டர்ஸின் கொலைச் செயல் மறந்துவிட்டது, ஆனால் அறிகுறிகள் இருந்தன, சில மாதங்களில் ஒவ்வொரு கிராமமும் மற்றும் பஞ்சாப் நகரமும் வட இந்தியாவின் பெரும் பகுதியும் எதிரொலித்தது அவரது பெயருடன் ஒலித்தது. அவரைப் பற்றியும் பிரபலத்தைப் பற்றியும் பல பாடல்கள் எழுதப்பட்டன அவர் இந்த வழியில் பெற்றது ஆச்சரியமாக இருந்தது.

லாகூரில் இருந்து தப்பிக்க

DAV கல்லூரியின் விடுதியை விட்டு வெளியே செல்லும் முன், பகத் சிங் தனது தலைமுடியை ட்ரிம் செய்து, தாடியை ஷேவ் செய்து, ஆடைகளையும் மாற்றிக்கொண்டார். அவர் தனது நண்பரிடம் ஒரு பேண்ட் மற்றும் ஒரு தொப்பியை கடன் வாங்கினார்.

பகத் சிங், “இப்போது எங்கு செல்வீர்கள்?” என்று கேட்டார்.

பாபியின் வீட்டிற்கு” என்று பதிலளித்தார்.

”அதற்கு பிறகு?”

”லாகூரிலிருந்து வெளியேறுவது குறித்து நான் அவரிடம் பேசுவேன்”

”பின்னர்?”

”எங்கும், நான் எங்கு செல்ல முடியும்.”

”ஏதாவது நினைத்திருக்க வேண்டும், என்ன?”

“சொல்ல முடியாது நான் ஒரு காட்டில் அல்லது ஒரு மலையில் தங்கியிருக்கலாம்.

”செலவுக்குப் பணம்?”

”என்னிடம் இருநூறு ரூபாய் இருக்கிறது.”

“என் நூறு ரூபாயை எடு. நான் வீட்டிலிருந்து வருகிறேன். உங்களுக்குத் தான் வெளியில் பணம்” தேவைப்படும் என்றார்.

”சரி கொடு.” என்றார்.

அதன் பிறகு பகத்சிங் அந்த இடத்தை விட்டு வெளியேறினார். அவர் அவரை உடையில் மாற்றிக் கொண்டாலும் சில கான்ஸ்டபிள்கள்

அவர் ஃபெர்ன் மீது துப்பாக்கிச் சூடு நடத்துவதைப் பார்த்தார் என்பது அவருக்குத் தெரியும். அடையாளம் கண்டுகொள்ளலாம் என்று யாருக்குத் தெரியும். இறுதியாக, ஒரு புதிய திட்டத்துடன் பகத் சிங் மற்றும் சுக் தேவ் துர்கா பாபியின் (ஸ்மாட்) வீட்டை அடைந்தனர். பிரபல புரட்சியாளர் பகவதி சரண் வோஹ்ராவின் மனைவி துர்கா தேவி). துர்கா பாபி; நிறுவனத்தில் ஆசிரியரிடம் சமஸ்கிருதம் படித்து வந்தார் அக்கம் பக்கத்து பெண்ணினை சுக் தேவ் அவளை ஓரமாக அழைத்து, "நீங்க வெளியே வர முடியுமா எங்காவது?"

"எங்கே?..... என்ன வேலை?" பாபி கேட்டார்.

"இந்த சம்பவத்தில் தொடர்புடைய ஒருவரை லாகூரிலிருந்து வெளியேற்ற வேண்டும். நீங்கள் அவருடைய மேடமாக அவருடன் செல்ல வேண்டும். கருத்தில் கொள்ளுங்கள் என்றார். துப்பாக்கிச் சூடு என்பது

கூட சாத்தியம்," என்று கூறிவிட்டு சுக் தேவ் அவள் முகத்தை கவனமாக பார்த்தார்.

"யார் அந்த மனிதன்? சரி நான் போகிறேன்."

"அந்த மனிதர் இன்று இரவு இங்கேயே தங்குவார்.... இந்த படிப்பை நிறுத்து"

"சரி"

சிறிது நேரத்தில் தொப்பியும் மேலங்கியும் அணிந்த உயரமான மனிதர் ஒருவர் அங்கு வந்தார். அவர் ஒரு வேலைக்காரனுடன் வந்தார். அவரை அமர வைத்ததும் துர்கா பாபி பார்த்தாள் சுக் தேவில், அந்த மனிதன் யார் என்பதை அவள் தெரிந்து கொள்ள விரும்பினாள். பிறகு சுக் தேவ் அவர்களே, "இவரை உங்களுக்கு அடையாளம் தெரியுமா?" என்றதும்

பாபி அந்த மனிதனை கவனமாகப் பார்த்தார், "பகத்......."

பகத் சிங்கும் சுக் தேவும் வாய்விட்டு சிரித்தனர். பிறகு

காலை 5.00 மணிக்கு கல்கத்தா மெயிலில் புறப்படுவது என்று முடிவு செய்யப்பட்டது.

பாபியின் மூன்று வயது குழந்தையை சுமந்த சாகேப் பகத் சிங் ஆவார் மகன் ஷாச்சி (ஸ்ரீ ஷசீந்திர குமார் வோஹ்ரா) மடியில் இருந்தனர். அவனுடைய முகத்தில் பாதியை தொப்பி போட்டு, ஷாச்சியை அவனுடைய முகத்தை மறைக்கும்படி கொண்டு சென்றார். அவரது மேலங்கியின் காலர் மேலே உயர்த்தப்பட்டது. அவரது பாக்கெட்டில் ஏற்றப்பட்ட துப்பாக்கி வைத்திருந்தார். ராஜ் குரு வேடத்தில் அவருடன் சென்றார். அவனும் முதுகில் கட்டியிருந்த துப்பாக்கியை வைத்திருந்தான். பாபியும் உள்ளே

இருந்தார் ஒரு மேடத்தின் அலங்காரத்தில் இருந்தாள். அனைவரும் டோங்காவில் லாகூர் நிலையத்தை அடைந்தனர்.

அங்கு பிளாட்பாரத்தில் போலீஸ் சுற்றிக் கொண்டிருந்தது. பகத்சிங் முதல் வகுப்பு வாங்கினார் டிக்கெட் எடுத்து ரயிலில் ஏறினார். யாரும் அவரை சந்தேகிக்கவில்லை. ரயில் இயங்க ஆரம்பித்தது. இப்படியாக, ஆங்கிலேயர்களை ஏமாற்றி, கல்கத்தாவை அடைந்தார். புரட்சியாளர்களை நாடு முழுவதும் போலீசார் தேடினர் சாண்டர்ஸ் கொலைக்கு பொறுப்பு. இந்த நாட்களில் காங்கிரஸ் கல்கத்தாவில் அமர்வு நடந்து கொண்டிருந்தது. அடங்காத தைரியமான பகத் சிங் இந்த அமர்விலும் திருட்டுத்தனமாக கலந்து கொண்டார். காவல்துறையால் அதை கவனிக்க முடியவில்லை ஆனால் ரகசிய முகவர்கள் உள்துறைக்கு தகவல் தெரிவித்தனர். காங்கிரஸ் மாநாட்டின் போது கல்கத்தாவில் பகத்சிங் காணப்பட்டார்.

ஆசாத்தும் வெளியேறினார் என்பதை இங்கு குறிப்பிடுவது அதே நாளில் பகத்சிங் சென்ற அதே ரயிலில் லாகூர் கல்கத்தா செல்ல வேண்டும் என்பதாகும். அவர் தனது கூட்டாளிகளை பாண்டாக்களாக மாற்றினார் மதுராவும் அவரே அவர்களின் குருவானார், அதன் நகலை எடுத்துச் சென்றார் கீதா, ராமின் பெயர்கள் அதன் மீது அச்சிடப்பட்ட தாளில் சுற்றப்பட்டது....

*****

4. சட்டசபை வெடிகுண்டு காண்ட் (நிகழ்வு)

கல்கத்தாவில் பகத்சிங் பிரபல புரட்சியாளர்களுக்கு அறிமுகமானார் அதுல் கங்குலி, பேராசிரியர் ஜோதி கோஷ், பனீந்திர நாத் கோஷ் மற்றும் ஜே.என். தாஸ் ஆவர். அங்கு தனது கட்சியின் அலுவலகத்தையும் திறந்து வைத்தார். இந்த நடவடிக்கைகள் அனைத்தும் இரவில் நடத்தப்பட்டது, அவர் பகலில் தூங்கினார். இங்கே அவர் ஜதீந்திர நாத் தாஸை டெல்லி, ஆக்ரா போன்ற இடங்களுக்கு வெடிகுண்டுகள் தயாரிக்க வற்புறுத்தினார். கான்பூர் மையங்களிலும் இந்த பணி நடந்தது. முதலில் கல்கத்தாவில் கன்வால் என்ற இடத்தில் தொடங்கப்பட்டது. நாத் திவாரியின் வீட்டில் துப்பாக்கி குண்டுகள் தயாரிக்கப்படுகின்றன. கல்கத்தாவில் வாழ்ந்த பிறகு சில நாட்கள் மறைந்திருந்து, அந்த பகுதிகளில் நடமாடத் தொடங்கினார். வங்காளத்திலும் ஐக்கிய மாகாணங்களிலும் புரட்சியாளர்கள். இதற்குப் பிறகு அவர் அங்கு ஆக்ராவில் உள்ள தனது கல்கத்தா கூட்டாளிகளின் உதவியுடன் வெடிகுண்டுகளை தயாரிக்கும் தொழிற்சாலைக்கு வந்தார். பல்வேறு மாநிலங்களின் புரட்சியாளர்கள் இங்கு வந்து கற்றுக்கொண்டனர் துப்பாக்கி தூள் செய்யவும் கற்றனர். பின்னர் அவர்கள் தங்கள் மாநிலங்களுக்குத் திரும்பிச் சென்றனர். ஒரு மாதம் பயிற்சி எடுத்தார். பின்னர் அவர்கள் அத்தகைய தொழிற்சாலைகளை அங்கு நிறுவினர் வெடிகுண்டுகளை தயாரிக்க ஆரம்பித்தார். சுக் தேவ் மற்றும் ஷிவ் வர்மா ஆகியோர் தொழிற்சாலைகளை நிறுவினர். முறையே லாகூர் மற்றும் சஹாரன்பூரில் வெடிகுண்டுகளை தயாரித்தனர். ஒரு காடு ஜான்சி அருகே வெடிகுண்டு சோதனைக்காக அடையாளம் காணப்பட்டது பகத்சிங்கும் உடனிருந்தார்.

பகத்சிங் ஹீங் மண்டியில் இரண்டு வீடுகளை வாடகைக்கு எடுத்தார். மேலும் நமக் மண்டி வெடிகுண்டுகள் தயாரிக்கும் தொழிற்சாலைகள் இருந்தன. இந்த வீடுகளில் அமைக்கப்பட்டது மற்றும் கட்சியின் கூட்டங்களும் கூட இங்கு நடைபெற்றது. மத்திய செயற்குழுவின் ஒரு கூட்டம் “இந்துஸ்தான் சமாஜ்வாடி கணதந்திரம் சேனா“ இங்கு ஹீங்கில் நடைபெற்றது மண்டி வீடு மற்றும் “பொது பாதுகாப்பு மசோதா“ மற்றும் “தொழில் தகராறு மசோதா“ விவாதிக்கப்பட்டன. தனது கருத்துக்களை முன்வைத்த பகத்சிங், அது “இல்லை என்றார். பிரிட்டிஷ் ஏகாதிபத்தியத்தில் நீதிக்கான இடம் அவர்கள் கொள்ளையடிக்கவும், நசுக்கவும் விரும்புகிறார்கள் மற்றும் அடிமைகளை இடைவிடாமல் கொல்லுங்கள் என்றனர். இந்த இரண்டும் மட்டுமல்ல, மேலும் அடக்குமுறை

சட்டதிட்டங்கள் தயாராகி வருகின்றன, மேலும் மக்கள் ஒன்றை உச்சரிப்பதற்கு முன்பு சுட்டுக் கொல்லப்படுவார்கள் அடுத்து என்ன நடக்கிறது என்று பார்ப்போம்.

தாரா சந்த் பிரச்சனையின் தீர்வு பற்றி கேட்டார். பகத் சிங் தியாகம், அதுவே இந்திய மற்றும் ஆங்கிலேயர்களின் கண்களைத் திறக்கும் சட்டமன்ற உறுப்பினர்கள்'' ஆவர்.

சந்திர சேகர் ஆசாத் கேட்டதற்கு, "அது எப்படி நடக்கும்?" பகத்சிங் ஒரு வெடிகுண்டு வெடிக்க வேண்டும் என்று பரிந்துரைத்தார். அதாவது மத்திய சட்டசபையில் இந்த பரிந்துரை தீவிரமாக விவாதிக்கப்பட்டது. இறுதியில் அது ஏற்றுக்கொள்ளப்பட்டது. இதற்காக, பின்வரும் செயல் திட்டம் இருந்தது சுண்ணாம்பு வெளியே இருந்தது.

சட்டசபைக்குள் நுழைவதற்கும் ஒருமுறை அனுமதிப்பதற்கும் அனுமதி சீட்டுகள் ஏற்பாடு செய்யப்பட வேண்டும் சட்டங்கள் மற்றும் செயல்களுக்கு எதிராக கடுமையான கோபம் உள்ளே இருக்க வேண்டும் வெடிகுண்டு வெடிப்புக்குப் பிறகு வெளிப்படுத்தப்பட்டது. மேலும் இவற்றை நாங்கள் நிராகரித்தோம் (பில்கள் மற்றும் சட்டங்கள்) தெரிவிக்கப்பட வேண்டும். குண்டுகளை வீசும்போது யாரும் கொல்லப்படாமல் பார்த்துக்கொள்ள வேண்டும். இன்குலாப் என்ற கோஷங்கள் ஜிந்தாபாத்" என எழுப்பி, உறுப்பினர்களுக்கு கையேடு வழங்க வேண்டும். நமது பார்வையை புரிந்து கொள்ள பின்னர் நீதிமன்றத்தில் இருக்க வேண்டும் எங்கள் யோசனைகள் பற்றி தெரிவிக்கப்பட்டது.

பகத் சிங் வெடிகுண்டுக்குப் பின் ஓடுவதை எதிர்த்தார் குண்டுவெடிப்புக்குப் பிறகு பகத்சிங்கின் கருத்து அதைத்தொடர்ந்து நடக்கும் வழக்கு இந்திய இளைஞர்களுக்கு சுத்தமாக இருக்கும் புரட்சியாளர்களின் நோக்கங்கள் நியாயமானதாக இருக்கும் இந்த திட்டம் இருந்தபோது பகத்சிங் இந்த பணியை தனக்கு ஒதுக்க வேண்டும் என்று வலியுறுத்தினார். சந்திரசேகர் ஆசாத் அதை எதிர்த்தார். ஏனென்றால் பகத்சிங் அதை எதிர்த்தார். ஏற்கனவே சாண்டர்ஸ் கொலையில் பங்கு கொண்டவர். தூக்கில் தொங்குவது முன்கூட்டியே இருந்தது பிடிபட்டால் அவருக்கு தண்டனை. இருப்பினும், விரிவான விவாதத்திற்குப் பிறகு மத்திய செயற்குழு ஒரு முடிவுக்கு வந்தது. இந்தப் பணிக்கு பகத்சிங் மிகவும் முழுமையான நபர். கட்டாயம், சந்திரசேகர் அதற்கு சம்மதிக்க வேண்டியதாயிற்று. படுகேஷ்வர் தத்தா பகத்சிங்கின் உதவியாளராக தேர்ந்தெடுக்கப்பட்டார். திட்டம் இறுதி செய்யப்பட்ட பிறகு, பகத் சிங் ஆக்ராவிற்கும் டெல்லிக்கும் இடையே மார்ச் மாதத்தில் பலமுறை பயணம் செய்தார். ஏப்ரல், 1929 டெல்லியில் அவர் 151 ரோஷன் ஆரா மேன்ஷன், பஜாரில் தங்கினார். சீதாராம், மற்றும் குச்சா காசி ராமில் உள்ள பாண்டா

ஆசிரமம். அன்று காலை ஏப்ரல் 8, பகத் சிங் மற்றும் படுகேஷ்வர் தத் அங்கு சென்றடைந்தனர். டெல்லியின் காஷ்மீரி கேட்டில் ராம்நாத் புகைப்படக் கலைஞரால் பகத் சிங் புகைப்படம் எடுக்கப்பட்டது. வந்தே படத்திலும் அதே புகைப்படம் அச்சிடப்பட்டிருந்தது மாதரம் ", லாகூர், 12 ஆம் தேதி ஏப்ரல், 18 ஆம் தேதி " தி ஹிந்துஸ்தான் டைம்ஸ் ", மற்றும் தி பயனியர் ஏப்ரல் 20 குண்டுவெடிப்புக்கு இரண்டு நாட்களுக்கு முன்பு, பகத்சிங் மற்றும் படுகேஷ்வர் இருக்கையைப் பார்க்க தத் சட்டசபை மண்டபத்திற்குச் சென்றார். உள்ளே ஏற்பாடுகள் செய்து, அதற்கேற்ப அவர்களின் திட்டத்தைச் செம்மைப்படுத்தவும் அங்குள்ள டெல்லி காவல்துறை கண்காணிப்பாளர் அவர்கள் இருவரும் தனது அறிக்கையில் எழுதியுள்ளனர் இரண்டு நாட்களுக்கு முன்பு ஏப்ரல் 6-ம் தேதி சட்டசபை மண்டபத்திற்குள் சென்றிருந்தார்.

ஏப்ரல் 8, 1929 அன்று, நிகழ்வு நடந்த நாளில், இருவரும் உள்ளே நுழைந்தனர் பரிந்துரையின் பேரில் வழங்கப்பட்ட பாஸ்களின் மீது, குறிப்பிட்ட நேரத்தில் சட்டசபை சட்டமன்ற உறுப்பினரின் நியமன உறுப்பினர். யாரும் அவர்களை சந்தேகிக்கவில்லை நியமன உறுப்பினரின் பரிந்துரையின் காரணமாக அவ்வாறு நடக்கவில்லை. இருந்தாலும் பெரும்பாலான உறுப்பினர்கள் முன்வைக்கப்பட்ட அல்லது நிராகரிக்கப்பட்ட மசோதாக்களை எதிர்த்தனர். ஆனால், அரசாங்கம் அவற்றைச் செயல்படுத்துவதில் குறியாக இருந்தது. அன்றைய சலுகைகளின்படி அவற்றை அமல்படுத்துவதற்கான அறிவிப்பின்படி துணைவேந்தர் எதிர்பார்க்கப்பட்டார். அதனால், கூட்டம் அதிகமாக இருந்தது அன்று சட்டசபையில் பார்வையாளர்கள் பல நிருபர்கள் உறுப்பினர்களின் எதிர்வினைகளைக் கேட்க செய்தித்தாள் நிருபர்களும் வந்தனர். மசோதாக்களை எதிர்க்கிறது பகத் சிங் மற்றும் படுகேஷ்வர் தத் உள்ளே நின்றனர். ஒரு வரிசை மற்றும் அவர்களின் முறை வந்ததும், அவர்கள் உள்ளே சென்றனர். அதில் கூறியபடி அவர்களை கைது செய்த சார்ஜென்ட் டெர்ரி, நிக்கர்ஸ் இருவரும் காக்கி உடை அணிந்திருந்தனர். பகத்சிங் நீல நிற கோட் அணிந்து படுகேஷ்வர் தத் ஒரு வெளிர் நீல கோட் அணிந்திருந்தனர். மற்ற சாட்சிகளின்படி பகத் சிங்கிடம் இருந்தது ஒரு தொப்பி இருவரும் எளிதாக பார்வையாளர்கள் கேலரியை அடைந்து. அங்கே அமர்ந்தனர். கேலரி விரைவில் பார்வையாளர்களால் நிரம்பியது. சில உறுப்பினர்களின் ஆதரவு இரண்டு மசோதாக்களையும் நிறைவேற்றுவது அவசியம் என்று அரசாங்கம் கூறத் தொடங்கியது. இந்தியாவின் படிக்காத இளைஞர்கள், ரஷ்யாவால் தவறாக வழிநடத்தப்பட்டதாக அவர்கள் கூறினார்கள். மேலும் கிளர்ச்சியில் முனைந்தனர் ஆங்கிலேயர்களுக்கு எதிராக அரசாங்கத்தின்

கைக்கூலிகளைக் கேட்டதும் பகத் சிங்கும் படுகேஷ்வர் தத் ஒவ்வொருவராகப் பார்த்து பேசினர் மற்றவர் சிரித்தார். இதையடுத்து மசோதா அறிவிக்கப்பட்டது. கூடிய விரைவில் சபாநாயகர் பகத் சிங் தனது முடிவை அறிவிக்க இருக்கையில் இருந்து எழுந்தார் பெஞ்சின் பின்புறத்தில் குண்டை வீசினார். ஸ்ரீ விட்டல் பாய் படேல் மற்றும் மோதி லால் நேரு அவர் அருகில் அமர்ந்திருந்தார். அதன் விளைவு குறித்து தீவிர கவனம் செலுத்தப்பட்டது யாருக்கும் காயம் ஏற்படவில்லை எனினும் உறுப்பினர்கள் அனைவரும் அதிர்ச்சியடைந்தனர். இதற்கிடையே இரண்டாவது வெடிகுண்டும் வீசப்பட்டது. பேச்சாளர் ஸ்கஸ்டர் மிகவும் பயந்து அவர் தனது மேஜையின் பின்னால் ஒளிந்து கொண்டார். அவர் குழப்பத்தில் இருந்தனர். அவரை மேலும் பயமுறுத்த, பகத்சிங் மேலும் இருவரை துப்பாக்கியால் சுட்டார்.

பண்டிட் மோதிலால் நேரு, விட்டல் பாய் படேல், மதன் மோகன் மாளவியா மற்றும் முகமது அலி ஜின்னா அவர்களின் இருக்கைகளில் அமைதியாக அமர்ந்திருந்தனர். ஆனால் மற்ற உறுப்பினர்கள் இயங்கத் தொடங்கினர். சிலர் கேலரியில் காணாமல் போனார்கள் மற்றவர்கள் குளியலறையில் ஒளிந்து கொண்டனர். பார்வையாளர்களின் கேலரி ஆனது சிறிது நேரத்தில் காலி. இருவரும் இன்குலாப் என்று கோஷம் எழுப்பினர். ஜிந்தாபாத்", "எங்கள் சாம்ராஜ்யத்தை விட்டு செல்லுங்கள்?" (ஏகாதிபத்தியத்துடன் கீழே) என்று கோஷம் எழுப்பினர். ஆனால் உடனடியாக ஒரு நிருபர் குண்டுவெடிப்புக்குப் பிறகு தனக்கென ஒன்றைப் பாதுகாத்துக்கொள்ள முடிந்தது. அன்று மாலை அவரது பத்திரிகை அதை வெளியிட்டது. அதில் கூறியிருப்பதாவது:

"இந்துஸ்தான் சமாஜ்வாடி காந்தந்த்ரா சேனா "

"காதுகேளாதவர்கள் கேட்க உங்கள் குரலை உயர்த்த வேண்டும். நம்மால் முடியுமா இந்த அழியாத வார்த்தைகளிலிருந்து எங்கள் நிலைப்பாட்டின் தகுதியை நியாயப்படுத்துங்கள் பிரான்சின் அராஜக தியாகி வேலன் ஒரு சந்தர்ப்பத்தில் உச்சரித்தார். "அவமதிப்பின் கண்டிக்கத்தக்க கதையை நாங்கள் மீண்டும் செய்ய விரும்பவில்லை என்றிருந்தனர்.

பிரிட்டிஷ் அரசாங்கம் கடந்த பத்து ஆண்டுகளாக நம்மீது குவித்துள்ளது. அதாவது நிர்வாக சீர்திருத்தங்கள் என்ற பெயரில் இந்தியாவின் தேசிய தலைவர்களுக்கு ஏற்பட்ட அவமானங்கள் தான். மேலும், இது பாராளுமன்றம் என்றும் அழைக்கப்படுகிறது.

"எதிர்பார்க்கும் நபர்கள் இருக்கிறார்கள் என்பதை நாங்கள் தெளிவுபடுத்த விரும்புகிறோம் என்ற பெயரில் சைமன் கமிஷனில் இருந்து சில பழமையான துண்டுகள் நிர்வாக சீர்திருத்தங்கள், விநியோகத்திற்காக போராடும் மக்கள் அவர்கள் பெற வாய்ப்புள்ள புதிய எலும்புகள் எனலாம்.

தற்போது அரசு பொதுமக்களின் அடக்குமுறைச் சட்டங்களால் இந்தியப் பொதுமக்களையும் ஏற்றுகிறது. பாதுகாப்பு மசோதா மற்றும் வர்த்தக தகராறு மசோதா. தவிர, அது "பத்திரிகை"யை ஒதுக்கியுள்ளது தேசத்துரோக மசோதா" சட்டசபையின் அடுத்த கூட்டத்தொடருக்கு வழிவகுத்தது. தொழிலாளர் தலைவர்கள் தங்கள் பணியை வெளிப்படையாக செய்து கொண்டிருந்தனர். ஆனால் இப்போது அவர்களின் கண்மூடித்தனமான கைதுகளால் அரசாங்கத்தின் நோக்கம் என்ன என்பதை தெளிவாக புரிந்து கொண்டனர்.

"இத்தகைய மிகவும் ஆத்திரமூட்டும் சூழ்நிலையில் தான் இந்துஸ்தான் இருந்தது. பகத்சிங் சமாஜ்வாடி கணதந்திர சங்கம்" தனது கடமையை தீவிரமாக உணர்ந்து உத்தரவிட்டுள்ளது அவமானகரமான நகைச்சுவைகளுக்கு முற்றுப்புள்ளி வைக்கும் வகையில் இந்தச் செயலைச் செய்ய அதன் இராணுவம் செயல்படுகிறது. அந்நிய அரசாங்கத்தின் சுரண்டல் அதிகாரத்துவம் எதுவாக இருந்தாலும் சரி. அதை செய்ய தேர்வு செய்யலாம், அதை வெளிப்படுத்துவது முற்றிலும் இன்றியமையாததாகிவிட்டது. ஆனால், பொதுமக்கள் முன் அதன் நிர்வாண வடிவம் தெளிவாக இருந்தது.

"பொதுமக்களால் தேர்ந்தெடுக்கப்பட்ட பிரதிநிதிகள் தங்களிடம் செல்ல வேண்டும் அந்தந்த பகுதி மற்றும் வரவிருக்கும் புரட்சிக்கு தயாராகுங்கள் என்றனர். அங்கு இந்தியர்களின் சார்பில் நாங்கள் போராட்டம் நடத்துகிறோம் என்பதை அரசு உணர வேண்டும் "பாதுகாப்பு மசோதா", "வர்த்தக தகராறு மசோதா" மற்றும் மிருகத்தனத்திற்கு எதிராக பொதுமக்கள் லாலாஜியின் கொலை, வரலாற்றின் பாடத்தை வலியுறுத்த விரும்புகிறோம் என்றும் நீங்கள் எளிதாக நபர்களைக் கொல்லலாம் என்று மற்றவர்களின் எண்ணங்களை கொல்ல முடியாது என்றனர். பெரிய பேரரசுகள் அழிக்கப்பட்டன; பிரான்சின் புருவன் மற்றும் ஜார்ஸ் ரஷ்யா இப்போது இல்லை, அதேசமயம் புரட்சியாளர்கள் வெற்றியுடன் முன்னேறி வருகின்றனர்

"மனித வாழ்க்கையைப் புனிதமானதாகக் கருதுகிறோம். பிரகாசமான எதிர்காலத்தை நாங்கள் நம்புகிறோம் இதில் ஒவ்வொரு தனிமனிதனும் முழுமையான சுதந்திரத்துடன் அமைதியுடன் வாழ்வார்கள் என்றனர். மனிதனைப் பறிகொடுக்கும் எங்கள் உதவியற்ற தன்மையைக் கண்டு நாங்கள் வருத்தப்படுகிறோம். ஆனால் மனித உயிர் தியாகம் புரட்சிக்கு அவசியம் என்று தான் உள்ளது.

எஸ்டி/- பால்ராஜ்

தலைமை தளபதி"

இரண்டாவது குண்டு வீசப்பட்டதாக பெரும்பாலான புத்தகங்கள் பட்கேஷ்வர் தத் என்பதை குறிப்பிடுகின்றன. ஆனால் குரு தேவ் சிங் தியோல் தனது ஷஹீத் புத்தகத்தில் என்று பொதுவாக நம்பப்பட்டாலும் பகத்சிங் எழுதியுள்ளார் இரண்டாவது குண்டை வீசியவர் பிகே தத், அது உண்மையல்ல. அப்போது சட்டசபையில் இருந்த திரு ஆசிப் அலி சிங் மற்றும் பி.கே.தத்தின் வக்கீல் யார்? என்றனர். படுகேஷ்வர் என்பது வெகு சிலருக்கே தெரியும் தட் எறியவில்லை. ஆனால் வழக்கில் ஒரு அறிக்கையை வெளியிடும் கட்டத்தில் படுகேஷ்வர் குண்டுகளில் ஒன்று என்று தத் வலியுறுத்தினார். ஒரு குண்டு அவரால் வீசப்பட்டது. தத் ஏன் அவ்வாறு கூறினார் என்பதிலிருந்து தெளிவாகிறது பின்வருமாறு: அவர் தனது வழக்கறிஞர் ஆசிப் அலியிடம் கூறினார்:

“ நானும் பகத்சிங்கும் நீண்ட காலமாக ஒன்றாக வாழ்ந்தோம், நான் முழுமையாக இருக்கிறேன் பாதுகாப்பையும் மீறி அவர் நிச்சயமாக உயிர் பெறுவார் என்ற நம்பிக்கை உள்ளது என்றார். சிறைவாசம். அவர்கள் என்னை விடுவிக்கிறார்கள் என்று வைத்துக்கொள்வோம்- அப்படி இல்லாமல் நான் என்ன செய்வேன் அவரை? நான் அவருக்கு கட்டாயம் கம்பெனி கொடுக்க வேண்டும்”.

பகத்சிங்கும் படுகேஷ்வர் தத் தும் அதை விரும்பினர், அவர்களால் முடியும் என்று கூறி நீங்கள் அங்கிருந்து ஓடிவிடுங்கள் என்றனர். ஆனால் பகத் சிங் அவர்கள் காப்பாற்ற மாட்டார்கள் என்று ஏற்கனவே முடிவு செய்தார். இதனால் இருவரும் அவரவர் இடத்தில் நின்று கூச்சலிட்டனர்.

கோஷங்கள் எழுப்பினர். புகை குறைந்ததையடுத்து போலீசார் சட்டசபைக்குள் நுழைந்தனர். சார்ஜென்ட் டெர்ரி அவர்களிடம், ”நீங்கள் இதைச் செய்தீர்களா?” என்று கேட்டார். இருவரும் ஏற்றுக்கொண்டனர். இருவரும் கைது செய்யப்பட்டனர். ஒரு தானியங்கி துப்பாக்கி இருந்தது கைது செய்யப்பட்ட போது பகத் சிங்கின் வடிவத்தை மீட்டார். சில போலீஸ் அதிகாரிகள் பகத் சிங்கின் அறிக்கைகள் படி சுடப்பட்டனர். இரண்டு அல்லது மூன்று முறை மற்றும் கைத்துப்பாக்கி அவரது கையில் இருந்தது, மேலும் சுட்டிக்காட்டப்பட்டது விசாரணை நீதிமன்றத்தில் அரசு சாட்சி ஒருவர் பகத்சிங் ஒரு தானியங்கி துப்பாக்கியை எடுத்து இரண்டு முறை சுட்டதாகக் கூறியிருந்தார் அல்லது மூன்று முறை பின்னர் கைத்துப்பாக்கி சிக்கியது. ஆனால் இந்த அறிக்கைகள் அனைத்தும் முற்றிலும் பொய்யானவை. இதிலிருந்து உண்மை போதுமான அளவு வெளிப்படுகிறது. அவர்களைக் கைது செய்த சார்ஜென்ட் டெர்ரியின் அறிக்கை, “நான் குணமடைந்தபோது பகத் சிங்கின் கைத்துப்பாக்கி என்னை நோக்கி சுடப்படவில்லை. ஆனால் அது அவன் கையில் இருந்தது. அதனுடன் விளையாடிக் கொண்டிருந்தான். அவரது கை கீழ்நோக்கி இருந்தது.

துப்பாக்கிச் சூடு நடத்தியதை மூத்த காவல்துறை கண்காணிப்பாளரும் ஒப்புக்கொண்டார் பிஸ்டல் வடிவில் இருந்தது. விரிவான அல்லது உண்மையான சான்றுகள் எதுவும் இல்லை

காவல்துறையில் அழைத்துச் செல்லப்பட்டபோது சாந்தினி சவுக்கிற்கு வாகனம், அந்த நேரத்தில் பகவதி சரண் வோஹ்ரா, அவருடைய மனைவி துர்கா தேவியும் (துர்கா பாபி) குழந்தை ஷாச்சியும் அருகில் சென்றனர் அவர்கள் ஒரு டோங்காவில் குழந்தை உடனடியாக பகத்சிங்கை அடையாளம் கண்டுகொண்டது "உயரமான மாமா!" என்று கத்தினான். ஆனால் அம்மா அவன் உதடுகளில் கையை வைத்தாள் அவனை அமைதிப்படுத்தினாள்.

இந்த சம்பவத்தால் சட்டசபை கூட்டத்தொடர் தற்காலிகமாக ஒத்திவைக்கப்பட்டது. அந்த நாடு முழுவதும் செய்தி பரவியது. எல்லாப் பத்திரிகைகளும் அதை வெளியிட்டன முதல் பக்கத்தில் தடித்த எழுத்துக்களில் வெளி வந்தது.

போலிஸாரிடம் வாக்குமூலம் அளிக்குமாறு கேட்ட போது அவர்கள் போலீஸ் முன் எந்த அறிக்கையும் கொடுக்க மறுத்துவிட்டனர். மேலும் அவர்களிடம் என்ன இருந்தாலும் நீதிமன்றத்தில் கூறுவோம் என்று கூறினார் 16ம் தேதி பழைய செயலக காவல் நிலையத்திற்கு அனுப்பி வைக்கப்பட்டனர்.

இந்த நிகழ்வின் தகவல் விரைவில் லண்டனுக்கு தந்தி மூலம் அனுப்பப்பட்டது.

அரசாங்கத்தால் பகத்சிங் "சட்டசபையில் இன்று காலை "வர்த்தக தகராறு மசோதா" விவாதத்திற்கு எடுக்கப்பட்டது. இறுதியில் சபாநாயகர் வருவார் என எதிர்பார்க்கப்பட்டது. அவரது முடிவை சொல்லுங்கள் என்றனர். உடனடியாக ஒரு பிரிவுக்கு அழைத்த பிறகு மசோதா, சபாநாயகர் தனது முடிவை அறிவிக்கும் போது, அங்கிருந்த பார்வையாளர்கள் கேலரியில் இருந்து வந்த நபர் வேண்டுமென்றே இரண்டு குண்டுகளை வீசினார் என்றனர். மிஸ்டர் பி.ஜி. தலால் தவிர, அவர் குண்டுவெடிப்பால் பதற்றமான நிலையில், யாருக்கும் பெரிய காயம் ஏற்படவில்லை என்றார். குழப்பமான நிலையில் எழுந்து, சபாநாயகர் அவையை ஒத்திவைத்தார். கேலரியில் இரண்டு பேர் கைது செய்யப்பட்டனர்.

மற்றொரு தந்தியும் அனுப்பப்பட்டது. அதில் கூறியிருப்பதாவது:

"கைது செய்யப்பட்ட இருவர் லாகூரைச் சேர்ந்த பகத் சிங் தலைமறைவான அவரையும், ஒரு பெங்காலியையும் போலீசார் தேடி வந்தனர் மற்றும் படுகேஷ்வர் தத் . இரண்டு குண்டுகளையும் பகத் வீசியதாக கூறப்படுகிறது சிங். முதல் ஒரு முன் கருவூல பெஞ்சுகள்

அருகில் விழுந்தது, மற்றும் பின் கருவூல பெஞ்சுகளில் இரண்டாவது. பகத்சிங், எறிந்த பிறகு குண்டுகள், அவரது தானியங்கி கைத்துப்பாக்கியில் இருந்து இரண்டு முறை சுடப்பட்டது. அப்போது இருவரும் புரட்சிகர கையேடுகளை எறிந்தனர். “பொது பாதுகாப்பு“ போன்ற அடக்குமுறைச் சட்டங்களை அரசாங்கத்தின் அமலாக்கம் மற்றும் “வர்த்தக தகராறு மசோதா“ மற்றும் தொழிலாளர் தலைவர்களின் கண்மூடித்தனமான கைதுகள் இதற்கு காரணமாகிறது. இருவருமே தப்பிச் செல்லவோ, இடையூறு செய்யவோ முயற்சிக்கவில்லை. அவர்களின் கைது சர் பிஜி தலாலுக்கு தொடையில் காயம் ஏற்பட்டுள்ளது மருத்துவமனையில் உள்ளார். சர் ஜார்ஜ் செஸ்டர் மற்றும் பிற அதிகாரிகள் சிறு காயங்களால் பாதிக்கப்பட்டுள்ளனர் குண்டுகள் எதனையும் ஏற்படுத்தவில்லை என்பது குறிப்பிடத்தக்கது இருக்கைகள் பலத்த சேதம் அடைந்தாலும், கடுமையான இழப்பு தான். சுவர்கள் அருகில் வீட்டின் கூரையும் சேதமடைந்தது.

டில்லி கமிஷனர் அனுப்பிய அறிக்கையின்படி உள்துறை அமைச்சகம், பின்வரும் நபர்கள் காயமடைந்தனர்:

1. மாண்புமிகு சர் ஜார்ஜ் செஸ்டர்
2. சர் போதமன்ஜி தலால்
3. திரு. எஸ்.என்.ராய்
4. திரு. பி.ஆர். ராவ், நிதி ஆணையர் (ரயில்வே).

இந்த நபர்கள் வெடிகுண்டுகளால் அல்ல, ஆனால் குண்டுகளால் காயமடைந்தனர் உடைந்த செங்கற்கள் மற்றும் தளவாடங்கள், தரை முழுவதும் சிதறிக்கிடக்கின்றன.

புரட்சியாளர்களின் சூடான துரத்தல்

இந்த இரண்டு துணிச்சலான ஆத்மாக்கள் சட்டமன்ற வெடிகுண்டில் கைது செய்யப்பட்ட பிறகு வெடிப்பு வழக்கு, புரட்சியாளர்களின் அனல் துரத்தலை காவல்துறை தொடங்கியது. ஹிந்துஸ்தான் சமாஜ்வாடியைச் சேர்ந்த பெரும்பாலானோரை போலீசார் கைது செய்தனர் கணதந்திரம் சேனா “சுக் தேவ் வெடிகுண்டுகளின் சில பகுதிகளை பார்சல் செய்திருந்தார் லாகூரில் உள்ள கொல்லர்களால் செய்யப்பட வேண்டும். என்று அவர்கள் கூறினாலும் எரிவாயு இயந்திரங்களில் உதிரிபாகங்கள் பயன்படுத்தப்பட்டது, போலீசாருக்கு தெரிய வந்தது. இதன் விளைவாக, சுக் தேவ் காவல்துறை கண்காணிப்பில் இருந்தார். அவருக்கு ஒரு நெருக்கமான கண்காணிப்பு தொடங்கியது. பகவதி சரண் லாகூரில் உள்ள மெலவுண்ட் சாலையில் ஒரு வீட்டை வாடகைக்கு எடுத்திருந்தார். அங்கு வெடிகுண்டுகளை இணைக்கும் தொழிற்சாலை அமைக்கப்பட்டது. இதை போலீசார் கண்டுபிடித்தனர் மேலும், மார்ச் 16-ம் தேதி காலையில் போலீசார் நடத்திய அதிரடி

சோதனையில் சுக்கை கைது செய்தனர் அந்த இடத்திலேயே தேவ், ஜெய் கோபால் மற்றும் கிஷோரி லால். இது தவிர, காவல்துறை இங்கிருந்து ஒரு உயிருள்ள வெடிகுண்டு, எட்டு குண்டுகளுக்கான குண்டுகள், சில பொருட்கள் மீட்கப்பட்டன குண்டுகள் தயாரிப்பது, வெடிகுண்டு தயாரிப்பதற்கான செய்முறை, வெப்லி ஸ்காட் பிஸ்டல் என படுகேஷ்வரின் புகைப்படம் தத் கூடவே மீட்கப்பட்டன. டெல்லியில் உயர் அதிகாரிகளை எச்சரிக்கும் சுவரொட்டிகள் மற்றும் கடிதங்களை அவர்கள் கண்டுபிடித்தனர் அவர்களுக்கு எந்த வகையிலும் உதவ வேண்டாம் என்று பொதுமக்களிடம் வேண்டுகோள் விடுத்துள்ளார். கடிதங்களில் ஒன்று என்ற கோரிக்கையுடன் ஹிந்துஸ்தான் டைம்ஸின் ஆசிரியரிடம் உரையாற்றினார் அதை வெளியிட கடிதம் இப்படி இருந்தது:

”உண்மையான இந்துஸ்தான் கணதந்திரம் சேனா, கடவுள் மற்றும் சோவியத் யூனியன் எங்களை வழிநடத்துங்கள்! போருக்கான குலாம் குவாடிரின் கையொப்பம் இருந்தது.

”இந்துஸ்தான் கணதந்திரத்தின் செயலாளர் சேனா“ என இருந்தது. பின்வரும் சுவரொட்டி லாகூர் கேட் என்ற இடத்தில் ஒட்டப்பட்டிருந்தது கண்டுபிடிக்கப்பட்டது ஏப்ரல் 15, 1929-ல் அது கிடைத்தது.

“கல் செவிடர்களுக்கு!

ஏப்ரல் 7 ஆம் தேதி காவல்துறையின் சட்டவிரோத நடவடிக்கை எங்களை எடுக்க வேண்டிய கட்டாயத்தில் உள்ளது. எனவே, “கணதந்திரத்தின் தளபதி லாகூர் பொறுப்பதிகாரியை கொல்ல சங் சேனா முடிவு செய்துள்ளது

வீரர்கள் எண் 203 மற்றும் 182 உடனடி நடவடிக்கை எடுக்க உத்தரவிடப்பட்டுள்ளது.

கட்டளை படி

தனி உதவியாளர்

தலைமை தளபதி

இந்துஸ்தான் கணதந்திரம் சேனா.” என்று குறிப்பிட்டனர். பகத் சிங் சூரத்தில் இருந்து காவல்துறை கண்காணிப்பாளருக்கு இதே போன்ற கடிதம் அனுப்பப்பட்டது. அதாவது டெல்லிக்கு

”எங்கள் சோவியத் கடவுள் எங்களை வழிநடத்தட்டும்!

எங்கள் சகோதரர்களை கைது செய்துள்ளீர்கள். அது நீங்கள் தான் என்பதை மீண்டும் வலியுறுத்த விரும்புகிறோம்.

மனிதர்களை அழிக்க முடியும், ஆனால் எண்ணங்களை அழிக்க முடியாது. எங்கள் இயக்கம் பலரின் பலத்தால் ஆதரிக்கப்படுகிறது,

எங்களுடைய ஒரு உறுப்பினரைக் கண்டுபிடிக்கும்படி நான் உங்களுக்கு சவால் விடுகிறேன் எங்கள் சங்கத்திற்கு 29 கிளைகள் உள்ளன. லாகூர், டெல்லி மற்றும் கல்கத்தா எங்கள் முக்கிய மையங்கள் ஆகும். அவற்றைத் தவிர, எங்களிடம் உள்ளதுபூனா, பெல்காம் மற்றும் பாட்னாவில் கிளைகள் உள்ளன. இந்தத் தகவல்களுடன், எங்களுடையதைக் கண்டறியுமாறு நான் மீண்டும் உங்களுக்கு சவால் விடுகிறேன் என்றிருந்தது.

வரும் 27ம் தேதி டெல்லியிலேயே எங்கள் சங்கம் கூட்டம் நடத்த உள்ளது இந்த மாதம், அனைத்து அரசாங்கத்தையும் அழிக்கும் திட்டத்தை உருவாக்குவோம். அதாவது, கட்டிடங்கள் மற்றும் அலுவலகங்கள். எனவே, தயாராக இருங்கள்.

அரசாங்கம் தன்னைப் பற்றி பெருமையாக இருந்தால், அதை ஏற்றுக்கொள்ள வேண்டும். அது எங்கள் சவால். கவனமாக இரு! கவனமாக இரு!

எங்கள் கடவுள் சோவியத் எங்களை வழிநடத்தட்டும்!

செயலாளர்,

இந்துஸ்தான் சமாஜ்வாடி கணதந்திர சங்கம்,

சூரத் கிளை.”

உயர் அதிகாரிகளுக்கு செய்திகள் வந்தன ஆங்கிலேயர்களுக்கு விசுவாசமானவர். இருந்தாலும் காவல்துறை அனைத்து வளங்களையும் பயன்படுத்தியது அதன் வசம், இந்த கடிதங்களை அனுப்பியவர்களைக் கண்டுபிடிக்க முடியவில்லை. என்ற அனுமானத்தின் பேரில் போலீசார் இந்த விஷயத்தை கைவிட்டனர். இந்த கடிதங்கள் அறியாத பள்ளி மாணவர்களால் எழுதப்பட்டது, அவர்களிடம் இருந்தது புரட்சியாளர்களுடன் எந்த தொடர்பும் இல்லை.

பகத் சிங் மற்றும் படுகேஷ்வர் தத் சிவில் இருந்து கொண்டு வரப்பட்டனர் டெல்லி சிறைக்கு லைன்ஸ் காவல் நிலையம். அவர்கள் அங்கு அறிக்கை அளிக்க மறுத்துவிட்டனர். பகத்சிங்கின் தந்தை சர்தார் கிஷன் சிங் வந்தார் ஏப்ரல் மூன்றாவது வாரத்தில் அவரைப் பார்க்கலாம், ஆனால் அவரைப் பார்க்க அனுமதிக்கப்படவில்லை. இந்த வழக்கில் ஒரு வழக்கறிஞரை இருவர் ஈடுபடுத்துவதை பகத்சிங் எதிர்த்தார் காரணங்கள்: (i) வக்கீல்களே செயல்பாடுகளைப் பாராட்டவில்லை மற்றும் (ii) ஒரு வழக்கறிஞரை ஈடுபடுத்துவதில் அவர் முழுமையாக உறுதியாக இருந்தார். ஏனெனில், அரசாங்கம் என்ன வேண்டுமானாலும் செய்யும் என்பதால் உறுதி எடுத்தார். எந்த விதமான நிகழ்ச்சியாக இருந்தாலும் பிடித்திருந்தது. எனவே, அவருக்கு கடிதம் அனுப்பினார் அந்தக் கடிதம் கூறியது:

“மதிப்பிற்குரிய தந்தையே,

வந்தே மாதரம் !

ஏப்ரல் 22 ஆம் தேதி நாங்கள் இடமாற்றம் செய்யப்பட்டோம் என்று சமர்ப்பிக்கப்பட்டது. அந்த இடம் டெல்லி சிறையில் போலீஸ் லாக்கப் ஆகும். இந்த நேரத்தில் நாங்கள் டெல்லியில் இருக்கிறோம். இந்த வழக்கு மே 7-ம் தேதி டெல்லி சிறையில் தொடங்குகிறது. முழு நாடகம் சுமார் ஒரு மாதத்தில் முடிக்கப்படும். வேறு எதுவும் இல்லை மிகவும் கவலைப்பட வேண்டும். நீங்கள் இங்கு வந்தீர்கள், ஒருவருடன் பேசினீர்கள் என்று அறிந்தேன் வழக்கறிஞர் என்னையும் பார்க்க முயன்றார். ஆனால் எல்லா ஏற்பாடுகளும் முடியவில்லை பின்னர் செய்யப்பட வேண்டும். நேற்று முன் தினம் நான் துணிகளைப் பெற்றேன். எப்பொழுதும் நீங்கள் வாருங்கள், சந்திக்க முடியும் என்று நம்புகிறேன். வக்கீல்கள் முதலியவர்கள் இல்லை குறிப்பாக தேவை. ஓரிரு விஷயங்களில் உங்கள் கருத்தைத் தேடுகிறேன் அவை முக்கியமானவை அல்ல. தேவையில்லாமல், அதிகம் சிரமப்பட வேண்டாம். என்னைப் பார்க்க வந்தால் தனியாக வாருங்கள். அம்மாவை அழைத்து வராதீர்கள். அவள் தேவையில்லாமல் அழுவாள். அது நிச்சயமாக என்னையும் தொந்தரவு செய்யும். நிச்சயமாக, உங்களைப் பார்த்தாலே வீட்டில் எல்லா விஷயங்களும் தெரிந்து கொள்வேன்.

முடிந்தால், கீதா ரகசியத்தைக் கொண்டு வாருங்கள், நெப்போலியன் விவரம் குடுப்பின் நீங்கள் பெறும் சுயசரிதை மற்றும் சில ஆங்கில நாவல்கள். தாஸ் நூலகத்தில் சில நாவல்கள் கிடைக்கலாம் மேலும் எப்படியிருந்தாலும், நீங்களே பாருங்கள். என் பணிவான வணக்கங்களைத் தெரிவித்துக் கொள்கிறேன் மரியாதைக்குரிய தாய், பாபி, மாதாஜி (பாட்டி), மற்றும் அத்தை. நமஸ்தே ரன்வீர் சிங் மற்றும் குல்தார் சிங் ஆகியோருக்கும் எனது பணிவான வணக்கத்தை தெரிவித்துக்கொள்கிறேன் பாபுஜியின் காலடியில் (தாத்தா). இந்த நேரத்தில் நாம் உண்மையில் பெறுகிறோம் போலீஸ் லாக்கப்பிலும் சிறையிலும் நல்ல சிகிச்சை பெறுகிறோம். எதிலும் கவலைப்பட வேண்டாம் உங்கள் முகவரி எனக்குத் தெரியாது, எனவே இதைப் பற்றி எழுதுகிறேன்.
முகவரி (காங்கிரஸ் அலுவலகம்).

உங்கள் பணிவான மகன்,

பகத் சிங்."

சிறையில் தந்தையை சந்தித்தல்

பகத்சிங்கை சந்திக்க சர்தார் கிஷன் சிங் விண்ணப்பம் அனுப்பினார். ஆனால் அனுமதி வழங்கப்படவில்லை. பின்னர் அவர் தனது வழக்கறிஞர் மூலம் விண்ணப்பித்தார் ஆசிப் அலி. பின்னர் அவருக்கு அனுமதி கொடுத்தார். பின்னர் மே 3 ஆம் தேதி பகத்சிங்கின் தந்தையும் மகனும் சந்தித்தனர். அவர்களுக்கிடையிலான உரையாடல் தொடர்ந்தது இந்த சந்தர்ப்பத்தில் இரண்டு பேரின் உரையாடல்.

தந்தை: மே 1 ஆம் தேதி நான் லாகூர் திரும்பியதும், நான் கற்றுக்கொண்டேன் உங்கள் தம்பியை போலீசார் கைது செய்ததாக செய்தித்தாள் பார்த்தேன். ஐந்தாம் வகுப்பு படிக்கும் வெறும் பத்து பதினோரு வயது.

பகத்சிங்: சிறுவன் ஏன் கைது செய்யப்பட்டான்?

அப்பா: துரதிர்ஷ்டவசமாக அவர் என் மகன் மற்றும் உன் சகோதரன் இதில் நான் கூட கைது செய்யப்படலாம். ஜெய் தேவ் உடல்நிலை சரியில்லை மற்றும் சுக் தேவ்...

பகத்சிங்: காவலர்கள் முரடர்கள். அவர்கள் தூக்கிலிடப்பட்டுள்ளனர் ககோரி வழக்கில் அப்பாவி மக்கள். அவர்கள் என்னை லாகூருக்கு இழுத்துச் செல்வார்கள் சாண்டர்ஸ் கொலை வழக்குக்காக என்னையும், தத்தையும் ஏமாற்ற முயன்றுள்ளனர். ஒவ்வொருவரும் அரசாங்க சாட்சியாக மாறிவிட்டார்கள் என்று தான் தெரிகிறது. எனவே, பிதாஜி, தயவு செய்து என்னைப் பாதுகாப்பதற்காக பணத்தை வீணாக்காதீர்கள்.

அப்பா: வீட்டில் உள்ள பெண்கள் உன்னைப் பார்க்க விரும்புகிறார்கள். ஆனால் என்னால் கூட்டிட்டு போக முடியவில்லை.

பகத் சிங் : நீங்கள் தயவுசெய்து விரைவில் லாகூருக்குத் திரும்பி வந்து கண்டுபிடியுங்கள். கர்தார் சிங் எதற்காக கைது செய்யப்பட்டார் என்று இதற்கிடையில், சந்திப்புக்கான நேரம் முடிந்தது. எனவே, ஜெயிலர் குறுக்கிட்டார்.

அவர்கள் பேசாமல், சர்தார் கிஷன் சிங் திரும்பிச் சென்றார். கிஷன் சிங்குக்கு அவரது மகனைச் சந்திக்க அனுமதி வழங்கியதில், அங்குள்ள சில தடயங்களைப் பெறுவதுதான் காவல்துறையின் விளையாட்டுத் திட்டம். இதை போலீஸ் அதிகாரி அவரே மே 4ல் தனது அறிக்கையில் ஒப்புக்கொண்டார். இந்த சந்திப்பின் போது ஆசிப் அலி மற்றும் ஜெயிலர் ஆகியோர் அங்கு இருந்தனர்.

சர்தார் கிஷன் சிங் இந்த வழக்கை தனது அனைத்து வளங்களையும் கொண்டு போராட விரும்பினார். ஆனால் பகத்சிங் இந்த வழக்கை தனது தற்காப்புக்காக போராட விரும்பவில்லை. அவர் அங்கேயே ஆசிப் அலியிடம் சில சட்ட உதவிகளைப் பெற்றார்.

*****

5. வழக்கு விசாரணை

சட்டசபை குண்டுவெடிப்பு வழக்கில் நீதி விசாரணை தொடங்கியது படுகேஷ்வருக்கு எதிராக தத்க்கு விசாரணை நடைபெற்றது 1929 ஆம் ஆண்டு மே 7 ஆம் தேதி சிறைச்சாலையில் கூடுதல் மாஜிஸ்திரேட் திரு. பூல் முன். சில முக்கிய நிருபர்கள், உறவினர்கள் தவிர யாரும் இல்லை குற்றம் சாட்டப்பட்டவர்கள் மற்றும் வழக்கறிஞர்களால் நீதிமன்றத்தில் அனுமதிக்கப்பட்டனர். சப்-இன்ஸ்பெக்டர் டெல்லி கேட் காவல் நிலையத்தைச் சேர்ந்த ஷேக் அப்துல் ரஹ்மான் கவனமாகத் தேடினார். பத்திரிகையாளர்கள் மற்றும் குற்றம் சாட்டப்பட்டவர்களின் உறவினர்கள் ஆவர். கடுமையான பாதுகாப்பு ஏற்பாடுகள் செய்யப்பட்டது. அங்கு ஹிந்துஸ்தானின் சிறப்பு நிருபர் டைம்ஸ் எழுதியது: "போலீசார் ஆயுதம் ஏந்தியிருக்கிறார்கள் ராஜ்பூர் ரோடு இல்லத்தில் இருந்து சிறைக்கு வரிசையாக லத்திஸ் போடப்பட்டது சாதாரண உடையில் சிஐடி ஆட்கள் சவாரி செய்வதை பார்த்தனர். அதாவது சைக்கிள் மற்றும் முக்கிய சாலைகளில். சிறை வளாகம் முழுவதுமாக பாதுகாக்கப்பட்டது. போக்குவரத்து ஆய்வாளர் திரு. ஜான்சன், அவரது மூன்று சார்ஜென்ட்களுடன், இருந்தார் சிறை வாசலில் வைக்கப்பட்டு, உள் பாதுகாப்பு கவனிக்கப்பட்டது. அதன் மூலம் உதவி காவல் கண்காணிப்பாளர் திரு. ஆர்.பி. மாலிக், திரு. அலி, துணை கண்காணிப்பாளர் திரு. தேவி தயாள், பண்டிட் ராம் மாதவ் மற்றும் ஜெயிலர்."

ஸ்ரீ ஆசிப் அலி பிரதிவாதிகள் மற்றும் ஸ்ரீ ஆர்.பி அரசு வழக்கறிஞராக சூரஜ் நாராயண் இருந்தார். மாஜிஸ்திரேட் திரு.எப்.பி (F.B) காலை 9.30 மணிக்கு நீதிமன்றத்தை அடைந்த குளம் நீதிமன்ற அறை நிரம்பியிருந்தது வழக்கறிஞர்கள் மற்றும் நிருபர்களுக்கு கூடுதலாக, ஸ்ரீமதி ஆசிப் அலி, பகத்சிங்கின் தாய் மற்றும் தந்தை மற்றும் அவரது அத்தை அங்கு உடனிருந்தனர். தவிர, இரண்டு பயிற்சி மாஜிஸ்திரேட்களும் இருந்தனர்.

பகத் சிங் மற்றும் படுகேஷ்வர் தத் நீதிமன்றத்தில் ஆஜர்படுத்தப்பட்டார் 10.08 மு.ப பகத் சிங் " இன்குலாப் ஜிந்தாபாத்" என்று கத்தினார். பகத் சிங் படுகேஷ்வர் தத்" நௌகர் ஷாஹி முர்தாபாத்" (கீழே அதிகாரத்துவம்!) அவர்கள் நீதிமன்றத்தை அடைந்தவுடன் நீதிமன்ற உத்தரவுகளின் பேரில் அவர்கள் கையால் கட்டப்பட்டனர். அவர்கள் ஒரு எஃகு கூண்டுக்கு பின்னால் ஒரு பெஞ்சில் உட்கார வைக்கப்பட்டனர். சில CID (சி.ஐ.டி) ஆட்கள் அவர்களுக்குப் பின்னால் சிறை அதிகாரிகளும் அமர்ந்தனர். யாரும் எந்த வகையிலும் கவனிக்கவில்லை இரண்டு

புரட்சியாளர்களின் முகங்களிலும் ஏமாற்றம் தான் மிஞ்சியது. இதன் பின்னர் பதினொரு அரச சாட்சிகள் ஆஜர்படுத்தப்பட்டனர். சில சமயம் மதிய உணவுக்கு முன், பகத் சிங் தனது தாய், தந்தையை சந்திக்க அனுமதிக்கப்பட்டார் இந்த நாளில் ஒரு போலீஸ் அதிகாரி முன்னிலையில் அத்தை வந்தாள். பகத் சிங்கைச் சந்தித்ததைத் தன் தந்தையிடம் பலமுறை சொல்லிக் கேட்டிருக்கிறேன். இங்கு எனக்கு மரண தண்டனை வழங்குவதில் அரசாங்கம் குறியாக உள்ளது. எனவே, நீங்கள் கவலைப்படவேண்டாம்."

மதியம் மதிய உணவுக்காக நீதிமன்றம் எழுந்ததும், பகத்சிங் போட்டார் பத்திரிகைக்கான அவரது கோரிக்கையை முன்வைத்தார், ஆனால் அது நிராகரிக்கப்பட்டது அரசியல் கைதிகளுக்கு இந்த வசதி இருந்தது. அன்றைய நீதிமன்றம் அன்று மாலை 4.10 மணிக்கு நடந்தது.

அடுத்த நாள், மே 8, 1929 அன்று, நீதிமன்ற நடவடிக்கைகள் தொடங்கியது கடுமையான பாதுகாப்பு ஏற்பாட்டின் கீழ். பகத் சிங் மற்றும் படுகேஷ்வர் மீண்டும் காலை 10.20 மணிக்கு தத் அழைத்து வரப்பட்டனர். கூடிய விரைவில் நீதிமன்ற அறைக்குள் நுழைந்த இருவரும் கோஷங்களை எழுப்பினர் "இன்குலாப் ஜிந்தாபாத்" மற்றும் " நௌகர் ஷாஹி முர்தாபாத்" அவர்கள் செய்தது போலவே செய்தனர். இதற்குப் பிறகு, சில சாட்சிகளின் வாக்குமூலம் பதிவு செய்யப்பட்டது. பின்னர் பகத் சிங் மற்றும் படுகேஷ்வர் தத் ஆகியோர் அங்கே இருந்தனர். மேற்கொண்டு அறிக்கைகளை வெளியிடுமாறு கேட்டுக் கொண்டார். இருவரும் மறுத்துவிட்டனர். மேலும் வற்புறுத்தலில் பகத் சிங் கேள்விக்கு பதிலளிக்க ஒப்புக்கொண்டார் கீழ்க்கண்ட கேள்வியும் பதில்களும் பரிமாறிக் கொள்ளப்பட்டன.

நீதிமன்றமும் பகத்சிங்கும்:

நீதிமன்றம்	: உங்கள் தொழில்?
பகத் சிங்	: ஒன்றுமில்லை
நீதிமன்றம்	: நீங்கள் வசிக்கும் இடம்?
பகத் சிங்	: லாகூர்
நீதிமன்றம்	: மொஹல்லா?
பகத் சிங்	: நாம் ஒரு இடத்திலிருந்து இன்னொரு இடத்திற்கு வந்து செல்கிறோம்.
நீதிமன்றம்	: ஏப்ரல் 8ஆம் தேதி நீங்கள் சட்டசபையில் இருந்தீர்களா?
பகத்சிங்	: இந்த வழக்கைப் பொறுத்த வரையில், நான் அதை உணரவில்லை

நீதிமன்றம் : “இன்குலாப் ஜிந்தாபாத்“ என்ற முழக்கத்திற்கு நீங்கள் என்ன சொல்கிறீர்கள்?

கவுட் ரூமுக்குள் நுழைந்ததும் எழுப்பினீர்களா?

இந்த கேள்விக்கு பாதுகாப்பு வழக்கறிஞர் ஸ்ரீ ஆசிப் அலி எதிர்ப்பு தெரிவித்தார். நீதிமன்றம் மறுப்பை ஏற்க வேண்டும். அதேபோல், படுகேஷ்வர் தத் நீதிமன்றத்தின் கேள்விகளுக்கும் பதிலளித்தார், மேலும் எதையும் செய்ய நிராகரித்தார். அப்போது தரப்பு வழக்கறிஞர் ஆசிப் அலி இந்த வழக்கில் வாதிட்டார். சுமார் நாற்பது நிமிடங்கள் தருக்க முறையில் வாதம் செய்தார்.

இந்த வாதங்களைக் கேட்ட நீதிமன்றம், அவர் மீது குற்றச்சாட்டுகளை முன்வைத்தது அவர்கள் இருவரும் இந்திய தண்டனைச் சட்டத்தின் 307 பிரிவின் கீழ், இருவருக்கும் கூறுகின்றனர். அவர்களில் பலரைக் கொல்ல வேண்டும் என்ற நோக்கத்தில் பேரவையில் குண்டுகளை வீசினர். மக்கள் நீதிமன்றம் இருவரையும் மீண்டும் கேட்டது, “நீங்கள் இதை செய்ய விரும்புகிறீர்களா? இது தொடர்பாக ஏதாவது அறிக்கை? இது குறித்து இருவரும், “நாம் செய்வோம் அதைப் பற்றி பிறகு முடிவு செய்யுங்கள்.” என்றனர். பின்னர் இந்த வழக்கை நீதிமன்றம் விசாரணைக்கு அனுப்பியது. அதாவது செஷன்ஸ் நீதிமன்றத்திற்கு அனுப்பியது.

பகத்சிங்கின் வரலாற்று அறிக்கை செஷன்ஸ் நீதிமன்றம்

இந்த வழக்கின் விசாரணை 4 ஜூன், 1929 அன்று நீதிமன்ற அமர்வுகளில் தொடங்கியது. அதை டெல்லி சிறையில் விசாரித்த செஷன்ஸ் நீதிபதி திரு.மிடில்டன் அன்று அரசின் சாட்சிகள் மற்றும் வழக்கறிஞர்களின் வாக்குமூலங்களை முடித்தல் என இருந்தது. பகத் சிங், தான் உருவாக்க வேண்டிய நேரம் வந்துவிட்டது என்பதை உணர்ந்தார். எனவே அவரே ஒரு அறிக்கையைத் தயாரித்தார், அதுவும் அவருடையது படுகேஷ்வர் தத். அவர் தயாரித்த எழுத்துப்பூர்வ அறிக்கை அது கடின உழைப்புடன் இந்த முக்கியமான, வரலாற்று அறிக்கையை அவர் வாசித்தார் ஜூன் 6, 1929 அன்று டெல்லி சிறையில் உள்ள செஷன்ஸ் நீதிமன்றத்தில் நீதிபதி திரு. மிடில்டன். அது பின்வருமாறு:

“எங்கள் மீது கடுமையான குற்றச்சாட்டுகள் முன்வைக்கப்படுகின்றன. நாங்கள் அதை தெளிவுபடுத்த விரும்புகிறோம் எங்கள் நடத்தை இந்த சூழலில் பின்வரும் கேள்விகள் எழுகின்றன:

(i) வீட்டில் குண்டுகள் வீசப்பட்டதா? அப்படியானால், என்ன இருந்தது அதன் பின்னால் உள்ள காரணம்?

(ii) நீதிமன்றத்தால் சுமத்தப்பட்ட குற்றச்சாட்டு சரியானதா?

பிறகு விடையளிக்கிறோம் ஆனாலும் சில நண்பர்கள் சம்பவத்தின் தவறான பதிப்பை வழங்கியுள்ளனர். நாங்கள் வெடிகுண்டு வீசியதற்கான பொறுப்பை ஏற்க வேண்டும். எனவே, நாங்கள் எதிர்பார்க்கிறோம் எங்களின் இந்த நடவடிக்கை நியாயமாக மதிப்பிடப்பட வேண்டும் என்றனர். பகத் சிங் அவர்கள் எங்களில் ஒருவரின் கையிலிருந்து பிஸ்டலைக் கைப்பற்றியதைக் குறிக்க கூறப்படுகிறது. இது திட்டமிட்டு சொல்லப்பட்ட பொய். உண்மையில், நாங்கள் சரணடைந்தபோது, அப்போது எங்கள் இருவரிடமும் கைத்துப்பாக்கி இல்லை. என்று கூறியுள்ள நண்பர்கள் நாங்கள் வெடிகுண்டு வீசுவதைப் பார்த்தோம், அபத்தமான பொய்யைச் சொல்லத் தயங்கவில்லை. பாரபட்சமற்ற தன்மையைக் கடைப்பிடிப்பதே மக்களின் நோக்கம் என்று நம்புகிறோம். அது நீதியின் தூய்மையல்ல. இவற்றிலிருந்து அவர்களே உண்மையின் முடிவுகளை எடுப்பார்கள்.

இது தவிர, அரசு நீதிமன்றம் முன்பு நாங்கள் ஒப்புக்கொள்கிறோம் நீதியின் கொள்கை மற்றும் பாதைக்கு உறுதியளிக்கப்பட்டுள்ளது. முதல் கேள்வியின் பிற்பகுதியில் பதில் அளிக்க விரும்புகிறோம். அதனால் நாம் வெளிப்படையாகவும் அந்தக் காரணங்களை முன்வைக்கலாம் மற்றும் இந்த சம்பவத்திற்கு காரணமான சூழ்நிலைகள், மற்றும் இப்போது வரலாற்று வடிவம் பெற்றுள்ளன. சிறையில் சில போலீஸ் அதிகாரிகள் எங்களை சந்தித்தனர்.சம்பவத்திற்குப் பிறகு அவர்களில் சிலர் இப்போது எங்களிடம் கூறியுள்ளனர் கருத்தில் லார்ட் இர்வின், இருவரின் கூட்டு அமர்வில் உரையாற்றினார் அவர் ஒரு தனிநபர். நாங்கள், இந்த வெடிகுண்டை வீசியதன் மூலம், யாரும் தாக்கவில்லை என, வீடுகள் கூறுகின்றன ஆனால் அரசியலமைப்பையே தாக்கியுள்ளனர். நாங்கள் உடனடியாக சரியான மதிப்பீடு அல்லது சம்பவத்தின் சரியான தாக்கம் இருப்பதாக உணர்ந்தோம்.

நாம் மனிதர்களை அளவிட முடியாத அளவு நேசிக்கிறோம். மாறாக, மனித வாழ்க்கை நம் பார்வையில் மிகவும் புனிதமானது, அதன் புனிதத்தை வார்த்தைகளால் விவரிக்க முடியாது. நிலத்தடி சோசலிஸ்ட் திவான் சமன் லால் எங்களை அதிகம் அழைத்தார். தாழ்த்தப்பட்ட ஆக்கிரமிப்பாளர்கள் மற்றும் நாட்டுக்கு அவமானம் என்றார். நாங்கள் எங்கள் வரலாற்றை தீவிரமாக ஆய்வு செய்துள்ளோம் என்று மனத்தாழ்மையுடன் கூறுகிறோம். நமது நாட்டின் நிலைமைகள் மற்றும் மனித எதிர்பார்ப்புகளை பாசாங்கு தனமாக நாம் வெறுக்கிறோம். அந்த நிறுவனத்திற்கு எங்களின் எதிர்ப்பை நடைமுறையில் வெளிப்படுத்துவதே எங்கள் நோக்கம். இது அதன் பயனற்ற தன்மையை அப்பட்டமாக காட்டவில்லை. அது ஆரம்பம் தான். ஆனால், அது தீங்கு விளைவிக்கும் அதன் நிலையான சக்தியாகும். மேலும் நாம் இதைப் பற்றி யோசித்தோம், இந்த முடிவுக்கு நாங்கள் உந்தப்பட்டுள்ளோம். இந்த நிறுவனம்

(அசெம்பிளி) இருப்பதன் நோக்கம் இந்தியாவின் அவமானத்தையும் உதவியற்ற தன்மையையும் உலகிற்கு எடுத்துக்காட்ட வேண்டும் என்பது தான். ஒரு அடக்குமுறை சக்தியின் அடையாளமாக அது தன்னைத்தானே குறைத்துக் கொண்டது. அது பொறுப்பற்ற மற்றும் எதேச்சதிகார நிர்வாகமாகவும் மாறியது.

மக்கள் பிரதிநிதிகளின் கோரிக்கைகள் நேரமானது மீண்டும் கழிவு காகித கூடைக்குள் வீசப்படுகிறது. புனிதமான தீர்மானங்கள் வீட்டால் ஏற்றுக்கொள்ளப்பட்டவை. ஆனாலும் வெறுக்கத்தக்க வகையில் மிதிக்கப்படுகின்றன என்பது தொடர்பான தீர்மானங்கள் அடக்குமுறை மற்றும் எதேச்சதிகார சட்டங்களை ரத்து செய்வது மிகவும் அவமானகரமானது என்று கூறி புறக்கணிக்கப்பட்டது, மற்றும் அரசாங்க சட்டங்கள் மற்றும் தீர்மானங்கள் மக்கள் பிரதிநிதிகளால் நிராகரிக்கப்பட்டவை யாவும் அரசாங்கத்தால் ஏற்றுக்கொள்ளப்படுகின்றன. இவை மிகவும் விசித்திரமான முறையில் தான் உள்ளன.

இதன் விளைவாக, மறைந்த ஶ்ரீவின் வார்த்தைகளில் இருந்து உத்வேகம் பெற்றோம். மேலும், சி.ஆர்.தாஸ், ஆளுநரின் நிர்வாகக் குழுவின் முன்னாள் சட்ட உறுப்பினர் ஜெனரல், அவர் தனது மகனுக்கு ஒரு கடிதத்தில் எழுதினார், இதன் பொருள் இங்கிலாந்தை அதன் கனவில் இருந்து எழுப்ப வெடிகுண்டு இன்றியமையாதது. அதன் மீது எதிர்ப்பை தெரிவிக்கும் வகையில் பேரவையின் மாடியில் வெடிகுண்டு வீசினர் இதயத்தை உருக்கும் கதை. எங்கள் குரலை ஒலிக்கச் செய்வதே எங்கள் ஒரே நோக்கம் காது கேளாதவர் மற்றும் அதை புறக்கணிப்பவர்களுக்கு நேரத்தின் எச்சரிக்கையை தெரிவிக்கவும் என்றனர். மற்றவர்களும் நம் வழியில் சிந்திக்கிறார்கள், இந்தியராக இருந்தாலும் மேற்பரப்பில் உள்ள சமூகம் ஒரு பயங்கரமான புயலின் உள்ளே ஒரு அமைதியான கடல் போல் தெரிகிறது. நாங்கள் எச்சரிக்கை மணியை அடித்துள்ளோம் வரவிருப்பதைப் பொருட்படுத்தாமல் வேகமாகச் செல்பவர்கள் தீவிர சூழ்நிலைகள் மூலம் அந்த கற்பனையான அகிம்சை முடிவுக்கு வந்ததாக அறிவித்துள்ளோம். எந்த சந்தேகமும் மனதில் எஞ்சியிருக்கும் பொருத்தமின்மை பற்றி புதிய தலைமுறை. ஆர்வத்தில் எச்சரிக்க இந்த பாதையை நாங்கள் பின்பற்றினோம் மனித குலத்திற்கு ஏற்படும் பயங்கரமான ஆபத்துகளுக்கு எதிராகவும் நேர்மையான நல்லெண்ணம் கோடிக்கணக்கான நம் நாட்டு மக்களைப் போலவே நாமும் தெளிவாக முன்னறிவித்துள்ளோம் என்றும்,

கற்பனையற்ற வார்த்தைகள் “முன்பு பயன்படுத்தியுள்ளோம் என்பதும் தெளிவாகிறது அவற்றை விளக்க விரும்புகிறோம். எங்களைப் பொறுத்தவரை, சக்தியைப் பயன்படுத்துவது ஆக்கிரமிப்பு முறையாகப் பயன்படுத்தப்படும் சூழ்நிலையில் அநீதியாகும். எனவே, எங்கள்

பார்வையில் வன்முறை தான் சக்தியை உணர பயன்படுத்தப்படும் போது ஒரு ஒரு குறிப்பிட்ட குறிக்கோள் ஆகிறது. தார்மீகக் கண்ணோட்டத்தில் மட்டுமே இருக்கும். துறவு சக்தி முற்றிலும் ஒரு கற்பனை மாயை. இந்த நாட்டில் உள்ளது. அது நாங்கள் ஏற்கனவே முன்கூட்டியே அறிவித்துவிட்ட ஒரு இயக்கத்தில் எழுந்தது. இந்த இயக்கம் குரு கோவிந்தின் செயல்பாடுகளிலிருந்து உத்வேகம் பெறுகிறது. அதில் சிங் மற்றும் சிவாஜி, கமால் பாஷா மற்றும் ரிசா கான், வாஷிங்டன் மற்றும் கரிபால்டி, லா ஃபெயெட் மற்றும் லெனின் அடங்குவர்.

பகத் சிங் இந்தியா இந்த இயக்கத்தின் கண்களை மூடிக்கொண்டது, அதன் குரல் இல்லை அவர்களின் காதுகளை எட்டியது. எனவே, நாங்கள் எச்சரிப்பது எங்கள் கடமை என்று கருதுகிறோம்.

அத்தகைய இடங்களில் நம் குரல் கேட்கப்படாமல் இருக்கும். அதைப் பற்றி இதுவரை விவாதித்தோம். ஆனால் அது பரிசீலனையில் தான் உள்ளது. இப்போது நாம் ஒன்றைக் கூற விரும்புகிறோம்.

எங்கள் நோக்கங்களின் நியாயத்தன்மை மற்றும் கண்ணியம் பற்றி தான் கூறுகிறோம். அந்த மக்கள் மீது எங்களுக்கு தனிப்பட்ட பொறாமையோ, பகையோ இல்லைசம்பவத்தின் போது லேசான காயம் ஏற்பட்டது. இது மட்டுமல்ல, நாங்கள் சட்டசபையில் இருக்கும் எந்த ஒரு நபர் மீதும் பொறாமை கொள்ள வேண்டாம் என்கிறோம். மனித வாழ்வை மிகவும் புனிதமானதாகக் கருதுகிறோம் என்று சொல்லும் அளவிற்கு வாழ்கிறோம். நாம் அதை வார்த்தைகளில் விவரிக்க முடியாது, யாரையும் காயப்படுத்துவதற்கு பதிலாக மனித குலத்தின் சேவையில் நம் உயிரைக் கொடுக்கத் தயாராக நாங்கள் இருக்கிறோம் கொலைகளை அனுபவிக்கும் ஏகாதிபத்திய இராணுவத்தின் கூலிப்படை வீரர்களைப் போல அல்ல. மாறாக மக்களின் உயிரைக் காக்க முயற்சிப்போம். இதையெல்லாம், நாங்கள் வேண்டுமென்றே சட்டசபையில் குண்டுகளை வீசினோம் என்பதை ஒப்புக்கொள்கிறோம். இந்த உண்மை தனக்குத்தானே பேசுகிறது மற்றும் எங்கள் நோக்கங்களை நாங்கள் கோருகிறோம் எங்கள் செயல்களின் முடிவுகளின் வெளிச்சத்தில் மதிப்பிடப்பட வேண்டும். ஆனால் கற்பனை சூழ்நிலைகள் மற்றும் முந்தைய சிந்தனையின் அடிப்படை. அப்படி இருந்தும் அரசு நிபுணர் சமர்ப்பித்த ஆதாரங்கள் உண்மை தான். சட்டசபையில் நாங்கள் வீசிய குண்டுகள் சிறிய சேதத்தை ஏற்படுத்தியது டஜன் நபர்களுக்கு குறைவானவர்கள் சிறிய அளவில் பாதிக்கப்பட்டனர். அரசாங்க விஞ்ஞானிகள் இதை ஒரு அதிசயம் என்று அழைத்தனர், ஆனால் எங்களைப் பொறுத்தவரை இது ஒரு நல்ல அறிவியல் செயல்முறை மட்டுமே. முதல் விஷயம் இந்த இரண்டு குண்டுகளும் இடையே காலி இடத்தில் வெடித்தது. அதாவது பெஞ்சுகள் மற்றும் மேசைகளில் மட்டுமே.

மோசமான விஷயம் என்னவென்றால் கூடவே இருந்த நபர்கள் ஸ்ரீ ராவ், ஸ்ரீ ஷங்கர் ராவ் மற்றும் ஸ்ரீ ஜார்ஜ் ஷஸ்டர் போன்றவர்கள ஆவர். வெடித்த இடத்திலிருந்து இரண்டு அடி தூரம் வரை ஒன்றும் பாதிக்கப்படவில்லை ஏதேனும் காயம் அல்லது சிறிய கீறல்கள் ஏற்பட்டுள்ளன. மேலும், அவர்கள் தடைகளையும் பல அமர்ந்திருந்த நபர்களையும் உடைத்திருப்பார்கள் வெடிப்பு நடந்த இடத்தில் இருந்து கெஜம் தொலைவில் பலத்த காயம் ஏற்பட்டிருக்கும் வெடிகுண்டுகளில் மிகவும் பயனுள்ள மற்றும் வெடிக்கும் உள்ளீடுகள் இருந்திருந்தால் அப்போது பெரும்பான்மையான சட்டமன்ற உறுப்பினர்கள் தோற்றிருப்பார்கள் கருவூலத்தின் மீது குண்டுகளை வீசியதையும் நாம் சொல்லலாம். பல முக்கிய நபர்கள் வரிசையில் இருந்த சபாநாயகர் அறையில் அமர்ந்திருந்த சர் ஜான் சைமனை காயப்படுத்தியது. அந்த நேரத்தில் கேலரி, யாருடைய துரதிர்ஷ்டவசமான கமிஷன் என்று அனைவராலும் வெறுக்கப்படுகிறது நாட்டில் சரியான சிந்தனை உள்ளவர்கள் தான். ஆனால் இவை அனைத்தும் எங்கள் நோக்கமாக இருக்கவில்லை. அனைத்து மக்களின் வாழ்க்கையும் பாதுகாப்பாக இருக்க வேண்டும் என்பதே இதன் நோக்கம்.

அதன் விளைவாக தண்டனையை அனுபவிப்பதற்காக நடவடிக்கை எடுத்தோம். நாங்கள் தானாக முன்வந்து சரணடைந்தோம் மற்றும் நசுக்க முடியும் என்பதை ஏகாதிபத்திய சுரண்டல்காரர்களுக்கு எடுத்துக்காட்டினார். ஆனால் அவர்களால் கருத்துக்களைக் கொல்ல முடியாது. முக்கியமில்லாத இரண்டை நசுக்குவதன் மூலம் தனிநபர்கள், ஒரு தேசத்தை நசுக்க முடியாது. இதை வலியுறுத்த விரும்புகிறோம். லெட்டர்ஸ் டி கேஷெட் மற்றும் வெல்ஸ்டைல்ஸ் சம்பவங்கள் என்று வரலாற்று முடிவுகள் கூறுகிறது. அதாவது புரட்சிகர இயக்கத்தை நசுக்க முடியவில்லை தொங்கும் சைபீரியா முழுவதும் பரவியது, அதை அடக்க முடியவில்லை நவீன புரட்சியின் தீப்பிழம்புகள். அதுபோல் இவையும் சாத்தியமற்றது சட்டங்களும், பாதுகாப்பு மசோதாவும் இந்தியாவின் சுதந்திரச் சுடரை அணைக்கும். சதிகளைக் கண்டுபிடித்து புரட்சியின் இயக்கத்தை நிறுத்த முடியாது. அவர்களைக் கடுமையாகக் கண்டித்து, இளைஞர்கள் அனைவரையும் அனுப்பி, தூக்கு மேடைக்கு, உயர்ந்த இலட்சியங்களை பற்றி கனவு காண்கிறது. நம்முடைய இந்த எச்சரிக்கை இல்லை என்றால் புறக்கணிக்கப்பட்டால், அது உயிர் இழப்பு மற்றும் பரவலான இழப்பை நிறுத்த உதவியாக இருக்கும் சித்திரவதை. வெளியிடும் சுமையை நாமே எங்கள் தோள்களில் ஏற்றுள்ளோம். இந்த எச்சரிக்கையோடு எங்கள் கடமையை செய்தோம்.

கொலைச் சண்டை என்பது புரட்சியின் தவிர்க்க முடியாத நிலை அல்ல; மற்றும் புரட்சியும் தனிப்பட்ட பழிவாங்கலை மகிழ்விப்பதில்லை.

புரட்சி என்று நாம் கூறுவது. அநீதியின் அடிப்படையிலான தற்போதைய பொருளாதார அமைப்பு மாற வேண்டும். தயாரிப்பாளர்கள் மற்றும் தொழிலாளர்கள் சமூகத்தின் அத்தியாவசிய கூறுகள், ஆனால் சுரண்டுபவர்கள் உழைப்பின் பலன்களையும் அடிப்படை உரிமைகளையும் பறிக்கிறார்கள். அது ஒருபுறம், விவசாயிகளின் குடும்பங்கள், முழுக்க முழுக்க துணி சப்ளை செய்கின்றனர். அவர்களின் உடலையும் அவர்களின் குழந்தைகளின் உடலையும் மறைக்க கடினமாக உள்ளது; கொத்தனார்கள், தச்சர்கள் மற்றும் கொல்லர்கள், அவர்கள் அரண்மனை கட்டிடங்களை கட்டுகிறார்கள் மற்றவர்களுக்கு சூட்டுகிறார்கள். அதனால் அவர்கள் சேரிகளில் வாழ்ந்து தெரியாமல் இறந்துவிடுவார்கள். மறுபுறம், முதலாளிகள்,சுரண்டுபவர்கள் மற்றும் பிற ஒட்டுண்ணிகள் கோடிக்கணக்கான ரூபாய்களை செலவிடுகின்றனர். அவர்களின் வெறி மற்றும் விருப்பங்களை பூர்த்தி செய்ய அராஜகம் செய்கிறார்கள். இந்த நிலை என்றென்றும் நீடிக்க முடியாது, நிகழ்காலம் என்பது தெளிவாகிறது. எரிமலைகள் தலையில் அமர்ந்திருந்தாலும், தன்னைக் கண்டுபிடித்து வருகிறது என்பது தான் உண்மை பகத்சிங் வசதியானவர், சுரண்டுபவர்களின் அப்பாவி குழந்தைகளை நாங்கள் விரும்புகிறோம். ஆபத்தான பிளவின் விளிம்பில் நிற்கிறது. நாகரீகத்தின் அமைப்பு என்றால் சரியான நேரத்தில் சேமிக்கப்படவில்லை, அது அழிக்கப்படுகிறது. எனவே, ஒரு புரட்சியாளர் மாற்றத்தின் அவசியத்தை உணர்ந்தவர் ஆவார். சமூகத்தை சோசலிச அடிப்படையில் மறுசீரமைக்க வேண்டிய கடமை அவரிடம் உள்ளது. இது வரை நிறைவேற்றப்படவில்லை, ஒரு நாடு மற்றொரு நாடு சுரண்டுவதைத் தொடரும் என்பதை ஏகாதிபத்தியம் என்று கூறலாம்; மற்றும் அதுவரை அனைத்து விவாதங்களும் சுத்த பாசாங்குத்தனம் எனலாம். இது மனிதகுலத்திற்கான உலகளாவிய அமைதியின் காலம் என்று கூறுகிறது. அது ஏகாதிபத்தியத்திலிருந்து உருவாகும் துன்பங்கள் மற்றும் அவமானங்களிலிருந்து வெளிப்படுகிறது.

நமது புரட்சியின் பொருள் ஒரு சமூக ஒழுங்கை நிறுவுவது ஆகும். இந்த வகையான மரண ஆபத்துக்களை எதிர்கொள்ள வேண்டியதில்லை. இல்லாதவர்களின் இறையாண்மை அங்கீகரிக்கப்படுகிறது. இதன் விளைவு இருக்கும் உலக ஒன்றியம் மனித இனத்தை அடிமைத்தனத்திலிருந்து காப்பாற்ற முடியும் முதலாளித்துவம் மற்றும் போரினால் ஏற்படும் சிரமங்கள் மற்றும் அழிவுகளை தடுப்பது தான் எங்கள் இலட்சியமாகும். மேலும் இந்த இலட்சியத்தால் ஈர்க்கப்பட்டு நாங்கள் போதுமானதை வழங்கியுள்ளோம். பயனுள்ள மற்றும் சரியான நேரத்தில் எச்சரிக்கை தருகிறோம். இது புறக்கணிக்கப்பட்டால் தற்போதுநிர்வாக ஒழுங்கு இயற்கை அதிகாரங்களின் பாதையைத் தொடர்ந்து தடுக்கிறது, பின்னர் கடுமையான சண்டை எழுவது

உறுதியானது, அதை வேரோடு பிடுங்கி எறியப்படும் இல்லாதவர்களின் அதிகாரத்தை நிறுவுங்கள். அதுவே எங்கள் கொள்கையாகும். புரட்சியின் நோக்கங்களை உணர்ந்து கொள்வதற்காக புரட்சி என்பது மனித இனத்தின் பிறப்புரிமை. சுதந்திரம் என்பது எல்லா மனிதர்களின் பிறப்புரிமை எந்த சூழ்நிலையிலும் எடுத்துச் செல்ல முடியாது. தொழிலாளி வர்க்கம் என்பது சமூகத்தின் உண்மையான அடித்தளம். தொழிலாளர்களின் இறுதி நோக்கம் ஸ்தாபனமாகும் ஜனநாயகம் (மக்கள் சக்தி). இந்த இலட்சியத்திற்காகவும் இந்த நம்பிக்கைக்காகவும் இந்த நீதி மன்றம் வழங்கும் அனைத்து துன்பங்களையும் நாங்கள் வரவேற்போம். இந்த பலிபீடத்தின் மீது தூபக் குச்சியைப் போல எங்கள் இளமையை எரிக்க நாங்கள் தயாராக இருக்கிறோம். இந்த பெரிய நோக்கத்திற்காக எந்த தியாகமும் பெரியதல்ல. பொறுமையாக காத்திருப்போம் புரட்சியின் விண்கல் எழுச்சிக்காக... “இன்குலாப் ஜிந்தாபாத்.”

செசியஸ் நீதிபதியின் கருத்துப்படி, மிடில்டனின் சில பகுதிகள் இந்த அறிக்கை ஆட்சேபனைக்குரியது. எனவே அடுத்த நாள் அவர் பாதுகாப்பு கருதி அழைத்தார். அதாவது வழக்கறிஞர் ஆசிப் அலி மற்றும் அரசு வழக்கறிஞர் ஆகியோரிடம் தனது விருப்பத்தை தெரிவித்தார் ஆசிப் அலியும் அவரும் ஒத்துக்கொண்டனர். பகத்சிங்குடன் உடன்படும்படி வற்புறுத்தினார். எனவே அறிக்கையின் நகல், மாற்றத்திற்குப் பிறகு, நீதிமன்ற பதிவேட்டில் வைக்கப்பட்டது. விரைவில் கமிஷனர் இந்த விரிவுரையை எந்த நாளிதழும் வெளியிடக்கூடாது என்று டெல்லியின் உத்தரவு பிறப்பிக்கப்பட்டது பகத் சிங்கின், ஆனால் The Pioneer ஏற்கனவே அதன் அசல் பதிப்பில் வெளியிடப்பட்டது உத்தரவுகளை வெளியிடுவதற்கு முன் படிவம். பின்னர் மாற்றியமைக்கப்பட்ட நகலில் விரிவுரை செய்தித்தாள்களுக்கு அனுப்பப்பட்டது, அதை அவர்கள் வெளியிட்டனர். இல்லை இதை மட்டும், வெளிநாட்டு செய்தித்தாள்களும் ஒரு முக்கிய இடத்தில் வெளியிட்டன. இது புரட்சியாளர்களின் கருத்துக்களை உலகம் முழுவதும் கொண்டு வந்தது. பகத் சிங்கும் உண்மையில் தனது கருத்துக்களை உலகம் அறிய வேண்டும் என்று விரும்பினார். இந்த அறிக்கையை பகத்சிங்கே நீதிமன்றத்தில் வாசித்தார். ஸ்ரீ ஆசி.்.ப் பதுகேஷ்வர் சார்பாக வழக்கறிஞர் அலி அதை வாசித்தார் தத். இந்த அறிக்கை நாட்டின் கவனத்தை பகத் சிங்கின் பக்கம் ஈர்த்தது.

மிக உயர்ந்த விஷயம் என்னவென்றால், இந்த இரண்டு துணிச்சலான நபர்களும் எதுவும் செய்யவில்லை. இறுதியாக இந்த வழக்கின் விசாரணை கடந்த 10ம் தேதி முடிவடைந்தது ஜூன், 1929 மற்றும் ஜூன் 12 அன்று செஷன்ஸ் நீதிபதி அவருக்கு 41-வது வயதை அறிவித்தார். பக்க தீர்ப்பு, இதில் பகத் சிங் மற்றும் படுகேஷ்வர் தத் இருவருக்கும்

இந்திய தண்டனை சட்டம் 307 பிரிவின் கீழ் ஆயுள் தண்டனை விதிக்கப்பட்டது குறியீடு, மற்றும் வெடிக்கும் பொருள்கள் சட்டத்தின் பிரிவு 3 இன் கீழ். மியான்வாலிக்கு அனுப்பப்பட்டார். படுகேஷ்வர் தத் சிறை லாகூர் மத்திய சிறைக்கு தத் உயர்நீதிமன்றத்தில் மேல்முறையீடு செய்தனர்.

இந்த இரண்டு துணிச்சலான நபர்களும் எதிர்த்தார்கள் என்பது தெளிவாகிறது அவர்களின் கருத்துக்களை மேலும் மேலும் மக்களுக்கு தெரியப்படுத்த வேண்டும். எனவே, இந்த தீர்ப்பை எதிர்த்து அவர்கள் லாகூர் உயர்நீதிமன்றத்தில் மேல்முறையீடு செய்தனர் செஷன்ஸ் நீதிபதி. நீதிபதி ஃபோர்டு மற்றும் நீதிபதி அடிசன் இதைக் கேட்டனர் இங்கே பகத்சிங் தனது இரண்டாவது முக்கியமான அறிக்கையை வெளியிட்டார்.

“ஐயா! எங்களுக்கு ஆங்கிலத்தில் உரையாடும் வக்கீல்களோ அல்லது நிபுணர்களோ இல்லை எங்களிடம் எந்த குறையும் இல்லை. எனவே, தயவுசெய்து எதிர்பார்க்க வேண்டாம் எங்களிடமிருந்து பெரிய விரிவுரைகளை எதிர்பார்க்காதீர்கள். அதற்கான முயற்சி மேற்கொள்ளப்பட வேண்டும் என்று கேட்டுக்கொள்கிறோம். எங்கள் அறிக்கையின் உண்மையான நோக்கத்தைப் புரிந்துகொள்வது, தொடர்புடைய தவறுகளைப் புறக்கணிப்பது மொழிக்கு. மற்ற எல்லா பிரச்சினைகளையும் எனது வழக்கறிஞரிடம் விட்டுவிட்டு நான் எனது கருத்தை வெளிப்படுத்தியுள்ளேன் என்றும் கூறினார். ஒரு பிரச்சினையில் மட்டுமே பார்வை உள்ளது. இந்த விஷயத்தில் இந்த பிரச்சினை மிகவும் முக்கியமானது. அங்கு நமது நோக்கங்கள் என்ன, நாம் எந்த அளவிற்கு இருக்கிறோம் என்பது மிக முக்கியமானது.

“பிரச்சினை மிகவும் சிக்கலானது எங்களை சிந்திக்க வைத்து பாதித்த அந்த சம்பவங்களை உங்கள் திருவருளுக்கு முன் சமர்ப்பிக்கிறோம் என்றார். பகத்சிங் ஒரு குறிப்பிட்ட வழியில் செயல்படுகிறார். இதை எங்கள் நோக்கங்களை மனதில் வைத்துக்கொள்ள விரும்புகிறோம் மற்றும் எங்கள் குற்றங்கள் மதிப்பிடப்படுகின்றன. புகழ்பெற்ற சட்ட ஒளியின் படி சாலமன் ஒரு நபரின் நோக்கங்கள் இருக்கும் வரை அவரைத் தண்டிக்கக் கூடாது அறியப்பட்ட, மற்றும் அந்த நோக்கங்கள் ஒரு சட்டவிரோத நடத்தை நிரூபிக்கப்படும் வரை “செஷன்ஸ் நீதிபதியின் நீதிமன்றத்தில் நாங்கள் கூறிய அறிக்கை என்று அவரது நோக்கங்களை விளக்கினார்,

ஆனால் மாண்புமிகு செஷன்ஸ் நீதிபதி எங்கள் முயற்சிகள் அனைத்தையும் பயனற்றதாக்கிவிட்டார் பொதுவாக நடத்தையில் நிலவும் விஷயங்களை இந்த அவதானிப்பை மேற்கொள்வது குற்றம் சாட்டப்பட்டவர்கள் சட்டத்தின் செயல்பாட்டை பாதிக்காது நடக்க வேண்டும்

என்று கூறினர். ஐயா! எங்கள் வழக்கின் சூழ்நிலையில் அது சரியானது தான். எங்கள் குற்றத்தை முடிவுகளின் வெளிச்சத்தில் மதிப்பிடுவதற்கு நீதிபதி புரிந்து கொண்டார். எங்கள் அறிக்கையின் உதவியுடன் உளவியல் முன்முயற்சியை முடிவு செய்யுங்கள் என்று கூறினார். ஆனாலும் இரண்டில் ஒன்றையும் அவர் செய்யவில்லை.

”முதல் புள்ளி என்னவென்றால், யாரும் உடல் ரீதியாகவோ அல்லது மன ரீதியாகவோ பாதிக்கப்பட்டது இல்லை. சட்டசபையில் நாங்கள் வீசிய குண்டுகளால் காயமடைந்தார்கள். இவ்வாறு நமது நோக்கங்கள் மற்றும் விருது வழங்கும் போது நோக்கங்கள் கணக்கில் எடுத்துக்கொள்ளப்பட்டிருக்க வேண்டும். குற்றம் சாட்டப்பட்டவரின் உளவியல் தெரியாமல், அவரது நோக்கங்கள் மற்றும் உண்மையான நோக்கங்களை அறிய முடியாது. அவை புறக்கணிக்கப்படுகிறது, பின்னர் எந்த ஒரு தனிநபருக்கும் நீதி கிடைக்காது என்றாகிறது. உயர் தளபதிகள் மற்றும் தளபதிகள் பார்வையில் அது வைக்கப்படவில்லை சாதாரண குற்றவாளிகள் மற்றும் கொலையாளிகள் போல சாதாரணமானவை பெரும்பாலான சேகரிப்பாளர்கள் போலிகள் போல் தோன்றும், மற்றும் நீதிபதிகள் கூட கொலைக்காக விசாரிக்கப்படுவார்கள். இந்த வழியில் சமூக ஒழுங்கு மற்றும் கலாச்சாரம் இரத்தக்களரி, திருட்டு மற்றும் போலியாக குறைக்கப்படும்.

”இலக்குகள் புறக்கணிக்கப்பட்டால், நிர்வாகத்திற்கு என்ன உரிமை இருக்கிறது தனிமனிதர்களிடம் நீதி கேட்க வேண்டும். குறிக்கோள்கள் புறக்கணிக்கப்பட்டால் மதப் பிரசங்கம் பொய்யைப் பிரசங்கிப்பது போல் தோன்றும் மேலும் ஒவ்வொரு தீர்க்கதரிசியும் கோடிக்கணக்கான அப்பாவிகளை தவறாக வழிநடத்தியதற்காக விசாரிக்கப்படுவார்கள் குறிக்கோள்கள் புறக்கணிக்கப்பட்டால், கர்த்தராகிய இயேசு கிறிஸ்து உருவாக்குவது போன்று அமைதியைக் குலைப்பது மற்றும் பரவுவது போன்ற தோற்றம் ஏற்படும் மற்றும் சட்டத்தின் வார்த்தைகளில் அவர் ஆபத்தானவராக கருதப்படுவார். அதாவது அவரது வெளிப்புற நடத்தையில் ஆனால் அவர் காலத்தில் இருந்து இன்று வரை 20 நூற்றாண்டுகள் ஆகின்றன. அதன்பிறகு நாம் எந்த முன்னேற்றமும் அடையவில்லையா? நாம் மீண்டும் சொல்கிறோம் அதே தவறுகளை? இது அப்படியானால், மனிதநேயத்தின் தியாகங்கள் மற்றும் அந்த பெரிய தியாகிகளின் முயற்சிகள் வீணாகிவிட்டன, நாங்கள் அதே நிலையில் இருக்கிறோம்.

இருபது நூற்றாண்டுகளுக்கு முன்பு நாம் இருந்த இடத்தை போன்று தான். சட்டத்தின் புள்ளியில் இன்றும் உள்ளோம். ஜெனரல் டயர் விஷயத்தை எடுத்துக் கொள்ளுங்கள். துப்பாக்கியால் சுட்டு கொன்றான் நூற்றுக்கணக்கான அப்பாவி மற்றும் நிராயுதபாணி மக்கள் அழிந்தனர்.

ஆனால் இராணுவ நீதிமன்றம், அதற்கு பதிலாக அவரை சுட்டுக் கொல்ல உத்தரவிடாமல் அவருக்கு பல லட்சம் ரூபாய் பரிசு வழங்கியது. தயவுசெய்து இன்னும் ஒரு உதாரணத்தைக் கவனியுங்கள். ஸ்ரீ கடக் பகதூர் சிங் மற்றும் இளம் கோர்க்கா, ஒரு பணக்கார மார்வாடியைக் கொன்றார் கல்கத்தாவில் ஈட்டியுடன் என்றால் அந்த நோக்கம் ஒதுக்கி வைக்கப்படுகிறது, பிறகு கடக் பகதூர் சிங்கும் இருக்க வேண்டும். அதற்கு மரண தண்டனை விதிக்கப்பட்டது, ஆனால் அவருக்கு சில ஆண்டுகள் வழங்கப்பட்டது சிறைவாசம் மற்றும் அவரது பதவிக்காலம் முடிவதற்கு முன்பே விடுவிக்கப்பட்டார். அவருக்கு மரண தண்டனை வழங்கப்படாமல் இருக்க சட்டத்தில் விரிசல் உண்டா? அல்லது அவர் மீதான கொலை வழக்கு நிரூபிக்கப்படவில்லையா? அவர் தனது குற்றத்தை ஒப்புக்கொண்டார் எங்களைப் போலவே அவரது உயிர் காப்பாற்றப்பட்டது; அவர் இப்போது சுதந்திரமாக இருக்கிறார். தூக்கு தண்டனை வழங்கப்பட்டது? அவரது நடவடிக்கை நிலையானது, அளவிடப்பட்டது. அவர் சிக்கலான முறையில் ஏற்பாடுகளைச் செய்திருந்தார். என்ற புள்ளியில் இருந்து புறநிலையின் பார்வையில், அவரது நடவடிக்கை மிகவும் ஆபத்தானது மற்றும் உறுதியானது. அவர் அவரது நோக்கம் நன்றாக இருந்ததால் குறைவான தண்டனை கிடைத்தது. பல அழகான பெண்களின் இரத்தத்தை உறிஞ்சிய ஒரு கசிவு சமூகம். ஸ்ரீ கடக் பகதூர் சிங்கிற்கு சில ஆண்டுகள் சிறைத்தண்டனை விதிக்கப்பட்டது சட்டத்தின் மாண்பை காப்பாற்ற தான் அது நடந்தது. இது முரண்பாட்டை மட்டுமே பிரதிபலிக்கிறது இதுதான்: ”சட்டம் மனிதனுக்கு, மனிதன் சட்டத்திற்காக அல்ல.” இந்த சூழ்நிலைகள், நம்மை தடை செய்யும் காரணங்கள் என்ன கடாக்கிற்கு கிடைத்த சலுகைகள் பாதூர் சிங்கிற்கு என்ன? அவருக்கு இலகுவான தண்டனையை வழங்கும்போது, அவரது நோக்கம் பாதுகாக்கப்பட்டது இல்லையெனில், ஒரு நபர், மற்றொரு நபரைக் கொலை செய்ய முடியாது. மேலும், தூக்கு தண்டனையிலிருந்தும் தப்பிக்க முடியாது. எனவே நாம் ஏன் சாதாரணமாக இல்லை சட்ட உரிமையா? எங்கள் நடவடிக்கைக்கு எதிராக இயக்கப்பட்டதால் தான் அரசாங்கமா? அல்லது நமது செயலுக்கு அரசியல் முக்கியத்துவம் உள்ளதா?

”என் நீதி தலைவரே! அதைக் கூற சூழ்நிலையோடு என்னை அனுமதிக்கவும் தங்குமிடம் தேடும் அரசாங்கத்திற்கு இருப்பதற்கான உரிமை இல்லை ஒரு அரசாங்கத்தின் இயற்கை உரிமையைப் பறிக்கும் அது ஒரு தற்காலிக முறையில் நடந்தது தான். பகத் சிங் ஆயிரக்கணக்கான அப்பாவிகளின் இரத்தத்தை தலையில் சுமந்துள்ளார். என்றால் சட்டம் நோக்கங்களைக் காணவில்லை, பின்னர் அது நீதியை வழங்க முடியாது. அது நிலையான அமைதியை நிலைநாட்ட உதவுகிறது

”மாவில் விஷம் கலப்பது குற்றம் அல்ல, எலிகள் கொல்லப்பட வேண்டும். ஆனால் அது ஒரு மனிதனைக் கொன்றால் அது கொலைக் குற்றமாகிவிடும். எனவே, பெரிய, உன்னதமான மற்றும் அறிவார்ந்த நபர்கள் சட்டங்களுக்கு எதிராக கிளர்ச்சி செய்துள்ளனர் பகுத்தறிவின் சோதனையைத் தாங்காதவைகள் யாவும் நீதிக்கு எதிரானவை.

”எங்கள் வழக்கின் உண்மைகள் மிகவும் எளிமையானவை. ஏப்ரல் 8, 1929 அன்று, நாங்கள் மத்திய சட்டசபையில் இரண்டு குண்டுகளை வீசினோம். அவர்களின் குண்டுவெடிப்புகள் சிறிய அளவில் ஏற்பட்டன சில நபர்களுக்கு கீறல்கள். அறையில் சலசலப்பு ஏற்பட்டது; ஆயிரக்கணக்கான பார்வையாளர்கள் மற்றும் உறுப்பினர்கள் வெளியே வந்தனர். சிறிது நேர அமைதிக்குப் பிறகு அங்கே விழுந்தது. நானும் எனது அசோசியேட் பி.கே.தத்தும் பார்வையாளர்கள் அறையில் அமைதியாக அமர்ந்தோம். கேலரி மற்றும் நாங்கள் கைது செய்ய முன்வந்தோம். நாங்கள் கைது செய்யப்பட்டோம். ஒரு வழக்குப் பதிவு செய்யப்பட்டு, கொலைக் குற்றத்திற்காக நாங்கள் தண்டிக்கப் பட்டோம். நான்கு அல்லது ஐந்து பேர் மட்டுமே சிறிய காயங்களைப் பெற்றனர், மேலும் இந்த குற்றத்தைச் செய்தவர்களும் அவர்களே எந்த வித தலையீடும் இல்லாமல் கைது செய்ய முன்வந்தது. அமர்வுகளில் நாங்கள் ஓடிப்போக விரும்பினால் தப்பித்துவிடலாம். ஆனால் நாங்கள் ஓடவில்லை என்பதை நீதிபதி ஏற்றுக்கொண்டார் நாங்கள் எங்கள் குற்றத்தை ஒப்புக்கொண்டோம் மற்றும் எங்களுடைய விளக்கத்தை தெளிவுபடுத்த அறிக்கைகள் செய்தோம். தண்டனைக்கு நாங்கள் பயப்படவில்லை. ஆனால் நாங்கள் தவறாக புரிந்து கொள்ளப்பட்டதை விரும்பவில்லை. இதிலிருந்து சில பத்திகள் எங்கள் அறிக்கை (செஷன்ஸ் நீதிபதி முன்) நீக்கப்பட்டது. இது உண்மையான சூழ்நிலையின் பார்வையில் தீங்கு விளைவிக்கும்.

“மொத்தமாக எடுத்துக் கொண்டால், எங்களின் அறிக்கை அதை மிகத் தெளிவாக்குகிறது இந்த நேரத்தில் நமது நாடு ஒரு நெருக்கடியான காலகட்டத்தை கடந்து கொண்டிருக்கிறது. இது நாட்டிற்கு உரத்த குரலில் ஒரு எச்சரிக்கை தேவை, மற்றும் எங்கள் புள்ளியில் இருந்து அந்த எச்சரிக்கையை நாங்கள் ஒலித்துள்ளோம். நாம் இருக்கக் கூடும் தவறு செய்தால், நம் சிந்தனை முறை வேறுபட்டிருக்கலாம் கௌரவமான நீதிபதிகளைப் பற்றி நினைப்பது, ஆனால் நாம் என்று அர்த்தம் இல்லை தவறான விஷயங்களையும் வெளிப்படுத்த அனுமதி இல்லை எங்களுடன் தொடர்புடையவர்கள்.

”இன்குலாப் தொடர்பாக நாங்கள் அளித்த விளக்கம் ஜிந்தாபாத்“ மற்றும் “ சாம்ராஜ்யவத் முர்தாபாத்“ என்று எங்கள் அறிக்கையில் உள்ளது

இது எங்கள் நோக்கங்களில் ஒரு முக்கிய பகுதியாக இருந்தாலும் அவை நீக்கப்பட்டது மூலம் “இன்குவாலாப், ஜிந்தாபாத்“ என்று நாம் பொதுவாகக் கருதுவதைக் குறிக்கவில்லை ஒரு தவறான முறை. வெடிகுண்டுகள் மற்றும் கைத்துப்பாக்கிகள் இன்குலாப்பை கொண்டு வருவதில்லை ஆனாலும் இன்குலாபின் வாள் சிந்தனை சக்கரத்தில் கூர்மையடைகிறது என்கிறோம். நாம் வெளிப்படுத்த விரும்பிய விஷயம். எங்கள் இன்குலாபின் பொருள் இருக்கிறது முதலாளித்துவப் போர்களால் ஏற்படும் துயரங்களுக்கு முற்றுப்புள்ளி வைக்க வேண்டும். இது விரும்பத்தக்கது அல்ல ஒன்றைப் பற்றி முதலில் புரிந்து கொள்ளாமல் ஒரு தீர்ப்பை வழங்குவது அவற்றின் பின்னால் உள்ள முக்கிய குறிக்கோள்கள் மற்றும் அவற்றை அடைவதற்கான செயல்முறை. மேலும், தவறான விஷயங்களை எங்களுடன் தொடர்புபடுத்துவது அநீதியாகும்.

“இந்த எச்சரிக்கையை கூறுவது மிகவும் அவசியமானது. அமைதியின்மை என்பது நாளுக்கு நாள் அதிகரித்து வருகிறது. முறையான சிகிச்சை அளிக்கப்படாவிட்டால், நோய் வரும் ஆபத்தான வடிவத்தை எடுக்கலாம். எந்த மனித சக்தியாலும் அதை நிர்வகிக்க முடியாது புயலின் திசையை மாற்ற இந்த பயிற்சியை மேற்கொண்டுள்ளோம் நாங்கள் வரலாற்றின் தீவிர மாணவர்கள். சரியான நேரத்தில் சரியான நடவடிக்கைகளால் எடுக்கப்பட்டால் இரத்தக்களரி ஏற்பட்டிருக்காது. பிரான்சிலும் ரஷ்யாவிலும் புரட்சிகள் வந்திருக்காது. உலகின் சக்திவாய்ந்த அரசாங்கங்கள் இரத்தக்களரியில் மூழ்கியுள்ளன யோசனைகளின் அலைகளைத் தடுக்கும் செயல்முறையானது பதவியில் இருப்பவர்களால் முடியும் சூழ்நிலைகளின் விளைவுகளை மாற்றவும் முடியும். எச்சரிக்கையை வெளியிட விரும்பினோம் ஒரு சிலரைக் கொல்ல நினைத்திருந்தால் தோல்வியடைந்திருப்போம்

எங்கள் ”நீதி தலைவரே! எங்கள் உண்மையான நோக்கத்திற்கான எண்ணங்களோடு தான் செயல்பட்டோம். எங்களுக்கு முன் உள்ள நோக்கங்கள் எங்கள் அறிக்கையில் உள்ளன. ஒரு புள்ளியின் விளக்கம் தேவை. நாம் அறியாமல் இருந்திருந்தால் வெடிகுண்டுகளின் வலிமை (வெடிக்கும் திறன்), தெரியாமலா இருந்தோம். பண்டிட் போன்ற மரியாதைக்குரிய தேசிய தலைவர்கள் முன்னிலையில் வெடிகுண்டு வீசி மோதி லால் நேரு, ஸ்ரீ கேசர்கர், ஸ்ரீ ஜெயகர் மற்றும் ஸ்ரீ ஜின்னா? எப்படி தலைவர்களின் உயிருக்கு ஆபத்து ஏற்படுத்த முடியுமா? நாங்கள் பைத்தியம் இல்லை. நாங்கள் பைத்தியமாக இருந்தோமேயானால் நாங்கள் ஒரு சிறையில் அடைக்கப்பட்டிருக்கலாம் எங்களுக்கு ஒரு திட்டவட்டமான திட்டம் இருந்தது குண்டுகள் பற்றிய தகவல்கள் பற்றியும் தெரியும். அதனால்தான் இதைச் செய்யத் துணிந்தோம். ஆண்கள்

ஆக்கிரமித்திருக்கும் பெஞ்சுகளில் குண்டுகளை வீசுவது மிகவும் கடினமான வேலை. எங்கள் தண்டனையை குறைக்க அல்ல, ஆனால் எங்கள் நிலையை தெளிவுபடுத்துவதற்காக தான் நாங்கள் எங்களுக்கு எந்த முறையற்ற சிகிச்சையும் வழங்கப்படவில்லை என்று விரும்புகிறோம் பகத்சிங்கின் மீது தவறான கருத்து பரப்பப்படுகிறது. வாக்கியத்தின் கேள்வி எங்களுக்கு இரண்டாம் பட்சம்.” தான் என்றனர்.

பகத் சிங் இந்திய அன்னையின் உண்மையான மகன். அவர் தனது இதயத்தில் அனுபவித்த வலியின் காரணமாக ஒரு புரட்சியாளர் ஆகிறார். இந்தியாவின் அடிமைத்தனம் பற்றி அவரது அறிக்கையில் எதுவும் இல்லை அது தவறானது, ஆனால் ஆங்கிலேயர்களிடமிருந்து நீதியை எதிர்பார்க்கவில்லை மணலில் இருந்து எண்ணெய் எடுப்பது போல ஆனது. ஸ்ரீ ஆசிப் அலி இரண்டு நாட்கள் வழக்கை வாதிட்டார். அதற்குப் பதில் அளிக்க அரசு வழக்கறிஞர் அரை நாள் ஒதுக்கினார். இடையிடையே பகத்சிங்கும் வாதிட்டார். இறுதியாக ஜனவரி 13ஆம் தேதி, 1930 செஷன்ஸ் நீதிமன்றத்தின் தீர்ப்பை ஏற்று உயர்நீதிமன்றம், மேல்முறையீட்டை தள்ளுபடி செய்தது.

*****

6. லாகூர் சிறையில் உண்ணாவிரதப் போராட்டம்

படுகேஷ்வர் மீதான வழக்கில் தத் இன் சட்டசபை வெடிகுண்டு காண்ட் (நிகழ்வு) டெல்லியில் நடைபெற்றது சிறையில் ஐரோப்பிய வகுப்பில் வைத்து நல்ல சிகிச்சை பெற்றார், ஆனால் மற்ற சிறைகளில் உள்ள மற்ற கைதிகளின் வழக்கு வேறுபட்டது. தவிர, அங்கு சாண்டர்ஸ் கொலை வழக்கில் அவர்களை ஈடுபடுத்த அரசு முயற்சித்தது. இதற்கு ஒப்புதல் சாட்சிகளும் கிடைத்துள்ளனர். இந்த காரணத்திற்காக மியான்வாலி சிறைக்கு மாற்றப்பட்டார். இங்கு அவர் பல அரசியல் பிரமுகர்களை சந்தித்தார் இதில் பங்கேற்றதற்காக ஆயுள் தண்டனை அனுபவித்த கைதிகள் "கதர் அந்தோலன்" 1914-15, "இராணுவச் சட்ட போராட்டம்" மற்றும் "பாப்பர் அகாலி அந்தோலன்". இங்கே பகத்சிங் பார்த்தது கேட்டார். அவை அரசியல் கைதிகள் மீது நடத்தப்பட்ட கொடுமைகள் ஆகும். இறுதியாக உண்ணாவிரதப் போராட்டத்தின் முடிவு அனைத்து கைதிகளுக்கும் உரையாற்றினார் இங்கே, அவர் கூறினார்:

"நண்பர்களே! சிறைக்கு வெளியே இருந்திருந்தால் இறந்திருப்போம் சுதந்திரத்திற்கான போராட்டத்தை தொடர்கிறது. இந்த சிறையும் உருவாக்கப்பட்டுள்ளது. உடல்நலத்தை பலவீனப்படுத்தும் நோக்கில் பிரிட்டிஷ் அரசாங்கத்தால் தேசபக்தர்களின் உறுதிப்பாடு அமைகிறது. இங்கே ஒரு மனிதன் கருதப்படுவதில்லை எனவே, அவர் அப்படி நடத்தப்படுவதுமில்லை.

அப்போது அவர் உண்ணாவிரதப் போராட்டம் நடத்த பரிந்துரைத்தார். அனைத்து கைதிகளும் அதற்கு ஒப்புக்கொண்டனர். எனவே, 1929 ஜூன் 15 அன்று உண்ணாவிரதப் போராட்டத்தைத் தொடங்கினார்கள் ஜூன் 17, 1929 அன்று அவர் ஆய்வாளருக்கு பின்வரும் கடிதத்தை எழுதினார் ஜெனரல், சிறைகள், பஞ்சாப்:

இன்ஸ்பெக்டர் ஜெனரல், சிறை,

பஞ்சாப் சிறைகள், லாகூர்.

அன்புள்ள ஐயா,

நான் டெல்லியில் இருந்து மியான்வாலி சிறைக்கு மாற்றப்பட்டேன் கைது செய்யப்பட்ட மற்ற இளைஞர்களுடன் சேர்ந்து நானும் விசாரணைக்கு உட்படுத்தப்படுவேன் என்ற அனுமானம் சாண்டர்ஸ் கொலை வழக்கில், உண்மை இதற்கு மாறாக இருந்தாலும். அந்த வழக்கு ஜூன் 26, 1929 அன்று விசாரிக்கப்படும். நான் தவறிவிட்டேன் நான் இந்த இடத்திற்கு மாற்றப்பட்டதன் பின்னணி என்ன என்பதை புரிந்து கொள்ளுங்கள்.

காரணம் எதுவாக இருந்தாலும், குற்றம் சாட்டப்பட்ட ஒவ்வொருவருக்கும் நீதி கிடைக்க வேண்டும் ஆனால் இங்கு வசிக்கும் நான் எப்படி எனது வழக்கறிஞரை தொடர்பு கொள்ள முடியும் என் பெற்றோருடன் தொடர்பில் இருப்பது கூட எனக்கு மிகவும் கடினம் மற்ற உறவினர்கள்? இந்த இடம் மிகவும் தனிமைப்படுத்தப்பட்டது, பாதை மிகவும் கடினமானது அது லாகூரிலிருந்து வெகு தொலைவில் உள்ளது.

தயவுசெய்து என்னை உடனடியாக லாகூருக்கு அனுப்புமாறு கேட்டுக்கொள்கிறேன் என் வழக்கைத் தயார் செய்து போராடுவதற்கு எனக்கு முறையான வசதிகள் கிடைக்கும் என்று நான் நம்புகிறேன் நீங்கள் இதை விரைவில் பார்ப்பீர்கள்.

உங்களுடைய

பகத் சிங்

நாள்: 17.6.1929. ஆயுள் கைதி, மியான்வாலி சிறை.

பயன்பாடு விரும்பிய விளைவைக் கொண்டிருந்தது. அவர் லாகூர் சிறைக்கு அனுப்பப்பட்டார் சுமார் ஒரு வார காலத்திற்கு அனுப்பப்பட்டார். படுகேஷ்வர் தத்தும் இருந்தார். அவரும் உண்ணாவிரதப் போராட்டத்தில் கலந்து கொண்டார். சுக் தேவ், ஜதீந்திர நாத் தாஸ், அஜய் கோஷ், ஷிவ் வர்மா, கயா பிரசாத், ஜெய் தேவ் குமார், ராஜ் குரு மற்றும் கே.கே.சின்ஹா சாண்டர்ஸின் கொலைக்காக விசாரணை நடத்தப்பட்டது. அவர்கள் அனைவரும் போஸ்டல் சிறையில் இருந்தனர் லாகூர். பகத்சிங்கின் உண்ணாவிரதப் போராட்டச் செய்தியைக் கேள்வியுற்ற தத் 15, 1929 முதல் உண்ணாவிரதப் போராட்டத்தைத் தொடங்கினார். ஜதீந்திர நாத் மட்டுமே நான்கு நாட்களுக்குப் பிறகு இந்த வேலை நிறுத்தத்தில் அவர்களுடன் தாஸ் இணைந்தார். பகத்சிங் தொடங்கி வைத்தார் இந்த உண்ணாவிரதப் போராட்டத்தால் உடல் எடை வேகமாக குறைகிறது. அவர் 15 ஆம் தேதி 133 பவுண்டுகள் இருந்தார் ஜூன் 1929 இல் அவர் உண்ணாவிரதத்தைத் தொடங்கினார், ஆனால் ஜூலை 9, 1929 இல் அவர் 14 பவுண்டுகள் இழந்திருந்தது. அதேபோல் மற்ற நண்பர்களும் எடை இழந்தனர்; ஆனால் அனைத்தும் தொடர்ந்தன செய்தித்தாள்களில் செய்தி வந்தது. அதை நடத்துவதற்கு எதிர்ப்பு தெரிவித்து பல்வேறு இடங்களில் கூட்டங்களை நடத்தி வருகின்றனர் அரசு. ஜூன் 30, 1929 அன்று நகர காங்கிரஸின் கூட்டுக் கூட்டம் மற்றும் "நௌஜவான் பாரத் சபா" ஜாலியன்வாலாபாக்கில் நடைபெற்றது . இந்த கூட்டத்திற்கு டாக்டர் கிச்சுலு தலைமை தாங்கினார். " இன்குலாப் ஜிந்தாபாத்", "சாம்ராஜ்யவத் கா நாஷ் ஹோ- பகத்துக்குப் பிடித்த கோஷங்களை சிங் எழுப்பினர். பகத்சிங்கும் அவரது செயல்பாடுகளும் பாராட்டப்பட்டன. தேவ்கி நந்தன் சரண் மற்றும் மாஸ்டர் மோட்டா சிங் ஆகியோர் தங்கள் வாழ்த்துகளை அவர்களுக்கு

தெரிவித்தனர் இறுதியில், திரு. ஹசன்- உத் -தின் அவர்களால் முன்வைக்கப்பட்ட தீர்மானம் ஒருமனதாக ஏற்றுக்கொள்ளப்பட்டது:

“ அமிர்தசரஸ் குடிமக்களின் இந்தக் கூட்டம் உண்ணாவிரதப் போராட்டத்தைப் போற்றுகிறது படுகேஷ்வரால் நடத்தப்பட்டது. கடந்த பதினான்காக தத் அரசியல் கைதிகளை மோசமாக நடத்துவதற்கு எதிர்ப்புத் தெரிவிக்கும் நாட்கள் சிறை, மற்றும், அவர்களுடன் தனது அனுதாபத்தை வெளிப்படுத்தி, பேரூராட்சியை எச்சரிக்கிறது அவர்களின் உயிருக்கு ஏதேனும் ஆபத்து ஏற்பட்டால் அது முழுப் பொறுப்பாகும்.”

“நௌஜவான் பாரத் சபா“ பகத்சிங் தினத்தை 21ம் தேதி கொண்டாடியது ஜூலை, 1929. இதில் பத்தாயிரம் பேர் கலந்து கொண்டனர்.

பட்டினியைப் பற்றிய அரசின் அணுகுமுறை மாறவில்லை பொதுமக்களின் கடும் எதிர்ப்பையும் மீறி போராட்டக்காரர்கள். வலுக்கட்டாயமாக உணவளிக்க முயற்சித்தார்கள், ஆனால் அவர்கள் அதை எதிர்த்தனர்.

சாண்டர்ஸ் கொலை வழக்கின் விசாரணை கடந்த ஜூலை 10ஆம் தேதி தொடங்கியது லாகூரில் உள்ள மாஜிஸ்திரேட் ஸ்ரீ கிருஷ்ணா நீதிமன்றம். அந்நீதிமன்றத்தில் அமர்வு இருந்தது பகத் சிங் மற்றும் படுகேஷ்வர் தத் ஸ்ட்ரெட்ஹெர்ஸில் நீதிமன்ற அறைக்கு கொண்டு வரப்பட்டார்கள். இங்கே அவர்கள் சுக் தேவ் மற்றும் அவர்களது மற்ற கூட்டாளிகளை சந்தித்தனர் சிவ வர்மாவையும் சந்தித்தனர். பின்னர் ஜூலை 12 ஆம் தேதி, ஜெய் தேவ் நீதிமன்றத்தில் இரண்டாவது முறையாக கூறினார் போஸ்டல் சிறையில் உள்ள ஒரு தொகுதி கைதிகளும் ஆதரவாக உண்ணாவிரதம் இருந்தனர்.

பகத் சிங். 14 ஆம் தேதி பகத் சிங் உள்துறை உறுப்பினருக்கு ஒரு கடிதம் எழுதினார். இந்திய அரசு அதற்காக அவர் பின்வருவனவற்றைக் கோரினார் சிறையில் உள்ள கைதிகள்:

(i) அரசியல் கைதிகளாகிய நாம் நல்ல உணவைப் பெற வேண்டும். நிலையான நமது உணவு ஐரோப்பிய கைதிகளின் உணவாக இருக்க வேண்டும். ஒரே உணவை விரும்பவில்லை, ஆனால் நிலையானது ஒரே மாதிரியாக இருக்க வேண்டும்.

(ii) பெயரில் இழிவுபடுத்தும் வேலையைச் செய்யும்படி நம்மைச் சிறையில் தள்ளக் கூடாது உழைப்பு.

(iii) அனுமதியின் பேரில், புத்தகங்கள் மற்றும் எழுத்துகளை நாம் அணுக வேண்டும் பொருள், தடையற்றது.

(iv) ஒவ்வொரு கைதியும் ஒவ்வொரு நாளிதழாவது வைத்திருக்க வேண்டும் நாள்.

(v) அரசியல் கைதிகளுக்கு ஒவ்வொரு வார்டு இருக்க வேண்டும் சிறை, மற்றும் அவர்களுக்கு தேவையான அனைத்தையும் வழங்க வேண்டும் ஐரோப்பிய கைதிகள் விஷயத்தில் அனைத்து அரசியல் கைதிகளும் அவரது சிறையை அவர்களின் சிறப்பு வார்டில் வைக்க வேண்டும்.

(vi) குளிப்பதற்கு வசதிகள் இருக்க வேண்டும்.

(vii) நல்ல ஆடைகள் கொடுக்கப்பட வேண்டும்.

(viii) மறுசீரமைப்புக் குழுவின் பரிந்துரை ஸ்ரீ ஜகத் நாராயண் மற்றும் கான் பகதூர் ஹபீஸ் ஹிதாயத் ஹுசைன் என்று அரசியல் கைதிகள் ஒரு நல்ல வகுப்பாக நடத்தப்பட வேண்டும் கைதிகள் அனைவருக்கும் பொருந்தும்.

இந்த உண்ணாவிரதப் போராட்டம் பகத்சிங்கின் வாழ்க்கையில் ஒரு விசித்திரமான சோதனை. இருந்தாலும்

அவர் உடல் ரீதியாக பலவீனமாகிவிட்டார். அவர் கைவிலங்குகளுடன் நீதிமன்றத்திற்கு அழைத்துச் செல்லப்பட்டார். ஒருமுறை, ஜூலை 17, 1929 அன்று இந்த கைதிகள் கைவிலங்கு செய்ய மறுத்துவிட்டனர். பகத்சிங் ஸ்ட்ரெச்சரில் கொண்டு வரப்பட்டார். அவர் மிகவும் பலவீனமாக இருந்தாலும், நீதிமன்றத்தில் எழுந்து நின்றார். மாஜிஸ்திரேட்டை எச்சரித்த அவர், “நாங்கள் காவல்துறையினரால் கைவிலங்கிடப்பட்டதை அவமானமாக கருதுகிறோம் நீங்கள் எங்களுடன் நியாயம் செய்வீர்கள் என்று எதிர்பார்க்கிறேன். நீங்கள் எதையும் கருத்தில் கொள்ளவில்லை எங்கள் புகார்கள்; உங்கள் மீது எங்களுக்கு நம்பிக்கை இல்லை. நீங்கள் நடனமாடுகிறீர்கள் எல்லாவற்றிலும் காவல்துறையின் இசைக்கு. நாம் எப்படி ஒருவரோடு ஒருவர் பேச முடியும் நாங்கள் கைவிலங்கிடப்பட்டால் வழக்கு தொடர்பாக என்னதான் பேச முடியும்? நாங்கள் நீதியை இந்த வழக்கில் நீதிமன்றத்திலிருந்து எதிர்பார்க்க முடியாது. பிறகு ஏன் இந்த நாடகம்? நீங்கள் அல்லது கே.பி போலீஸ் அதிகாரிகள் நீதிமன்றத்திற்கு அப்துல் அய்சாஸ் தலைமை தாங்குகிறாரா?

பகத்சிங்கின் இந்த நடத்தைக்கு மாஜிஸ்திரேட் எதிர்ப்பு தெரிவித்தார் இது அவமானகரமானது மற்றும் போக்கிரித்தனமான செயல் என விவரிக்கப்பட்டது என்றும் அறிவுரை கூறினார் சிறை கண்காணிப்பாளர் பகத் சிங் மீது ஒழுங்கு நடவடிக்கை எடுக்க வேண்டும்.

லாகூர் மத்திய சிறை கண்காணிப்பாளர் கடந்த 15ம் தேதி அறிக்கை அனுப்பினார் ஜூலை, 1929, இன்ஸ்பெக்டர் ஜெனரல், ஜெயில்ஸ், பஞ்சாப், அதன்படி பகத் சிங் மற்றும் படுகேஷ்வர் தத்துக்கு ஒரு சிறப்பு வகை உணவு வழங்கப்பட்டது. ஆனால் பகத்சிங் அதை மறுத்துவிட்டார். உணவின் அளவைக் கூறினார் கைதிகளுக்கு வழங்கப்படுவது அரசாங்க

வர்த்தமானியில் அறிவிக்கப்பட வேண்டும் அனைத்து அரசியல் கைதிகளுக்கும் பொருந்தும்.

இந்த உண்ணாவிரதப் போராட்டம் அரசுக்கு சவாலாக அமைந்தது. அது வரை ஜூலை 30, பகத்சிங்கின் எடை வாரத்திற்கு 5 பவுண்டுகள் என்ற அளவில் சரிந்தது பின்னர் நிலைப்படுத்தப்பட்டது.

உண்ணாவிரதப் போராட்டக்காரர்களின் நிலை மோசமடைந்து வருகிறது

உண்ணாவிரதம் இருந்த கைதிகளின் உடல்நிலை நாளுக்கு நாள் மோசமடைந்தது ஆனால், அவர்களின் கோரிக்கையை ஏற்காமல், சிறை அதிகாரிகள், அவர்களுக்கு வலுக்கட்டாயமாக உணவளிக்க முயன்றார். மறுபுறம் இந்த விலைமதிப்பற்ற நகைகள் அன்னை இந்தியா வேறு பொருட்களால் ஆனது. கிஷோரி லால் சிவப்பு மிளகாயை சூடான நீருடன் சேர்த்து வழங்கினார். குழாய் மூலம் வலுக்கட்டாயமாக உண்ணும் போது சோதனை செய்யப்பட்டது, அவர் மிகவும் வன்முறையில் இருமல் குழாயை வெளியே எடுக்க வேண்டியிருந்தது, இல்லாவிட்டால் மூச்சுத்திணறி இறந்துவிடுவார். அதேபோல் அஜய் கோஷ், வலுக்கட்டாயமாக உணவளித்த உடனேயே, ஈக்களை விழுங்கினார். அதனால் அவர் வாந்தி எடுத்தார் உள்ளே எடுக்கப்பட்ட அனைத்தையும் வெளியே எடுத்தனர். தண்ணீருக்குப் பதிலாக பால் நிறைந்த குடங்கள் இருந்தன உண்ணாவிரதப் போராட்டக்காரர்களின் அறைகளில் அவர்களை நிறுத்தும்படி கட்டாயப்படுத்தினர் எல்லா சோதனைகளிலும் இது மிகவும் கடினமானதாக இருந்தது. அவர்கள் தாகம் காரணமாக விரக்தியடைந்த போது வேலைநிறுத்தத்தில் அறைகளில் தண்ணீர் குடங்களை வைக்க வேண்டிய கட்டாயம் ஏற்பட்டது. உணவு மருந்துகளின் வடிவத்திலும் முயற்சி செய்யப்பட்டது, ஆனால் எதிர்த்தார்கள். சிறப்பு உணவுகள், நல்ல வாசனையை அனுப்பும் சுவையான உணவுகள் இருந்தன அவர்கள் சாப்பிட ஆசைப்படுவதற்காக கைதிகளின் அறைகளில் வைக்கப்பட்டனர். ஆனாலும் கைதிகள் அவர்களை வெளியேற்றினர். சிறை அதிகாரிகளின் அனைத்து தந்திரங்களும் தோல்வியடைந்தன.

ஜதின் தாஸின் தியாகம்

ஜதின் தாஸ் என்ன பொருள் செய்தார் என்பது யாருக்கும் தெரியாது. முயற்சிகள் சாத்தியமான அனைத்து வழிகளிலும் அவருக்கு உணவளிக்க முடியவில்லை. சிறையில் உள்ள கைதிகள் அனைவருக்கும் வழங்கப்பட்டது பஞ்சாபி உணவு. ஆனால் வங்காளத்தின் சுவையான மீன் மற்றும் அரிசி வழங்கப்பட்டது ஜடின் அவனைத் தூண்ட தாஸ். இதுவும் அவருக்கு எந்த பாதிப்பையும் ஏற்படுத்தவில்லை. சிங்கம் கூண்டில் அடைக்கப்பட்டாலும் புல்லை உண்ணாது. அன்று மருத்துவமனைக்கு கொண்டு செல்லப்பட்டார் ஜூலை 24. மருத்துவமனையில் இருந்த

மருத்துவர்களாலும் உணவு வழங்க முடியவில்லை அவர் பகத்சிங்கிடம் பேசியது இப்படித்தான்:

ஜதின் தாஸ் : வலுக்கட்டாயமாக உணவளிப்பதை ஏன் ஏற்கிறீர்கள்?

பகத் சிங் : நான் அதை முடிந்தவரை எதிர்த்தேன், ஆனால் அவர்கள் வெற்றி பெறுகிறார்கள் எனக்கு வலுக்கட்டாயமாக உணவளிக்கிறது. இது இரண்டு வருடங்களுக்கும் தொடரலாம். என்னிடம் பெரியது உள்ளது மூக்கு, அதில் அவர்கள் வசதியாக குழாய் போட்டு ஊட்டலாம்.

ஜதின் தாஸ் பறவையின் மூக்கு போன்ற சிறிய மூக்கு உடையவர். அவர் மறுத்தபோது பின்னர் மருந்து சாப்பிட டாக்டர் கோபி சந்திர பார்கவா வந்தார். (பகத்சிங் பஞ்சாப் முதலமைச்சரானார்) வேலைநிறுத்தக்காரர்களை சிறையில் பார்க்க வந்தார்

ஜதின் தாஸ் ஏன் எடுக்கவில்லை என்று கேட்டபோது மருந்து, தண்ணீர் போன்றவற்றுக்கு அவர் அளித்த பதில்:

”நான் இறக்க விரும்புகிறேன்.”

”ஏன்?”

“எனது நாட்டிற்காகவும், அரசியல் நிலைமைகளை மேம்படுத்துவதற்காகவும் குற்றம் சாட்டினார்.”

1929 ஆகஸ்ட் 6 மற்றும் 9 தேதிகளில் பஞ்சாப் அரசு அறிவித்தது அரசியல் கைதிகளுக்கு சில சலுகைகள் அளித்தது. அதன் படி அங்கு பல்வேறு வகையான உணவுகள் வழங்கப்படுவதற்கு ஏற்றுக்கொள்ளப்பட்டது. அவர்கள் அனுமதிக்கப்பட்டனர் வெளியில் இருந்து உணவு பெறும் வசதியும் அவர்களுக்கு அனுமதிக்கப்பட்டது மற்ற சாதாரண குடிமக்களைப் போல உடை அணிய வேண்டும். இந்த சலுகைகள் உள்ளடக்கப்படவில்லை வேலைநிறுத்தம் செய்பவர்களின் அனைத்து கோரிக்கைகளும் நிறைவேற்றப்பட வேண்டும். அதனால், உண்ணாவிரதப் போராட்டம் தொடர்ந்தது.

ஜதின் தாஸின் நிலையைக் கண்டு, பகத் சிங் பலரை அழுத்தினார் குறைந்த பட்சம் பால் எடுக்க வேண்டும். ஆனால் தாஸ் அசையவில்லை, ஏற்கவில்லை. பகத் சிங் மீண்டும் மீண்டும் வலியுறுத்தினார். எதிர்காலத்தில் பகத் சிங் கூட மருந்து சாப்பிடமாட்டார் எதையும் வலியுறுத்துங்கள். மேலும் மருந்து, கூட, டாக்டர் கோபி இருந்தால் மட்டுமே அவர் எடுத்துக்கொள்வார் சந்திர பார்கவா நிர்வகித்தார். பிறகு டாக்டர் பார்கவா ஜதின் தாஸிடம், “ சரி நான் உங்களுக்கு மருந்து கொடுக்க தினமும் வருகிறேன். நான் அதை ஆலோசனையின் மூலம் ஏற்பாடு செய்கிறேன் மேஜர் சோப்ராவுடன்

(சூப்பிரண்டு, சிறை).” ஆனால் அடுத்த நாளே ஜதின் தாஸ் மீண்டும் மனம் மாறி மருந்து கூட எடுக்க மறுத்துவிட்டார் அன்று டாக்டர். கோபி சந்திர பார்கவாவின் பரிந்துரை முட்டையின் மஞ்சள் கரு மற்றும் குளுக்கோஸ் கலந்தது தண்ணீரில் அவருக்கு மோசடியாக நிர்வகிக்கப்பட்டது.

ஆகஸ்ட் 21, 1929 அன்று, டாக்டர் கோபி சந்திர பார்கவா, உடன் ராஜரிஷி புருஷோத்தம் தாஸ் டாண்டன் மீண்டும் ஜதின் தாஸைப் பார்க்க வந்தார். திரு டாண்டன் ஜதின் தாஸிடம், ”நீங்கள் உங்கள் வாழ்க்கையை மேலும் வாழ முயற்சிக்க வேண்டும் என்று நான் விரும்புகிறேன்.”

தாஸ், ”நான் வாழ்கிறேன்” என்றார்.

டாண்டன்: ”மருந்து மற்றும் உணவு இல்லாமல் நீங்கள் எப்படி வாழ முடியும்?”

தாஸ் : ”என் விருப்பத்தின் மூலம்.”

டாக்டர் பார்கவா: “உன்னால் அதைச் செய்ய முடியாது என்று நினைக்கிறேன் உங்கள் இலட்சியங்களை விட்டுவிடுங்கள். உண்ணாவிரதப் போராட்டத்தையும் கைவிடாதீர்கள். ஆனால் செய்யுங்கள் உங்கள் வாழ்க்கையை மேலும் கொண்டு செல்ல மருந்துகள் போன்றவற்றை எடுத்துக் கொள்ளுங்கள். தயவு செய்து இன்னொருவருக்காக வாழுங்கள் உங்கள் துன்பத்தின் முடிவுகளை அறிய பதினைந்து நாட்கள் தான். பின்னர், நீங்கள் அதை கண்டுபிடித்தால் உங்கள் கோரிக்கைகள் நிறைவேற்றப்படவில்லை எனில் நீங்கள் மருந்து உட்கொள்வதை நிறுத்தலாம் என்றார். தாஸ்: “ எனக்கு அரசாங்கத்தின் மீது நம்பிக்கை இல்லை. இப்போது என்னால் போக முடியாது மீண்டும். நான் நிச்சயமாக என் விருப்பத்துடன் வாழ முடியும்.

ஆகஸ்ட் 30 அன்று, பகத்சிங்கின் தந்தை சர்தார் கிஷன் சிங் வந்தார் ஜதின் தாஸைப் பார்க்க ஜதின் தாஸை சம்மதிக்க வைக்க அனைத்து முயற்சிகளையும் செய்தார். ஆனால் வெற்றி பெறவில்லை. ஜதினின் 52வது நாளில் தாஸின் உண்ணாவிரதப் போராட்டம், பண்டிட் மோதி லால் நேரு முன் இது போன்ற ஒரு விரிவுரையில் தனது மோசமான நிலையை விவரித்தார்:

“இன்று 52வது நாளாக உண்ணாவிரதம் இருந்து வருகிறது. இந்த உண்ணாவிரதப் போராட்டம் உள்ளது ஒரு பொது (பொது) காரணத்திற்காக மேற்கொள்ளப்பட்டது, அவருடைய தனிப்பட்ட நோக்கத்திற்காக அல்ல அந்த காயங்களின் அடையாளங்களை ஸ்ரீ வித்யார்த்தியே பார்த்திருக்கிறார். வலுக்கட்டாயமாக உணவளிக்கும் போக்கில் அவர்கள் மீது திணிக்கப்பட்டது.”

இந்த உண்ணாவிரதப் போராட்டக்காரர்களைப் பார்க்க பண்டித ஜவஹர்லால் நேருவும் வந்தார். ஜதின் தாஸைச் சந்தித்த பிறகு, அவர் பின்வருமாறு குறிப்பிட்டார் ஜதின் தாஸின் நிலை மிகவும் மோசமாக உள்ளது. மிக மெதுவாகப் பேசுவார்.

அவர் நிச்சயமாக மெது, மெதுவாக தனது மரணத்தை நோக்கி முன்னேறுகிறார் என்பதை நான் உணர்ந்தேன் இந்த துணிச்சலான மனிதர்களின் துன்பத்தை கண்டு மிகவும் வருத்தமாக உள்ளது. அவர்களுக்கு வேண்டும் அரசியல் கைதிகளை அரசியல் கைதிகளாக மட்டுமே நடத்த வேண்டும் அவரது சுய தியாகம் வெற்றி பெறும் என்று நான் முழு நம்பிக்கையுடன் இருக்கிறேன்.

கண்டத்தில் விசாரணைகள் அன்று வழக்கை நிறுத்தி வைக்க வேண்டும் உண்ணாவிரதப் போராட்டம் காரணமாக பல சந்தர்ப்பங்களில் மருத்துவர் அறிக்கையின்படி, ஜதின் தாஸ் ஆகஸ்ட் 26 அன்று முணுமுணுக்கலாம். அவருடைய பல்வேறு பகுதிகள் உடல் உணர்வற்று வளர்ந்தது. அவரால் கீழ்ப்பகுதிகளை உயர்த்த முடியவில்லை உடல். நிலைமை மிகவும் மோசமாக இருந்தது. இந்த உண்ணாவிரதப் போராட்டத்திற்கு ஆதரவு தெரிவித்து நாடு முழுவதும் அனுசரிக்கப்பட்டது. பிறகு அரசாங்கம் தனது தோல்வியை ஏற்றுக்கொண்டது மற்றும் செப்டம்பர் 2 ஆம் தேதி பஞ்சாப் சிறைச்சாலை விசாரணைக் குழு நியமிக்கப்பட்டது. நான்கு உறுப்பினர்கள் இந்தக் குழு சிறையில் உள்ள உண்ணாவிரதப் போராட்டக்காரர்களை சந்தித்து முறையிட்டது உண்ணாவிரதப் போராட்டத்தை முடிவுக்கு கொண்டு வர வேண்டும். எனவே, செப்டம்பர் 2, 1929 அன்று, ஜதின் தாஸ் தவிர மற்ற கைதிகள் அனைவரும் உண்ணாவிரதத்தை முடித்துக் கொண்டனர். இந்த நாளில் பகத் சிங் மற்றும் படுகேஷ்வர் தத் 81 நாட்களையும், மற்றவர்கள் 51 நாட்களையும் முடித்திருந்தார் அவர்களின் உண்ணாவிரதப் போராட்டம். ஜடின் தாஸின் உடல்நிலை மேலும் மோசமடைந்தது. அதனால் மற்ற கூட்டாளிகள் குனிந்த போதிலும், தங்கள் சொந்த தோல்வி என்று கருதினார். அப்போது அவர்களால் உணவு எடுத்து வர முடியவில்லை அவர்களில் ஒருவர் மரணத்தின் தாடையில் நகர்வதை அவர்கள் பார்த்தார்கள் பகத்சிங் உண்ணாவிரதம். அவர்களின் ஆன்மா அவர்களைத் துளைத்தது. எனவே, பகத்சிங், படுகேஷ்வர் தத் மற்றும் அவர்களது மேலும் மூன்று கூட்டாளிகள் உண்ணாவிரதப் போராட்டத்தைத் தொடங்கினர். மீண்டும் செப்டம்பர் 4 ஆம் தேதி (அவர்கள் அதை முடித்த இரண்டு நாட்களுக்குப் பிறகு) இல் ஜதின் தாஸின் நிபந்தனையற்ற விடுதலை மற்றும் சந்திப்பிற்கு ஆதரவு இதுவரை தண்டிக்கப்படாத கைதிகள் தங்களுக்குள் நிபந்தனையற்ற விடுதலை கோரிக்கையை அரசு நிராகரித்தது. அவரை ஜாமீனில் விடுவிக்க அரசு

தயாராக இருந்தது, ஆனால் இது ஜதின் தாஸால் ஏற்றுக்கொள்ளப்படவில்லை. மருத்துவர் அறிக்கையின்படி, ஜதின் தாஸின் வாழ்க்கையின் கடைசி நாட்களில் அவரது நிலை இப்படி இருந்தது: செப்டம்பர் 4, 1929 - துடிப்பு பலவீனமானது, மெதுவாக மற்றும் குறைக்கப்பட்டது குறைந்தது. செப்டம்பர் 9, 1929 - துடிப்பு வேகமாக, இடைப்பட்ட நிறுத்தத்துடன். செப்டம்பர் 12, 1929-துடிப்பு, ஒருமுறை மிகவும் மெதுவாக, துடிக்கிறது இடையிடையே மருந்து சாப்பிட மறுக்கிறார்.

ஜதின் தாஸை விடுதலை செய்ய சிறைக் குழு பரிந்துரைத்தது அவரது உடல்நிலை பற்றிய பார்வை. ஆனால் அது அரசாங்கத்தின் காதுகளில் விழுந்தது. அங்கு அவர் முதலில் இறந்துவிடுவார் என்று உள்துறை அமைச்சகம் மதிப்பிட்டிருந்தது. இது ஏற்கனவே வங்காள அரசுக்கு கடிதம் எழுதியிருந்தது இறுதி சடங்குகள் தொடர்பான அதன் கருத்துக்களை அறிய. வங்காள அரசு அவரது சடலத்தை வங்காளத்திற்கு அனுப்பவோ கொடுக்கவோ கூடாது என்று விரும்பினர். அவரை லாகூரில் தகனம் செய்ய வேண்டும். ஆனால் அரசு வங்காள அரசின் இந்த நிலைப்பாட்டை இந்தியா ஏற்கவில்லை மற்றும் முடிவு செய்தது அவரது சடலத்தை ரயில் மூலம் வங்காளத்திற்கு அனுப்ப வேண்டும். ஆனால் ரயில்வே துறை அதன் விதிகளின் பார்வையில் அதன் இயலாமையை வெளிப்படுத்தியது.

இறுதியாக, செப்டம்பர் 13, 1929 அன்று மரணம் சூழ்ந்தது விடாமுயற்சி, தனித்துவமான தேசபக்தர் மற்றும் அன்னை இந்தியாவின் அரிய மகன் கொடூரமான அரவணைப்பு. அவர் வீரமரணம் அடைந்த செய்தி உலகம் முழுவதும் பரவியது காட்டுத் தீ போன்ற நாடு. டாக்டர் கிச்சுலு, சர்தார் கிஷன் சிங் மற்றும் பலர் மற்ற காங்கிரஸ் தலைவர்கள் சிறைக்கு விரைந்தனர். நான்கு திசைகளும் எதிரொலித்தன “ஜதின் தாஸ் ஜிந்தாபாத்“, “இன்குலாப் ஜிந்தாபாத்“ என்ற முழக்கங்களுடன், “நௌகர் ஷாஹி கா நாஷ் ஹோ“ மற்றும் “சாம்ராஜ்யவத் முர்தாபாத்“. அவரது உடல் பிரேத பரிசோதனைக்கு உட்படுத்தப்படவில்லை. சிவில் சர்ஜன் வெளியிட்டார் அவர் பசியால் இறந்த சிறைச்சாலைப் பதிவேடுகளைப் பார்த்து இறப்புச் சான்றிதழ் கொடுத்தார். எனவே, பிரேத பரிசோதனை தேவையில்லை. சிந்திக்க முடியுமா?

நாடு முழுவதும் சோகத்தில் மூழ்கியது நாடே, கண்ணீரால் நனைந்தது. ஒவ்வொரு இந்தியனின் இதயமும் வலியால் அழுதது பகத் சிங் மற்றும் அவரது கூட்டாளிகள் தாங்க முடியாத துன்பத்தில் வாடினார்கள். அனைத்து பகுதிகளிலும் புயல் வீசத் தொடங்கியது ஆங்கிலேயர்களுக்கு எதிராக நாடு எதிர்ப்பு தெரிவிக்கிறது. பிரிட்டிஷ் பேரரசு அதன் இருக்கை அசைவதைக் கண்டுபிடித்தார். நேதாஜி சுபாஷ்

சந்திரபோஸ் அனுப்பி வைத்தார் அறுநூறு ரூபாய் அண்ணன் ஸ்ரீ. அவரது இறந்தவர்களை சுமக்க கே.சி.தாஸ் உடல் லாகூரிலிருந்து கல்கத்தா வரை. இறந்த உடல் ஒப்படைக்கப்பட்டது ஸ்ரீ கே.சி.தாஸ். போஸ்டல் சிறையில் இருந்து 4.00 மணிக்கு சடலம் வெளியே எடுக்கப்பட்டது. பல்லாயிரக்கணக்கான மக்கள் கலந்து கொண்ட ஊர்வலத்தில் பிரதமர் கலந்து கொண்டனர். பிரபலமான நபர்கள், அதாவது. டாக்டர் கோபி சந்திர பார்கவா, டாக்டர். கிச்சுலு, சர்தார் கிஷன் சிங், ஷர்துல் சிங் ஆகியோர் தலைமை தாங்கினர். ஊர்வலம் லிட்டன் சாலை வழியாக இரவு 8.30 மணிக்கு டெல்லி கேட்டை அடைந்தது. அனார்கலி, லாகூர் கேட், பேப்பர்மண்டி, மச்சிஹட்டா, ரங் மால், டப்பி பஜார் மற்றும் பழைய காவல் நிலையம். இரங்கல் கூட்டத்துக்கு ஏற்பாடு செய்யப்பட்டிருந்தது முகமது தலைமையில் ஆலம் ஆகியோரால் அஞ்சலி செலுத்தப்பட்டது. இதன் பின்னர் சடலம் நௌலகாவுக்கு கொண்டு செல்லப்பட்டது காவல் நிலையம், ஷஹீத்கஞ்ச். அது ஒரு சவப்பெட்டியில் சுற்றப்பட்டு எடுத்துச் செல்லப்பட்டது லாகூர் ரயில் நிலையம். இங்கு லட்சக்கணக்கான மக்கள் அஞ்சலி செலுத்தினர் பிரிந்த ஆன்மா. இறந்த உடல் அடுத்த நாள் கல்கத்தாவுக்கு கொண்டு செல்லப்பட்டது. அதாவது செப்டம்பர் 14, 1929 காலை 6.00 மணிக்கு லாகூர் எக்ஸ்பிரஸ். அடைந்தது ஹவுரா அடுத்த நாள், செப்டம்பர் 15, இரவு 7.50 மணிக்கு லட்சக்கணக்கான மக்கள் கடைசிப் பார்வையைப் பார்ப்பதற்காக ஸ்டேஷனுக்கு உள்ளேயும் வெளியேயும் காத்திருந்தனர் அவர்களின் அன்பான தலைவர். அதுவரை நடந்த ஊர்வலத்தில் ஆறு லட்சம் பேர் கலந்து கொண்டனர் தகனம் செய்யும் மைதானத்தில் கூட்டம் திரண்டது.

இதனால் நாடு முழுவதும் அதிருப்தி அலை வீசியது ஜதின் தாஸின் மரணம். பல்வேறு இடங்களில் கூட்டங்கள் நடத்தப்பட்டன. ஆங்கிலேயர்களின் இந்த மோசமான செயலை எதிர்க்கிறோம். மக்கள் பணம் கொடுத்தனர் ஜதின் தாஸுக்கு அஞ்சலிகள். பகத்சிங் மிகவும் மகிழ்ச்சியற்ற மனிதர் ஜடின் தாஸின் மரணம், அவரை அழைத்து வந்தவர் என்பதால் கல்கத்தா முதல் பஞ்சாப் வரை. ஜதின் தாஸின் மரணம் குறித்து அவர் ஒரு கவிதையும் எழுதினார். அதை அவர் தனது நண்பர்களுக்கு அவ்வப்போது வாசித்தார்.

பண்டிட் மோதி லால் நேரு அவையில் ஒத்திவைப்பு தீர்மானத்தை தாக்கல் செய்தார் ஆம் தேதி சட்டமன்ற உறுப்பினர்களை வரவழைக்க ஜதின் தாஸின் தியாகம் மற்றும் இழிவான சிகிச்சைக்கு கவனம் என கூறிக் கைதிகளை சந்தித்தார். இதன்போது உரையாற்றுகையிலேயே அவர் இதனை அவதானித்தார் அரசாங்கம் முற்றிலும் மனித உறுப்புகளைக் கொண்டிருக்கவில்லை போன்றதொரு மௌனம் நிலவியது. ஜதின் தாஸின்

மரணம் கடைசி வரை பகத் சிங் அரசு அப்படித்தான் இருந்தது ரோம் எரிந்து கொண்டிருந்த போது நீரோவின் பிடில். இதன்போது பேசுகையில், பண்டிட் மதன் மோகன் மாளவியா பகத்சிங்கின் செயல்களைப் பாராட்டினார் மற்றும் பிற புரட்சியாளர்கள். இந்த தீர்மானத்தை ஆதரித்து, மற்றொரு உறுப்பினர் சட்டசபையின் ஸ்ரீ அமர்நாத் தத் கூறியதாவது:

“ஆங்கிலக்காரர்கள் அழிந்து போவார்கள். அவர்கள் சிந்திய இரத்தத்தில் அதை எழுதுங்கள் ஏமாற்றமும் வெறுப்பும் நீங்கும். அவர்கள் எவ்வளவு அதிகமாக சித்திரவதை செய்கிறார்கள், தி மேலும் அவர்கள் அழிக்கப்படுவார்கள்.”

அவர் ரவீந்திர நாத் தாகூரின் கவிதையிலிருந்து பின்வரும் வரிகளைப் படித்தார். அவரது உரையின் இறுதிப் பகுதியில்:

”போஜா பாரி ஓட்டையைக் கிழித்தார். அதாவது உங்கள் பாவங்களின் எடை அதிகமாகும்போது, உங்கள் கப்பல் மூழ்கும். ஜதின் தாஸுக்கு அஞ்சலி செலுத்தினார். மத்திய சட்டசபை கூடிய இந்த சந்தர்ப்பத்தில், சர் பிஎல் மிட்டல் உரையாற்றுகையில், அங்கு சட்ட உறுப்பினர், அவர் கூறியதாவது:

“இது நகைச்சுவையல்ல. மாண்புமிகு சட்ட உறுப்பினர் புரிந்து கொள்ள வேண்டும் உண்ணாவிரதத்தால் இறப்பது என்பது அனைவரின் தேநீர் கோப்பை அல்ல. நீங்கள் முயற்சி செய்து பாருங்கள் நீங்களே அறிவீர்கள். உண்ணாவிரதத்தில் இருக்கும் மனிதனுக்கும் ஆன்மா உண்டு. அவர் அந்த ஆன்மாவால் ஈர்க்கப்பட்டு தனது நோக்கங்களின் உரிமையை நம்புகிறார். தவறா என்று கிளர்ந்தெழுந்திருப்பதற்கு மன்னிக்கவும் முப்பது கோடி மக்கள் இருக்கும் போது இதை இப்படி தடுக்க முடியாது. நீங்கள் நிறுத்த முடியாது. நீங்கள் விரும்பும் அளவுக்கு அவர்களைக் கண்டிக்கலாம் அவர்கள் தவறாக வழிநடத்தப்படுகிறார்கள் என்று. ஆனால் நினைவில் கொள்ளுங்கள், உங்கள் செயல்பாடுகள் எதிராக உள்ளன கொள்கைகள் கூட. மேலும் நினைவில் கொள்ளுங்கள், எங்களிடம் ஆயிரக்கணக்கான இளைஞர்கள் உள்ளனர் சிறைகளுக்கு வெளியே உள்ள ஆண்களும் அப்படித்தான்.

இந்த இதயத்தைத் தொடும் மரணம் குறித்து ஸ்ரீ எம்ஆர் ஜெய்கர் கூறினார் ஜடின் தாஸ் மரணம்:

”அவர் மெதுவாக, மெதுவாக துண்டு துண்டாக இறந்தார். ஒரு கை இருந்தது உணவு கிடைக்காமல் முடங்கிக் கிடக்கிறது. மற்றொரு கை பயனற்றது ஊட்டச்சத்து குறைபாடு காரணமாக. முதலில், ஒரு கால் பயனற்றது, பின்னர் மற்றொன்று, பின்னர் இயற்கையின் கடைசி பரிசான பார்வை - போய்விட்டது. பிரகாசம் அவரது கண்கள் மெதுவாக, மெதுவாக

மங்கின. துண்டு துண்டாக, வேகமாக இல்லை தொங்கும் கயிற்றின் மரணம், ஆனால் சாதாரண உருவாக்கம் போல் மெதுவாக இயற்கையும் விதியின் வரிசையும் ஏற்றுக்கொள்ளப்பட்டன."

நாட்டில் துக்கத்தின் இந்த பரவலான சூழலில், பல தேசபக்தர்கள் ஜதினுக்கு அஞ்சலி செலுத்தினர். தாஸ் மற்றும் அவரும் மிகப்பெரிய தேசபக்தர், துணிச்சலான தியாகி என்று விவரித்தார். "அதை ட்ரிப்யூன் அதன் தலையங்கத்தில் எழுதியது:

"ஒரு மனிதன் எப்போதாவது உயர்ந்த இலட்சியங்களுக்காக தைரியமாகவும் வீரமாகவும் மாறினால், பிறகு அந்த மனிதன் ஜதின் தாஸ், ஒரு தியாகியின் இரத்தம் தன்னை நிரூபித்துள்ளது அனைத்து தலைமுறைகளுக்கும் சிறந்த விதை மற்றும் நாட்டின் சிறந்த வாழ்க்கை. ஒன்று, யார் சமூக மற்றும் அரசியல் நிலைமையை மேம்படுத்தியுள்ளது என்று பார்த்தால்,

லாகூர் சதி வழக்கில் ஜதின் தாஸ் கைது செய்யப்பட்டார். இதில் இந்த வழக்கில் அரசு ஆலோசகர் ஜதின் தாஸுக்கு அஞ்சலி செலுத்தினார். பிறகு இந்த வழக்கின் முதல் விசாரணை கடந்த 24-ம் தேதி ஜதின் தாஸின் மரணம் செப்டம்பர் மாதம், அவர் கூறியதாவது: நீதிமன்றத்தின் அனுமதியுடன், என் சகாக்களும் என் சார்பாக சில வார்த்தைகளை கூறி அஞ்சலி செலுத்துகிறார்கள் நீதிமன்றத்தின் கடைசி அமர்வின் போது நடந்த அந்த வேதனையான சம்பவம். ஜதின் தாஸின் மறைவுக்கு எனது இதயப்பூர்வமான இரங்கலைத் தெரிவித்துக் கொள்கிறேன்

அனைவரின் சார்பாக என்றனர். அந்த நபருக்கு சில சிறப்புகள் இருந்தன, ஆனால் அதைத் தவிர்க்க முடியாது போற்றப்பட வேண்டும். அவர்கள்: உறுதியாகவும், தைரியமாகவும் இருக்க வேண்டும். ஒரு இலட்சியத்தை நிறைவேற்றுதல் என்பதில் பின்வாங்கவில்லை. அந்த யோசனைகளில் பங்குதாரர்களாக இருக்க முடியாது என்றாலும் அவரால் ஏற்றுக்கொள்ளப்பட்டாலும், அவருடைய வலுவான தைரியத்தையும் உறுதியையும் நாங்கள் பாராட்டுகிறோம் அவரது நோக்கங்களை நிறைவேற்றுவதில்."

"பாரதியா பகத்சிங்கால் நிறுவப்பட்ட நௌஜவான் சபா" அங்கு நடைபெற்றது செப்டம்பர் 26 மற்றும் 27 தேதிகளில் அகில இந்திய கூட்டம் லாகூரில் நடந்தது. அதில் சுஹாசினி நம்பியார் தலைமை தாங்கினார். இது பின்வருவனவற்றை நிறைவேற்றியது. அதாவது தீர்மானம்:

"தியாகிகளின் சிறந்த சுய தியாகத்திற்கு இக்கூட்டம் அஞ்சலி செலுத்துகிறது ஜதீந்திர தாஸ், அதன் பொறுப்பை அரசாங்கத்தின் மீது சுமத்துகிறார்.

அயர்லாந்தில் திரு. டெரஸ் மெக்ஸ்வீனி அவருக்காக தன்னையே தாய்நாட்டுக்காக தியாகம் செய்தார். அவரது மனைவி திருமதி மேரி இரங்கல் தந்தி அனுப்பினார் ஜதின் தாஸின் குடும்பம். அதில் கூறியிருப்பதாவது:

"டெரஸ் மெக்ஸ்வீனியின் குடும்பம் தேசபக்தியுள்ள இந்தியர்களுக்கு ஆதரவாக நிற்கிறது ஜதின் தாஸின் மறைவு வருத்தமும் பெருமையும் கொண்ட மணி. சுதந்திரம் நிச்சயம் வருவதற்கு." ஒலிக்கட்டும்.

ஒருபுறம் நாடு முழுவதும் இறந்த சோகத்தில் திளைத்தது ஜதின் தாஸ், மறுபுறம் பஞ்சாப் கவர்னர் கடந்துவிட்டார். மிருகத்தனத்தின் வரம்புகள் மீறலால், தாஸ் செப்டம்பர் 13, 1929 அன்று 1.15 மணிக்கு இறந்தார் பகத் சிங் பிரதமர். அதே நாளில் சிம்லாவிலிருந்து ஆளுநர் திரும்பி வந்து நீட்டினார் மாலையில் ஒரு தோட்ட விருந்து பெரும்பாலான இந்திய உறுப்பினர்கள் இல்லை.

இப்போது முழு நாடும் உண்ணாவிரதம் இருக்க வேண்டும் என்று விரும்புகிறது கூடிய விரைவில் அதை முடிக்கவும். பொதுமக்களும், தலைவர்களும் முயற்சி செய்தனர். அதை முடிவுக்கு கொண்டு வர அவர்களின் சொந்த வழிகளில் போராடினர். இந்த நேரத்தில்தான் அங்கு சிறைத்துறை சீர்திருத்தக் குழு தனது பரிந்துரைகளை அரசுக்கு அனுப்பியது. பகத்சிங் அவர்களின் பெரும்பாலான கோரிக்கைகள் இருக்கும் என்று கருதினார் அவை ஏற்றுக்கொள்ளப்பட்டது. அதனால், தன் கூட்டாளிகளிடம், "இப்போதைக்கு இவ்வளவு போதும். இந்தப் பரிந்துரைகளுக்கு அரசாங்கம் எவ்வாறு பிரதிபலிக்கிறது என்பதைப் பார்ப்போம். எனவே, போராட்டத்தை முடிவுக்கு கொண்டு வர சம்மதித்தனர். சிறை அதிகாரிகள் பெரிதும் உணர்ந்தனர் இதனால் நிம்மதி. அனைவருக்கும் பழச்சாறு தயார், ஆனால் பகத்சிங் புல்கா எடுத்து தனது வேலைநிறுத்தத்தை முடிக்க விரும்பினார் (லேசான சப்பாத்தி) மற்றும் பருப்பு டாக்டர் சொன்னாலும் புல்கா எடுப்பது நல்லதல்ல ஏனெனில் வயிறு பல நாட்களாக காலியாக இருந்தது, ஆனால் புரட்சியாளர்கள் தங்கள் துப்பாக்கிகளில் ஒட்டிக்கொண்டனர். எனவே, கட்டாயத்தின் பேரில் சிறை அதிகாரிகள் விட்டுக்கொடுக்க வேண்டியதாயிற்று. அக்டோபர் 15 அன்று, இறுதியாக, உண்ணாவிரதப் போராட்டம் முடிவுக்கு வந்தது.

பரிந்துரைகளை அமல்படுத்துவதில் அரசு மெத்தனமாக உள்ளது இதற்கு பகத்சிங் கடும் எதிர்ப்பு தெரிவித்தார் அரசாங்கத்தின் இந்த நடவடிக்கைக்கு எதிராக, அவருக்கு ஒரு தந்தி அனுப்பப்பட்டது உள்துறை அமைச்சர், இந்திய அரசு, ஒரு சிறப்பு மாஜிஸ்திரேட் மூலம். அரசாங்கம் பின்வாங்குவதாக எச்சரித்தது பரிந்துரைகள், மற்றும் செயல்பட ஒரு வாரம் அவகாசம் கொடுத்தார். பகத் சிங் உண்மையிலிருந்து பின்வாங்கும் நபர்

அல்ல. எனவே, அவரே கூட உள்துறை அமைச்சருக்கு ஒரு விண்ணப்பம் எழுதினார். இந்திய அரசு: ''சீர்திருத்தங்களின் இந்த உத்தரவாதத்தின் பேரில் நாங்கள் எங்கள் உண்ணாவிரதப் போராட்டத்தை முடித்துக் கொண்டோம் அரசியல் கைதிகளுடன் நன்னடத்தை விவகாரம் குறித்து குழு எங்களின் திருப்திக்கு விரைவில் தீர்வு காணப்பட்டது. சிறை பட்டினி தொடர்பான பரிந்துரைகள் மீது அதிகாரிகள் அமர்ந்துள்ளனர். அகில இந்திய காங்கிரஸ் கமிட்டியால் நடத்தப்பட்ட வேலைநிறுத்தங்கள். அந்த கைதிகளை பார்க்க காங்கிரஸ் கட்சியினருக்கு அனுமதி மறுக்கப்பட்டுள்ளது. சதி வழக்கில் தொடர்புடையதாகக் கூறப்படும் நபர்கள் (விசாரணையின் கீழ்). உயர் அதிகாரிகளின் உத்தரவின் பேரில் அக்டோபர் 23 மற்றும் 24 ஆகிய தேதிகளில் இரக்கமின்றி தாக்கப்பட்டார் போலீஸ் அதிகாரிகள்.

எஸ்டி.ஃ. பகத் சிங், தத் மற்றும் பலர்.

இந்த விண்ணப்பம் அரசுக்கு சென்றடைந்தது. ஆனால் அரசு இது வெளியில் இருந்து வந்த அழுத்தத்தால் எழுதப்பட்டிருக்கலாம் என்று நினைத்தேன் என்றது. ஆகவே, காவல்துறை தவறு செய்யவில்லை என்று அரசு கருதியது சதி வழக்கு கைதிகளை தாக்கியதை பொறுத்த வரையில் அரசாங்கத்தின் கருத்துப்படி, இந்த மக்கள் நீதிமன்றத்திற்கு கொண்டு வரப்பட்டனர் பலவந்தமாக, எந்த அடியும் நடைபெறவில்லை. பகத் சிங் மற்றும் அவரது கூட்டாளிகள் அரசாங்கத்தின் நொண்டிச் சாக்குகளால் முற்றிலும் அதிருப்தி அடைந்தனர். எனவே, அவர்கள் தங்கள் கூட்டாளிகளுடன் மீண்டும் இருவருக்காக உண்ணாவிரதப் போராட்டத்தைத் தொடங்கினர் பிப்ரவரி, 1930 இல் சில வாரங்களுக்கு பிறகு குழுவின் முக்கிய பரிந்துரைகளை உள்ளடக்கிய ஒரு சட்டத்தை இயற்ற உத்தரவிட்டது. சிறைக்கைதிகள் பெரும் துன்பங்களுக்கும் சித்திரவதைகளுக்கும் பிறகு தான் வசதிகளைப் பெற்றனர் ஜதின் தாஸின் தியாகம்.

*****

7. லாகூர் சதி வழக்கு

விசாரணை என்று முந்தைய அத்தியாயத்தில் கூறப்பட்டுள்ளது சாண்டர்ஸ் கொலை வழக்கு ஜூலை 10 ஆம் தேதி ஸ்ரீ கிருஷ்ணா நீதிமன்றத்தில் தொடங்கியது. லாகூரில் உள்ள மாஜிஸ்திரேட் மற்றும் நீதிமன்ற நடவடிக்கைகள் சிறையில் நடைபெற்றது பகத் சிங் மற்றும் படுகேஷ்வர் தத் உண்ணாவிரதம் இருந்த அந்த நேரத்தில், மொத்தம் 24 பேர் இந்த வழக்கில் தொடர்புடையவர்கள் சந்திர சேகர் ஆசாத், பகவான் தாஸ், கைலாஷ் பதி, பகவதி சரண் கைது செய்ய முடியாத வோஹ்ரா, யாஷ் பால், சத்குரு ஆகியோர் அறிவிக்கப்பட்டனர். மேலும் தலைமறைவானவர்கள். மூன்று பேர் - அஜய் கோஷ், யதீந்திர நாத் சன்யால் மற்றும் தேவ் ராஜ்- சட்டத்தின் பல்வேறு பிரிவுகளின் அடிப்படையில் விடுவிக்கப்பட்டனர்.

மீதமுள்ள பதினைந்து பேர் விசாரணைக்கு உட்படுத்தப்பட்டனர். அவர்களைத் தவிர, ஏழு பேர் திரும்பினர் அரசாங்க சாட்சிகள்படி அவர்களின் பெயர் ராம் சரண் தாஸ், பிரம்மா தத், ஜெய் கோபால், பனீந்திர நாத் கோஷ், மன் மோகன் பானர்ஜி, ஹான்ஸ் ராஜ் வோஹ்ரா மற்றும் லலித் குமார் முகர்ஜி. அவர்களில் ராம் சரண் தாஸ் மற்றும் பிரம்ம தத் நம்பகமானவர்களாக கருதப்படவில்லை. மீதி ஐந்திற்கு வழக்கில் சம்மன் அனுப்பப்பட்டது. அந்த வழக்கில் முடிவு வரும் என்று இளைஞர்கள் அனைவரும் நம்பினர் பிரிட்டிஷ் அரசாங்கம் எதை விரும்பினாலும். மீதமுள்ளவை ஒரு நீதியின் கேலிக்கூத்தாக இருக்கலாம். அதனால் அவர்கள் வழக்கில் ஆர்வத்தை இழந்தனர். பகத் சிங் மற்றும் அவரது கூட்டாளிகள் நீதிமன்ற நடவடிக்கைகளைத் தடுக்க மற்றொரு வழியைக் கண்டுபிடித்தனர். அவர்கள் நீதிமன்றத்தை அடைந்தவுடன், அவர்கள் சுற்றிப் பார்த்துவிட்டு பிறகு பார்ப்பார்கள்.

“இன்குலாப் ஜிந்தாபாத்“ கோஷம் எழுப்புங்கள் என்றனர். அதன் பிறகு “வந்தே மாதரம்“, என்று ஆவேசமாகப் பாடுவார்கள்: இப்போது நம் மனதில் உள்ள ஆசை நம் தலையை விற்க வேண்டும். கொலைகாரனின் கைகள் எவ்வளவு வலிமையானவை என்பதை நாம் பார்க்க வேண்டும். நேரம் வரட்டும், ஓ வானமே, நாங்கள் உங்களுக்குச் சொல்வோம். நம் மனதில் இருப்பதை ஏன் இப்போது சொல்ல வேண்டும். தேசம் மற்றும் சமுதாயத்தின் தியாகிகளே, நான் உங்களுக்காக தியாகம் செய்கிறேன். இப்போது என் தலைவிதி பற்றிய விவாதம் மற்றவர்களின் நீதிமன்றங்களில் உள்ளது. இப்போது நம் மனதில் உள்ள ஆசை நம் தலையை விற்க வேண்டும் என்பதாகும்.

“இன்குலாப் ஜிந்தாபாத்“ மாஜிஸ்திரேட் ஸ்ரீ கிருஷ்ண வர்மா புத்திசாலித்தனம் செய்தார். புரட்சியாளர்களின் இந்த கூட்டத்திற்கு முன் செய்தார். இந்த நீதிமன்றம் மாற்றியது அந்த நாட்களில் லாகூரில் மிக முக்கியமான இடம். அந்த பிரதான வாயில் நீதிமன்றம் சாலையை நோக்கி இருந்தது. அவர்கள் விடுவிக்கப்பட்டபோது மாணவர்கள் பள்ளி, கல்லூரிகள் அங்கு குவிந்தன. ஒரு பெரிய மக்கள் கூட்டம் அங்கு இருக்கும் நீதிமன்றத்திற்கு வெளியே கூடுங்கள். பகத் சிங்கின் உரத்த குரல் கூறியது. சத்தமாக வெளியே கூட்டம் அதைக் கேட்டது. வெளியே கூட்டம் திரும்ப திரும்ப இந்த துணிச்சலான மனிதர்கள் பாடிய புரட்சிகர பாடல் அல்லது தேசிய கீதம். கவிஞர் ஓம் பிரகேஷ் சர்மாவின் பின்வரும் பாடல் மிகவும் பிரபலமானது

அந்த நாட்களில். மக்கள் தங்கள் வீடுகளில் பாடினர்: எதிர்காலத்தில் எப்போதாவது நாம் சுதந்திரமாக இருக்கும் ஒரு நாள் வரும். அது நமது நிலமாக இருக்கும், அது நமது வானமாக இருக்கும். ஒவ்வொரு ஆண்டும் திருவிழாக்கள் நடத்தப்படும், அங்கு தியாகிகள் தீக்குளிக்கப்படும். நாட்டிற்காக இறந்தவர்களின் கடைசி தடயமாக இது இருக்கும் என்பதாகும். மாஜிஸ்திரேட் நீதிமன்றத்திற்குள் நுழைந்தவுடன், நீதிமன்ற அறை தேசிய மற்றும் ட்யூன்கள் மற்றும் அலைகளுடன் புரட்சிகர பாடல்கள் எதிரொலிக்கத் தொடங்கும் அப்போது நீதிமன்றத்தில் ஒரு விசித்திரமான அமைதி இறங்கும்.

எல்லோரும் மௌனம் சாதிப்பார்கள். நீதிபதி அமைதியாக அமர்ந்திருப்பார் நாற்காலியில் தலை குனிந்தார். வக்கீல்கள் ஊமையாக இருப்பார்கள். அங்கு பியூன் அல்லது மற்ற வேலைக்காரர்கள் குனிந்த தலையுடன் உட்கார்ந்திருப்பார்கள் அல்லது நிற்பார்கள். நீதிமன்றத்திற்கு வந்த புரட்சியாளர்களின் உறவினர்களின் முகம் பகத்சிங், தெரியாத மற்றும் விசித்திரமான அமைதியை பிரதிபலிக்கும். பகத் போல் தோன்றியது சிங் மற்றும் அவரது கூட்டாளிகள் இந்த நீதிமன்ற அறையை முறியடித்தனர். முழு செல் தேசபக்தியின் நிறத்தில் ஊறியது போல் தோன்றியது.

1930 ஆம் ஆண்டின் கட்டளை எண்.3 1930 ஆம் ஆண்டு மே 1 ஆம் தேதி அமல்படுத்தப்பட்டது. அப்போது அதன் கீழ் சிறப்பு வகையான நீதி மன்றம் உருவாக்கப்பட்டது. எனவே இந்த லாகூர் இந்த அரசாணையின் கீழ் வழக்கும் தொடரப்பட்டது. நீதிபதி ஜே. கோல்ட் ஸ்ட்ரீம் அதன் தலைவராக இருந்தார், ஆகா ஹைதர் மற்றும் ஜிசி ஹில்டன் ஆகியோர் உடன் இருந்தனர் உண்மையில், இந்த தீர்ப்பாயத்தில் வழக்குகள் அனுப்பப்பட்டன. அதாவது முதலாம் உலக போர். இங்கு மூன்று நீதிபதிகளும் நியமிக்கப்பட்டனர் லாகூர் உயர்நீதிமன்றத்தின் தலைமை நீதிபதி. உடன் இந்த தீர்ப்பாயம் அமைக்கப்பட்டது ஒரு குறிப்பிட்ட

நோக்கத்திற்காக அனுப்பப்பட்டது. புரட்சியாளர்கள் என்று அரசாங்கம் அஞ்சியது வேண்டுமென்றே நீதிமன்றத்தை தவறாக வழிநடத்த முயன்றது. எனவே, சிறப்பு உரிமைகள் வழங்கப்பட்டன இது போன்ற வழக்குகளை தீர்ப்பாயம் சமாளிக்க முடியும் என்று நினைத்தனர். அதனால் மே 5, 1930 பூஞ்சில் தீர்ப்பாயத்தின் முன் விசாரணை தொடங்கியது ஹவுஸ், லாகூர். பகத்சிங்கின் அரசியலமைப்பின் படி அத்தகைய ஒரு தீர்ப்பாயம் சட்டவிரோதமானது. எனவே நிரூபிக்க பதினைந்து நாட்கள் அவகாசம் கேட்டுள்ளார் அதாவது, அவரது கருத்து என்னவெனில், அவரது கோரிக்கை நிராகரிக்கப்பட்டது. ஆகவே அரசு வழக்கறிஞர் கார்டன் நோட் வாதங்களைத் தொடங்கி, பின்வரும் மூன்றை வடிவமைத்தார்

கட்டணம்:

(i) சதி மற்றும் கொலை.

(ii) கொள்ளை மற்றும் வெடிகுண்டுகளை தயாரித்தல்.

(iii) குண்டுகள் மற்றும் பிறவற்றைப் பயன்படுத்தி பிரிட்டிஷ் சாம்ராஜ்யத்திற்கு எதிரான போர் முறைகள் கையாளுதல்

பகத் சிங் ஒரு வழக்கறிஞரை ஈடுபடுத்த மறுத்துவிட்டார், ஆனால் லாலாவை அழைத்துச் செல்ல ஒப்புக்கொண்டார் துனி சந்த் அவரது சட்ட ஆலோசகராக நீதிமன்ற நடவடிக்கைகளில் கவனம் செலுத்துகிறார் மேலும் நீதிமன்றத்தில் வாதங்களின் போது ஆலோசனை பெற வேண்டும். மே 12, 1930 அன்று பகத்சிங்கும் அவரது மற்ற புரட்சிகர கூட்டாளிகளும் அழைத்து வரப்பட்டனர் நீதிமன்றத்தில் கைவிலங்கு போடப்பட்டது. அவரது கைவிலங்கு அகற்றப்படும் வரை போலீஸ் ஜீப்பில் இருந்து இறங்குங்கள். என்று தீர்ப்பாயத்தின் தலைவர் திரு.ஜே.கோல்ட் ஸ்ட்ரீம் காவல்துறைக்கு உத்தரவிட்டார் அவரை வலுக்கட்டாயமாக ஜீப்பில் இருந்து இறக்கி விட வேண்டும். அவர்கள் அனைவரும் புறக்கணித்தனர் காவல்துறையின் நடவடிக்கைக்கு எதிரான நீதிமன்ற நடவடிக்கைகள் அதில் பங்கேற்கவில்லை மதிய உணவின் போது மதியம் அவர்களின் கைவிலங்குகள் அகற்றப்பட்டன. ஆனால் மதிய உணவுக்குப் பிறகு நீதிமன்ற நடவடிக்கைகள் மீண்டும் தொடங்கியதும், காவல்துறை மீண்டும் அவர்களுக்கு கைவிலங்கிட முயற்சித்தது. புரட்சியாளர்கள் அதை எதிர்த்தனர். அங்கு, அடிக்கும் நிலைக்கு நிலைமை மோசமடைந்தது. போலீஸ் அங்கு இருந்தது. மேலும், அங்கு பகத்சிங்கை தடியடி மற்றும் காலணிகளால் அடிக்க உத்தரவிட்டார். பத்திரிகையாளர்கள் மற்றும் இந்த தாக்குதலின் போது மற்ற பார்வையாளர்கள் உடனிருந்தனர். ஆகா ஹைதர், இந்தியர் தீர்ப்பாயத்தின் உறுப்பினர் ஆவர். இந்த சம்பவத்தால் மிகவும் வருத்தமடைந்தார், அதனால் அன்றைய நீதிமன்ற நடவடிக்கைகளில்

கையெழுத்திட மறுத்துவிட்டார். பொதுமக்களும் அங்கு இருந்தனர். மேலும் இந்த சம்பவத்தால் மிகவும் வெறுப்படைந்துள்ளனர். எனவே, பொதுமக்கள் அழுத்தம் காரணமாக மிஸ்டர் கோல்ட் ஸ்ட்ரீம் நீண்ட விடுப்பில் அனுப்பப்பட்டார்.

ஜூன் 21, 1930 அன்று இரண்டாவது சிறப்பு தீர்ப்பாயம் அமைக்கப்பட்டது. மிஸ்டர் கோல்ட் ஸ்ட்ரீம் மற்றும் ஆகா ஹைதர் ஆகியோர் அதில் இடம் பெறவில்லை. அவர்கள் ஜே.கே.கெப் மற்றும் இரண்டு புதிய உறுப்பினர்களால் மாற்றப்பட்டனர் நீதிபதி அப்துல் காதர். மூன்றாவது உறுப்பினரான ஜி.சி.ஹில்டன் அவரது பதிவில் தொடர்ந்தார்

பகத்சிங்கை அடித்ததை ஒரு ஒழுங்கு நடவடிக்கை என்று நீதிமன்றம் கருதியது. இது நீதிமன்றத்தின் காட்டுமிராண்டித்தனமான செயல் என கண்டனம் செய்யப்பட்டது. உலகம் முழுவதும் செய்தி பரவியது. நிதி உதவி இந்த புரட்சியாளர்கள் போலந்து, கனடா, ஜப்பான் மற்றும் தெற்கில் இருந்து குவிந்தனர். மேலும், அமெரிக்கா. பகத்சிங் தினம் நாடு முழுவதும் கொண்டாடப்பட்டது இது நீதிமன்ற நடவடிக்கைக்கு எதிர்ப்பு என்றானது. பண்டிட் மோதி லால் போன்ற சுதந்திரப் போராட்ட வீரர்கள் நேரு, பண்டிட் ஜவஹர் லால் நேரு, ர.ஃ.பி அகமது கித்வாய், சுபாஷ் சந்திர போஸ், பாபா குரு தத் சிங், காலா கங்கரின் ஆட்சியாளர், மோகன் புரட்சியாளர்களை சந்திக்க லால் சக்சேனாவும் நாரிமனும் சிறைக்கு வந்தனர்.

யதீந்திர நாத் சன்யால் புரட்சியாளர்களில் ஒருவர். அவர் உயர்ந்து விளங்கினார். தன் தரப்பிலிருந்தும் நாட்டு மக்கள் சார்பாகவும் ஏதாவது ஒன்றை நீதிமன்றத்தில் சொல்லுங்கள் என்றார். மகாவீர் சிங், படுகேஷ்வர் தத், டாக்டர். கயா பிரசாத் நிகம் மற்றும் குந்தன் லால். அவர் தனது அறிக்கையில் எழுதியிருந்தார். அதைப் படிக்க ஆரம்பித்தார். அதில் பிரிட்டிஷ் அரசின் அரசியலை கடுமையாக விமர்சித்திருந்தார். அவர் தனது அறிக்கை மற்றும் அவரது எழுத்துப்பூர்வ அறிக்கையை முடிக்க அனுமதிக்கப்படவில்லை அவரிடமிருந்து பறிக்கப்பட்டது. அவர் கவனத்தை ஈர்க்க விரும்பினார் நீதிமன்றம் குறிப்பாக அவரது கடைசி வரிகளுக்கு பின்வருமாறு கூறியது.

"இந்தக் காரணங்களுக்காக, இந்த ஒருதலைப்பட்சமான, மோசடியை நாங்கள் ஏற்க மறுக்கிறோம் இதற்குப் பிறகு நாங்கள் எந்த நடவடிக்கையிலும் பங்கேற்க மாட்டோம்''.

இந்த வழக்கில் நீதிமன்ற நடவடிக்கைகள் மற்றும் நடத்தை சிறையில் இருந்த புரட்சியாளர்களுடன் அதிகாரிகள் திருப்திகரமாக இல்லை ஆரம்பத்திலிருந்தே அப்படி தான். பிப்ரவரி 11 ஆம் தேதி, பகத்சிங் இருந்தார். பதுகேஷ்வர் சார்பாக மாஜிஸ்திரேட்டுக்கு எழுதப்பட்டது தத் மற்றும் அவரும்:

பகத் சிங், “மற்ற கூட்டுக் குற்றம் சாட்டப்பட்ட நபர்கள் வெவ்வேறு தூரத்தில் வசிப்பவர்கள் எனவே, அவர்கள் பார்க்க வசதிகள் செய்து தரப்பட வேண்டும் என்றனர். ஸ்ரீ படுகேஷ்வர் தத் மற்றும் கமல்நாத் திவாரி ஆகியோர் இருந்தனர் லஜ்ஜாவதியைப் பார்க்க விருப்பம் தெரிவித்தார், ஆனால் அவர்கள் அனுமதிக்கப்படவில்லை அவள் அவர்களின் உறவினரோ அல்லது வழக்கறிஞரோ இல்லை என்ற அடிப்படையில் அவளைப் பார்க்கவும் அனுமதி கிடைத்தது. பின்னர் பவர் ஆ.ஃ.ப் அட்டர்னியையும் பெற்ற பிறகு, சந்திக்கும் வசதி அவர்களுக்கு வழங்கப்படவில்லை. குற்றம் சாட்டப்பட்டவர்கள் இல்லை என்பது இதிலிருந்து தெளிவாகிறது அவர்களின் விளக்கங்களை வழங்குவதற்கு கூட முறையான வசதிகள் வழங்கப்படுகின்றன. கூடுதலாக, ஸ்ரீ காந்தி குமார், எங்களுக்காக மிகவும் பயனுள்ள பணிகளை செய்து வருகிறார். தற்காப்பு, ஒரு பொய் வழக்கில் (துப்பாக்கி கொண்டு வந்ததற்காக) சிறையில் தள்ளப்பட்டுள்ளார் சாஸில் தோட்டாக்கள்) இது மட்டுமல்ல. ஒரு வழக்கைத் தொடர முடியாதபோது அவருக்கு எதிராக, பிரிவு 124 ஏ இன் கீழ் ஒரு வழக்கில் குர்தாஸ்பூர் சிக்கினார்.

முழு நேர வழக்கறிஞரை ஈடுபடுத்த முடியவில்லை. எனவே, நான் விரும்பினேன் என் ஆட்கள் நீதிமன்றத்தில் தங்கியிருந்தனர். ஆனால் ஒதுக்காமல் அதை நிராகரிப்பதன் மூலம் எந்த காரணத்திற்காகவும், லாலா அமர் தாஸ் ஒரு வழக்கறிஞராக நியமிக்கப்பட்டார். அவை நீதியின் பெயரால் ஆடப்படும் நாடகம் போல் இல்லை. ஏனென்றால் அது எங்கள் நிலைப்பாட்டை தெளிவுபடுத்தும் எந்த நன்மையையும் அல்லது வசதியையும் எங்களுக்கு வழங்கவில்லை. “இன்னொரு பெரிய புகார் செய்தித்தாளில் வரவில்லை.

லாக்கப்பில் உள்ள கைதிகளுக்கு ஏற்ப சிகிச்சை அளிக்க முடியாது என்றனர். அவர்கள் தினமும் ஒரு செய்தித்தாளையாவது பெற வேண்டும். நாங்கள் ஆங்கிலம் படிக்கத் தெரியாதவர்களுக்கு ஒரு இந்தி நாளிதழ் வேண்டும். எனவே, எதிர்ப்பின் மூலம் தி ட்ரிப்யூனையும் திருப்பி அனுப்புகிறோம். மேலும் இந்த காரணங்களால் நாங்கள் நீதிமன்றத்தில் ஆஜராகவில்லை என்று அறிவித்துள்ளோம் ஜனவரி 29, 1930. இந்த அசௌகரியங்கள் நீக்கப்பட்டவுடன், நாங்கள் நீதிமன்றத்தில் ஆஜராவதில் எந்த ஆட்சேபனையும் இருக்காது என்று பகத்சிங் அனைத்து நடவடிக்கைகளையும் பரிசீலித்தார் என்பது தெளிவாகிறது.

இந்த வழக்கு ஆங்கிலேயர்களின் கேலிக்கூத்து மட்டுமே. அனைத்து நிபுணர்களும் பகத் சிங்கிற்கு எதிரான இந்த வழக்கை சட்டமும் அரசியலமைப்பும் பரிசீலித்துள்ளன நீதியின் ஆடையை வீசிய நாடகம் தான். எனவே, பகத் சிங் ஒரு வகையில் இந்த வழக்கில் இருந்து தனது

மனதை தூரமாக விலக்கிக் கொண்டார் புத்தக வாசிப்பில் மூழ்கினார். புத்தகங்கள் படிப்பது அன்பான பொழுதுபோக்காக இருந்தது நீண்ட காலமாக அவரது இதயத்திற்கு இதமாக இருந்தது. அவர் பல புத்தகங்களைப் படித்தார். அவருக்கான புத்தகங்கள் மற்றும் அவற்றை சென்சார் செய்வது சிறைக்குக் கவலையாக இருந்தது எனவே, சிறையில் உள்ள அவரது கூட்டாளிகள் அவரை "புத்தகப் புழு" என்று அழைத்தனர். அவர் 1930 ஜூலை 24 அன்று ஜெய் தேவுக்கு ஒரு கடிதம் எழுதினார் ஸ்ரீ குப்தா தனது இளையவர் மூலம் பின்வரும் புத்தகங்களை அனுப்ப ஏற்பாடு செய்ய வேண்டும்.

சகோதரர் குல்வீர் சிங்:

(i) இராணுவவாதம்

(ii) ஆண்கள் ஏன் சண்டையிடுகிறார்கள்?

(iii) சோவியத் வேலை

(iv) இரண்டாம் சர்வதேசத்தின் சரிவு

(v) இடதுசாரி கம்யூனிசம்

(vi) பரஸ்பர உதவி

(vii) வயல் தொழிற்சாலைகள் மற்றும் பட்டறை

(viii) பிரான்சில் உள்நாட்டுப் போர்

(ix) ரஷ்யாவில் நிலப் புரட்சி

(x) ஹிஸ்ட்ரோகல் மிலிட்டரிஸத்தின் கோட்பாடு

(xi) செழிப்பு மற்றும் கடனில் போட்டி

இந்நூல்களைப் படித்தார் எனும் போது பகத் சிங் உயர்ந்தவர் என்பதைக் காட்டுகிறது. கார்ல் மார்க்ஸ் மற்றும் ரஷ்யப் புரட்சியின் தாக்கம். என்ன பெரியது என கேட்க தூண்டுகிறது. தூக்கிலிடப்படுவதற்கு சில நிமிடங்களுக்கு முன்பு கூட அவர் புத்தகங்களில் மூழ்கி இருந்தார். அவரிடம் கேட்கப்பட்டது,

"இந்தப் புத்தகங்களையெல்லாம் நீங்கள் உண்மையில் படிக்கிறீர்களா? தேடுவது கூட எனக்கு சிரமமாக இருக்கிறது.

நிறைய புத்தகங்கள் வெளிவந்துள்ளன." இதற்கு பகத்சிங்கின் பதில், " நான் அவற்றைப் படித்தேன். நீங்கள் எந்த புத்தகத்தையும் எடுத்துக்கொண்டும் எங்கிருந்தும் என்னிடம் ஒரு கேள்வி கேளுங்கள். நான் உங்களுக்கு பதில் சொல்லுகிறேன் என்றார்.

பகத்சிங்கை விடுவிக்க ஆசாத்தின் முயற்சிகள்

பகத்சிங் மீதான வழக்கு நடந்து கொண்டிருந்த போது, ஒரு கூட்டம் "இந்துஸ்தான் சமாஜ்வாடி கணதந்திர சங்கம்" இதில் நடைபெற்றது புரட்சியாளர்கள் தங்கள் நடவடிக்கைகளை மேலும் தீவிரப்படுத்த முடிவு செய்தனர் பகத்சிங்கை விடுதலை செய்வதற்கான நடவடிக்கைகள். டிசம்பரில், 1930 முயற்சிகள் இருந்தன வைஸ்ராயை டெல்லிக்கு ஏற்றிச் செல்லும் சிறப்பு ரயிலை வெடிக்கச் செய்தார். இரண்டு முன்னால் இருந்த

இரண்டு போகிகள் (போகி எண். 8 மற்றும் 9) சேதமடைந்தன, ஆனால் வைஸ்ராய் காயமின்றி தப்பினர். இதற்குப் பிறகு எப்போது பகத்சிங் மற்றும் படுகேஷ்வர் தத் சிறையில் இருந்து போலீஸ் வேனில் ஏறுவதற்காக வெளியே வந்தார். பிறகு அது அவர்களை விடுவிக்கப் போராட வேண்டும். திட்டம் 1930 இல் பட்டியலிடப்பட்டது. திட்டத்தின் ஒத்திகைக்காக, புரட்சியாளர்கள் கரையை அடைந்தனர். மே 28 அன்று ராவி நதியில் அவர்கள் வெடிகுண்டை சோதனை செய்தனர். ஆனால் அது மாறியது ஏனென்றால் பகவதிக்கு மிக அருகில் வெடிகுண்டு வெடித்தது பகத் சிங் சரண் வோராவும் அவரும் கொல்லப்பட்டனர். சந்திரசேகர் ஆசாத் தோற்கவில்லை அவரது கூட்டாளியின் மரணத்தால் இதயம் நொறுங்கியது. பகத்சிங் விடுதலை செய்யப்பட்டார். அவரது திட்டத்தின் படி, அவர் ஜூன் மாதம் லாகூர் சென்றடைந்தார். 1930 ஆம் ஆண்டு இம்மாதம் 23 ஆம் தேதி மத்திய சிறைக்கு அருகில் இருந்தார் அங்கு வாய்ப்புக்காக காத்திருந்தது. அதன் முன்பு போலீஸ் வேன் நிறுத்தப்பட்டது சிறை வாசலில் இருந்து சிறிது தொலைவில், விசாரணைக் கைதிகள் அதில் ஏறினர். ஆனால் அன்று போலீஸ் வேன் சிறை வாசலுக்கு மிக அருகிலேயே நிறுத்தப்பட்டிருந்தது. அதனால், அத்திட்டம் பொய்த்துப் போனது.

சந்திரசேகர் என்று இங்கு குறிப்பிடுவதற்கு இடமில்லாமல் இருக்காது ஆசாத் தொடர்ந்து பண்டிட் மோதிலால் நேருவை சந்தித்து, போலீசாரை ஏமாற்றினார். முன்னதாக, சாண்டர்ஸைக் கொன்றுவிட்டு பகத்சிங் லாகூரிலிருந்து தப்பிச் சென்றபோது, ஆசாத் மோதிலால் நேருவை சந்தித்து வந்தார். ஒருவேளை, அவர் சிலவற்றைப் பெற்றிருக்கலாம் அவரிடமிருந்து நிதி உதவியும் கூட பெற்றிருக்கலாம்.

பகத்சிங் இந்த வழக்கை சுதந்திரம் பற்றிய தனது கருத்துக்களை பரப்புவதற்கான வழிமுறையாக கருதினார் இதற்கு மேல் எதுவும் இல்லை. மேலும் அவர் எதிர்பார்க்கவில்லை ஆங்கிலேயர்களிடம் ஏதேனும் நீதி கிடைக்கும் என்று. எனவே, அவர் எதையும் வழங்கவில்லை. இந்த வழக்கில் தெளிவுபடுத்தல்கள் வேண்டும். நீதிமன்ற நடவடிக்கைகள் சுமார் மூன்று மாதங்கள் வரை தொடர்ந்தன நீதிமன்றப் பணிகள் ஆகஸ்ட் 26, 1930 இல் நிறைவடைந்தன. இதற்குப் பிறகு, காகித வேலை மட்டுமே இருந்தது. மறுநாள் குற்றம் சாட்டப்பட்டவர் தற்காப்புக்காக தாங்கள் விரும்பும் எதையும் சமர்ப்பிக்குமாறு தெரிவிக்கப்பட்டது. அவர்கள் விரும்பினால், அவர்கள் ஒரு வழக்கறிஞரை அல்லது சாட்சிகளை முன்னிலைப்படுத்தலாம். ஆனால் குற்றம் சாட்டப்பட்ட அனைவரும் அதை நிராகரித்தனர், எந்த வழியிலும் அது நடக்காது ஒரு வித்தியாசத்தை உண்டாக்கு என்று கூறினர். ஒருவேளை தீர்ப்பாயம் அதை வழங்க தயாராகி இருக்கலாம் பகத் சிங் தனது சகோதரர் குல்விர் சிங்குக்கு ஒரு கடிதம் எழுதினார்.

செப்டம்பர் 16 :

“அன்புள்ள சகோதரர் குல்விர்ஜி,

சத் ஸ்ரீ அகல்

அதிகாரிகளின் விருப்பப்படி என் சந்திப்பு உங்களுக்குத் தெரியும் என்று நம்புகிறேன் மற்றவை குறைக்கப்பட்டுள்ளன. இந்த சூழ்நிலையில், கூட்டம் கூடும். ஆனால் சாத்தியமில்லை, மேலும் இந்த வழக்கும் விரைவில் முடிவு செய்யப்படும் என்று நினைக்கிறேன். சில நாட்களுக்குப் பிறகு, நான் வேறு சிறைக்கு மாற்றப்படலாம். எனவே சிறைக்கு வாருங்கள் சில நாள் என் திசைகாட்டி, குறிப்புகள் மற்றும் பிற பொருட்களை சேகரிக்கவும் நான் அனுப்பப்படுவேன். சிறை கண்காணிப்பாளர் அலுவலகத்திற்கு எனது பாத்திரங்கள், உடைகள், திசைகாட்டி மற்றும் பிற தொடர்புடைய ஆவணங்கள் ஆகியவற்றை வந்து சேகரிக்கவும். இது ஏன் என்று தெரியவில்லை இந்த பலவீனத்திற்குள்ளேயே என் எண்ணம் மீண்டும் மீண்டும் வருகிறது அதிகபட்சமாக இந்த மாதத்திற்குள் என் தீர்ப்பு வரும், நான் இருப்பேன்.

இந்த சூழ்நிலையில், நாம் சந்திக்கலாம் என்று நினைக்கிறேன். ஆனால், நான் அதை இங்கே எதிர்பார்க்கவில்லை.

உங்களால் முடிந்தால் வழக்கறிஞரை அனுப்பவும். ஒரு முக்கியமான விஷயத்திற்கு அவரிடம் ஆலோசனை கேட்க விரும்புகிறேன் தனியுரிமை கவுன்சில் பற்றிய புள்ளியாகும். அம்மாவை கவனித்து அவளை சமாதானப்படுத்துங்கள். என்னைப் பற்றி வருத்தப்பட வேண்டாம் என்றும் எழுதினார்.

உங்கள் சகோதரன்,
பகத் சிங்."

பகத்சிங்கும் அவரது கூட்டாளிகளும் சிறையில் அடைக்கப்பட்டனர் தண்டனை விதிக்கப்பட்ட கைதிகளுக்கானது. அவர்களுக்கு வசதிகள் கூட மறுக்கப்பட்டன சாதாரண கைதிகளுக்கானது. பண்டிட் மோதிலால் நேரு பகத்சிங்கை மிகவும் நேசித்தார் இந்த நேரத்தில் அவர் கடுமையாக நோய்வாய்ப்பட்டிருந்தார், ஆனால் அவர் தனது ஆட்களில் ஒருவரை அனுப்பினார் பகத்சிங்கை சிறையில் பார்க்க வேண்டும் என்றார். அவர் மூலம், அவர் பகத்திற்கு தெரிவிக்கப்பட்டார் சிங் தடைகளை ஏற்படுத்த வேண்டாம். அவர் சிறிது நேரம் இருக்க விரும்பினார். சமரசத்திற்காக நடக்கும் விவாதம் கூடும் என்று நினைத்துக் கொண்டிருந்தார் பகத்சிங்கின் உயிரைக் காப்பாற்றுங்கள். ஆனால் பகத் சிங் பிரச்சினையை வித்தியாசமாக பார்த்தார் அவர் தூக்குப்போட்டு இறந்தது நலன் கருதியே என்று நினைத்தார் இது நாட்டு மக்களுக்கு பாடம் புகட்டும் செய்தியாகும். அவர்கள் சுதந்திரத்திற்காக கடுமையாக பாடுபடுவார்கள். அரசாங்கம் ஒருபுறம், காங்கிரஸார் மீது நட்புக் கரம் நீட்டினார் மறுபுறம் அது புரட்சியாளர்களை நசுக்குவதில் குறியாக இருந்தது. அதனால் இங்கு பகத்சிங்கும் மற்றவர்களும் தூக்கிலிடப்படுவார்கள் என்பது கிட்டத்தட்ட உறுதியாகிவிட்டது. பலர் பகத்சிங்கை பல வழிகளில் வற்புறுத்தினார்கள் தீர்ப்புக்கு எதிராக தாக்கல் செய்ய வேண்டும். இது ஒருவேளை குறைக்கலாம் தண்டனை அல்லது தூக்கு தண்டனையை சிறிது காலத்திற்கு ஒத்திவைக்கவும். இந்த வழியில் அவர் பெற முடியும் அவரது

கருத்துக்களை ஒளிபரப்ப அதிக நேரம் எடுக்கும் நிறைய வற்புறுத்தலுடன், விடாமுயற்சியுடன், நியாயம் மற்றும் சிரமம் அவர் மேல்முறையீட்டில் கையெழுத்திட ஒப்புக்கொண்டார். மேல்முறையீட்டில் அது இருந்தது இந்த வழக்கு ஒரு அரசாணையின் கீழ் விசாரிக்கப்பட்டு அதனால், அது அதிகார வரம்பிற்கு அப்பால். நாடு முழுவதும் இருந்தது தன் உயிரைக் காப்பாற்றக் கூக்குரலிடுகிறான். பகத்சிங் மற்றும் அவரது கூட்டாளிகள் இருந்தனர் நீதிமன்றத்தை புறக்கணித்தார். எனவே, அனைத்து நடவடிக்கைகளும் மேற்கொள்ளப்பட்டன.

பாகர் என்பது செப்டம்பர் 20, 1930 இல் தெளிவாகியது சிங்கிற்கு மரண தண்டனை விதிக்கப்படவுள்ளது. சகோதரனுக்கு கடிதம் எழுதினார் அவரது இளைய சகோதரர் குல்விர் சிங் செப்டம்பர் 25, 1930 அன்று: பகத் சிங் “அன்புள்ள சகோதரர் குல்வீர் சிங் ஜி, சத் ஸ்ரீ அகல்.

பார்க்க அம்மாவுடன் வெகுநேரம் வந்திருக்கிறாய் என்பதை அறிந்து மிகவும் வருத்தப்பட்டேன் என்னை சந்திக்காததால் ஏமாற்றத்துடன் திரும்பி சென்றார்கள். சரி, உங்களுக்குத் தெரியும் சிறை அதிகாரிகள் சந்திக்க அனுமதிக்கவில்லை. பிறகு ஏன் அம்மாவை அழைத்து வந்தீர்கள் இந்த நேரத்தில் அவள் மிகவும் குழப்பத்தில் இருக்கிறாள் என்று எனக்குத் தெரியும். ஆனால் என்ன அமைதியின்மை மற்றும் கவலையின் பயன்பாடு பார்த்தால் அது நிச்சயமாக தீங்கு விளைவிக்கும். நான் வந்ததிலிருந்து அவள் அழுகிறாள் என்பதை அறிய, நானே அமைதியின்றி இருக்கிறேன். அங்கு கவலைப்பட ஒன்றுமில்லை. தவிர, கவலைப்படுவதால் எந்தப் பயனும் இல்லை. அனைவரும் நிலைமையை தைரியத்துடன் எதிர்கொள்ள வேண்டும் எல்லாவற்றிற்கும் மேலாக, உலகில் உள்ள மற்ற நபர்கள் ஆயிரக்கணக்கான சிரமங்களில் மூழ்கிதான் உள்ளனர். இன்னும் சில சந்திப்புகள் மற்றும் ஒரு வருட கால கூட்டங்கள் உங்களை திருப்திப்படுத்தவில்லை.

அன்பள்ள

பகத் சிங்”

பகத்சிங்கின் மரண தண்டனை நிறைவேற்றப்பட்டபோது, அவருடைய தந்தை சர்தார் கிஷன் சிங் ஒரு விண்ணப்பத்தை ஐகோர்ட்டு விசாரணைக்கு அனுப்பினார் அவரது வழக்கு, அவரது உயிரைக் காப்பாற்றதான் என்பதை இந்தக் கடிதத்தின் மூலம் நிரூபிக்க விரும்பினார் பகத்சிங் சம்பவம் நடந்த தேதி கல்கத்தாவில் ஆனால், லாகூரில் இல்லை. பயன்பாட்டின் சில வரிகள் இப்படி ஓடின:

“சம்பவத்தன்று பகத்சிங் கல்கத்தாவில் இருந்தார். அவர் எழுதினார். அன்று காதி பந்தர் மேலாளருக்கு ஒரு கடிதம், அது அவருக்கு தபால் மூலம் வந்தது. நான் நேர்மையான மற்றும் மரியாதைக்குரிய நபர், நான் தாக்கல் செய்ய தயாராக இருக்கிறேன் சம்பவம் நடந்த அன்று பகத்சிங் கல்கத்தாவில் இருந்ததாக ஒரு வாக்குமூலம் கூறுகிறேன். நீதியின் நலனுக்காக நான் அனுமதிக்கப்பட்டால், நான் அவரை மேலாளர்

முன்வைக்க முடியும் நீதி, சமத்துவம் மற்றும் ஞானத்தின் நலனுக்காக நீதிமன்ற சாட்சிக்கு வெளிக் கொணரலாம். இந்த வழக்கில் வாழ்க்கை மற்றும் இறப்பு விஷயம் என்பது ஆராய்ச்சி செய்து குற்றம் சாட்டப்பட்டவருக்கு முழுமையாக வழங்கப்பட வேண்டும். அவை தன்னைத் தற்காத்துக் கொள்வதற்கான உரிமையை முழுமையாகப் பயன்படுத்துவதற்கான வாய்ப்பு ஆகும். நான் அனுமதிக்கப்பட்டால் ஒரு சாட்சியச் சட்டம் I இன் பிரிவு 155 இன் படி, பாதுகாக்க வாய்ப்பு அரசு சாட்சிகள் யார், என்ன நிலை என்பதை நீதிமன்றத்தில் தெரிவிக்கும் சாட்சிகளாக செயல்படுவதில் அவர்களின் நோக்கங்கள் என்ன? அவர்கள் எப்படி, எப்போது சாட்சிகளாக மாற்றப்பட்டனர்? என்பதை ஆராயும்படி தாழ்மையுடன் கேட்டுக்கொள்கிறேன் பகத்சிங்கை முன்வைக்க ஒரு வாய்ப்பை அனுமதிக்க வேண்டும் அவரது பாதுகாப்பு."

சிறையில் இருப்பது தெரிந்ததும் பகத்சிங் மிகவும் கோபமடைந்தார் அவரது தந்தை எடுத்த நடவடிக்கை. தந்தையின் இந்த நடவடிக்கைக்கு அவர் எதிர்ப்பு தெரிவித்தார். அவர் உடனடியாக தனது தந்தைக்கு ஒரு கடிதம் எழுதி அதன் ஒரு பிரதியை அனுப்பினார் வெளியீட்டிற்காக தி ட்ரிப்யூனுக்கு எழுதிய கடிதம் இந்தக் கடிதம் தி ட்ரிப்யூனில் அக்டோபர் 4, 1930 தேதியிட்டது. சில முக்கியமான சாறுகள் பின்வருமாறு:

"...நீங்கள் ஒரு விண்ணப்பத்தை அனுப்பியுள்ளீர்கள் என்பதை அறிந்து நான் ஆச்சரியப்பட்டேன் வாதத்தில் சிறப்பு நீதிமன்றம். அந்தச் செய்தி எனக்கு மிகவும் வேதனையாக இருந்தது அமைதியாக தாங்க முடியவில்லை. அது என் மனதின் சமநிலையைக் குலைத்துவிட்டது. நான் இப்போது ஏன் இப்படியெல்லாம் நினைக்கிறீர்கள் என்று என்னால் புரிந்து கொள்ள முடியவில்லை நிலை மற்றும் தற்போதைய சூழ்நிலைகளில். உங்கள் மகன் என்பதால் நான் மதிக்கிறேன் உங்கள் (தந்தையின்) உணர்வுகள் மற்றும் ஆசைகள் எனக்கு புரிகிறது. ஆனால், கலந்தாலோசிக்காமல் நீங்கள் என்னைப் பற்றி அப்படி விண்ணப்பிக்க உரிமை இல்லை எப்பொழுதும் கருத்து மோதல்கள் இருந்து கொண்டே இருப்பது உங்களுக்குத் தெரியும் அரசியல் துறையில் நீங்களும் நானும். நான் எப்போதும் உழைத்து வருகிறேன் உங்கள் ஒப்புதல் அல்லது மறுப்பு பற்றி கவலைப்படாமல் சுதந்திரம்.

நீங்கள் என்னை வற்புறுத்துகிறீர்கள் என்பதை நீங்கள் நினைவில் வைத்திருப்பீர்கள் என்று நம்புகிறேன்.

ஆரம்பத்திலிருந்தே நான் என் வழக்கை கவனமாக எதிர்த்தேன் பாதுகாப்பை சரியாக முன்வைத்தேன். இது இதை நான் எதிர்க்கிறேன் என்பது உங்கள் அறிவிலும் உள்ளது. நான் ஒருபோதும் என்னை தற்காத்துக் கொள்வேன் என்று நம்பினேன். இதைப் பற்றி நான் தீவிரமாக சிந்திக்கவில்லை என்னுடைய திடமான கேள்விகள் அனைவராலும் என் நிலையை தெளிவுபடுத்த முடியும். ஆனால் இது ஒரு தனி பிரச்சினை, அதை எடுத்துக்கொள்ள முடியாது இப்போது இங்கே.

"இந்த விஷயத்தில் நாங்கள் குறிப்பிட்ட ஒன்றைப் பின்பற்றி வருகிறோம் என்பது உங்களுக்குத் தெரியும்.

என்னுடைய ஒவ்வொரு அடியும் அந்தக் கொள்கைகளுக்கு இசைவாக இருக்க வேண்டும். திட்டங்கள் மற்றும் எனது விதிகள் யாவும் முற்றிலும் வேறுபட்டது. நிலைமை தலைகீழாக இருந்திருந்தால் இன்று, தெளிவுபடுத்தும் கடைசி நபராக நான் இருந்திருப்பேன். இந்த வழக்கின் போது என்னிடம் ஒன்று மட்டுமே இருந்தது புறநிலை மற்றும் அது ஒரு அலட்சிய மனப்பான்மையை பராமரிக்க வேண்டும் என் மீதான குற்றச்சாட்டுகளின் தீவிர தன்மையின் முகம். இது என்னுடையதாக இருந்தது. அவை அரசியல் தொழிலாளர்கள் நிலைத்திருக்க வேண்டும் என்ற கருத்து ஆகும். பகத் சிங் தனிமையில் இருந்தார், நீதிமன்றங்களில் நடக்கும் சட்டப் போராட்டங்களைப் பற்றி ஒருபோதும் கவலைப்படக் கூடாது அவர்கள் தங்கள் தற்காப்பை முன்வைக்க முடியும். ஆனால் எப்போதும் தூய அரசியல் நிலை, மற்றும் ஒரு தனிப்பட்ட பார்வையில் இருந்து அல்ல. இந்த விஷயத்தில் எங்கள் கொள்கைக்கு இணங்க உள்ளது. இதில் நாம் வெற்றி பெறலாம். இல்லையெனில் எந்த தீர்ப்பையும் என்னால் வழங்க முடியாது. நாங்கள் பின்பற்றி வருவது நமது தர்மம் (நடைமுறை) முற்றிலும் தன்னலமற்ற வடிவத்தில்.

சதி வழக்கு ஆர்டினன்ஸ்' என்ற போக்கில் உள்ளது. வைஸ்ராய் அந்த வழக்கில் குற்றம் சாட்டப்பட்டவர்கள் என்று ஒரு ஆதரவு அறிக்கையில், சட்டம் மற்றும் நீதி இரண்டையும் அவமதிக்கிறது. இந்த நிலையில் அரசு அவர்களை அவமதிக்கிறார்கள் என்பதை பொதுமக்களுக்கு காட்ட எங்களுக்கு ஒரு வாய்ப்பை வழங்கியது இந்த விஷயத்தில் மக்கள் எங்களுடன் உடன்படாமல் இருக்கலாம். நீங்கள் ஒருவராக இருக்கலாம். ஆனால் இந்த விஷயத்தில் நீங்கள் எந்த நடவடிக்கையும் எடுக்கவில்லை என்று அர்த்தம் இல்லை என் புரிதல் அல்லது அறிவு அல்லது விருப்பம் இல்லாமல் செய்யாதீர்கள். என் வாழ்க்கை அப்படி இல்லை நீங்கள் புரிந்து கொண்டபடி மதிப்புமிக்கது. என்னைப் பொறுத்த வரையில் வாழ்க்கை அப்படி இல்லை விலைமதிப்பற்ற பொக்கிஷத்தை தியாகம் செய்யும் செலவில் சேமிக்கப்படும் மதிப்புமிக்கது என் கொள்கைகள். எனக்கு மற்ற கூட்டாளிகளும் உள்ளனர். அவர்களின் வழக்கும் சமமாக உள்ளது கூட்டுக் கொள்கையில் நிற்போம். என்ன விலை என்பது முக்கியமில்லை நாங்கள் தனிப்பட்ட அளவில் பணம் செலுத்துகிறோம்.

" பிதாஜி, நான் ஒரு பெரிய இக்கட்டான நிலையில் இருக்கிறேன். என் வார்த்தைகள் கடுமையானவை எனும் படி இருக்கலாம் என்றும் நான் அஞ்சுகிறேன். ஒருவேளை நான் குற்றஞ்சாட்டும் செயல்பாட்டில் கலாச்சாரத்தின் வரம்புகளை கடக்கிறேன் என்றும் நினைக்கலாம். அப்படியிருந்தும் நான் செய்வேன் என்னுடன் இதை நான் தேசத்துரோகத்திற்குக் குறையாததாகக் கருதியிருப்பேன். ஆனால் உங்கள் சூழ்நிலையில் இதை என்னால் சொல்ல முடியாது. முதுகில் குத்தப்பட்டிருக்கிறேன். உங்கள் சூழலில் நான் அதை ஒரு பலவீனம் என்று நினைக்கிறேன். அதாவது குறைந்த வரிசையின் பலவீனம் ஆகும்.

"நம் ஒவ்வொருவரும் சோதிக்கப்படும் காலம் அது. பிதாஜி, I

அந்த தேர்வில் நீங்கள் தோல்வியடைந்துவிட்டீர்கள் என்று சொல்ல விரும்புகிறேன். அதில் நீங்கள் இருந்தீர்கள் என்று எனக்குத் தெரியும் மனிதனால் முடிந்தவரை உண்மையான தேசபக்தர். நீங்களும் தியாகம் செய்தீர்கள் என்பது எனக்குத் தெரியும் உங்கள் வாழ்நாள் முழுவதும் இந்தியாவின் சுதந்திரத்திற்காக. போராட வேண்டும். ஆனால் அதற்கான காரணத்தை என்னால் புரிந்து கொள்ள முடியவில்லை. அவருடைய முக்கியமான தருணத்தில் நீங்கள் அத்தகைய பலவீனத்தை வெளிப்படுத்தினீர்கள்.

”உண்மையாக, நான் உங்கள் கவனத்திற்கும், எனது நண்பர்களின் கவனத்திற்கும் அதைக் கொண்டு வர விரும்புகிறேன் மற்றும் என் விஷயத்தில் ஆர்வமுள்ள மற்றவர்களை என்னால் ஏற்றுக்கொள்ள முடியாது என் பாதுகாப்பு கருதி எவரேனும் சமர்ப்பித்த விண்ணப்பத்தை நீதிமன்றம் ஏற்றுக்கொண்டாலும் என் வாதத்தை முன்வைக்க மாட்டேன். என் கடிதம் நாங்கள் பட்டினியாக இருந்தபோது சமர்பிக்கப்பட்ட கூட்டங்கள் தொடர்பான தீர்ப்பாயம் தவறாக புரிந்து கொள்ளப்பட்டது...

”இதை நான் விரும்புவதால் இதை பிந்தையதை வெளியிடுமாறு கேட்டுக்கொள்கிறேன் இது தொடர்பாக மக்களுக்கு விரிவாகத் தெரியும்.

இந்தப் புரட்சியாளர்கள் முழுமையான கவலையற்ற மனநிலையுடன் வாழ்க்கையை நடத்தி வந்தனர் தங்கள் வழக்கின் தீர்ப்பு என்னவாக இருக்கும் என்பதை அவர்கள் அறிந்திருந்தாலும். ஒருமுறை இரவில் சிறப்பு இரவு உணவு வழங்கப்பட்டது. இது அவர்களின் வாழ்க்கையில் நடந்த கடைசி இரவு உணவு. சில சிறை அதிகாரிகளும் சேர்ந்தனர் இந்த துணிச்சலான ஆத்மாக்கள் எந்த தடயத்தையும் காட்டவில்லை அவர்கள் முகத்தில் பதட்டம். கர்ஜித்து சிரித்துக் கொண்டிருந்தார்கள். கிண்டல் செய்தார்கள் ஒருவரையொருவர், குறும்புகளில் ஈடுபட்டு, கதைகள் மற்றும் நகைச்சுவைகளைச் சொன்னார்கள் சிறை அதிகாரிகளுடனான நடத்தை முற்றிலும் நாகரீகமாகவும், அமைதியாகவும், குடும்பம் சார்ந்ததாகவும் இருந்தது இது சிறை அதிகாரிகளை வெகுவாக கவர்ந்தது.

குற்றம் சாட்டப்பட்ட மூன்று வகையான சாட்சிகள் சாட்சியமளித்தனர் பகத்சிங்கிற்கு எதிராக:

1. ஸ்பாட் சாட்சிகள், அவர் சாண்டர்ஸை கொலை செய்வதைப் பார்த்தார்கள். கொலைக்குப் பின் ஓடி, அவனை அடையாளம் கண்டுகொண்டான்.
2. ஆதரவாளர் சாட்சிகள், ஜெய் கோபால் மற்றும் ஹன்ஸ் ராஜ் வோஹ்ரா கொலையில் அவர்களின் கூட்டாளிகள்.
3. பகத் சிங் எழுதிய குறிப்புகள், அவை “கையெழுத்து“ மூலம் சான்றளிக்கப்பட்டன நிபுணர்“.

சாண்டர்ஸ் கொலையில் ஜெய் கோபால் பங்கேற்றார், ஆனால் இப்போது அவர் அரசு சாட்சியாக மாறினார். ஒரு நாள், அவர் நின்று கொண்டிருந்த போது சாட்சி பெட்டியில், தன் கூட்டாளிகளுக்கு எதிராக சாட்சியமளிப்பதை, அவர் பார்த்தார் அவரது கூட்டாளிகளிடம் அவரது மீசைகளை கூர்மைப்படுத்துங்கள் என்றார். அவர் இந்த மோசமான

நடைமுறையில் ஈடுபடுவதைக் கண்டு புரட்சியாளர்கள் இரத்தம் கொதித்தெழுந்தனர். புரட்சியாளர்களில் இளையவர் பிரேம் தத் . அவரால் இது இயலவில்லை தன்னைக் கட்டுப்படுத்திக் கொண்டு, ஷூவைக் கழற்றி ஜெய் கோபால் மீது வீசினான். அங்கு நீதிமன்றத்தில் குழப்பம் நிலவியது. அங்கு மாஜிஸ்திரேட் உத்தரவிட்டார் நீதிமன்றத்தில் நிலநடுக்கம் ஏற்பட்டதாகத் தெரிகிறது. ஆகவே, நீதிமன்றம் விசாரணையை ஒத்திவைக்க வேண்டும் என கூறினார்.

தீர்ப்பு

ஆங்கிலேயர்களின் நாடகம் முடிவுக்கு வந்தது. நீதிமன்றமும் கண்டறிந்தது இந்திய தண்டனை சட்டத்தின் 120, 129, 302 பிரிவுகளின் கீழ் பகத் சிங் குற்றவாளி. பகத் சிங் கோட், வெடிக்கும் பொருள் சட்டத்தின் பிரிவு 4 மற்றும் பிரிவு 6, மற்றும் பின்வரும் தண்டனையைப் படியுங்கள்:

”சதியின் முக்கிய உறுப்பினர்களில் ஒருவராக அவர் தகுதியில், வேண்டுமென்றே கோழைத்தனமான கொலையை மனதில் வைத்து, அதில் அவர் பங்கேற்றார் என்று அவருக்கு தூக்கு தண்டனை விதிக்கப்படுகிறது. அனைத்து துணிச்சலான இளைஞர்களும் நீதிமன்றங்களைப் புறக்கணித்தனர். எனவே, இந்தத் தீர்ப்பு அவையில் வாசிக்கப்பட்டது.

நீதிமன்றத்தின் கூரியர் ஒருவர் சிறைக்கு வந்தார் இதைப் பற்றி அவர்களிடம் தெரிவித்தார். அங்கு தீர்ப்புக்கு ஒரு நாள் முன்னதாக ஆயுதம் ஏந்திய போலீசார் சிறையைச் சுற்றி நிறுத்தப்பட்டனர். எல்லாவற்றிலும் முன்னெச்சரிக்கை நடவடிக்கை எடுக்கப்பட்டது. அங்கு இந்த வழக்கில் பகத்சிங் உட்பட 15 பேர் குற்றம் சாட்டப்பட்டுள்ளனர். அவர்களைப் பற்றிய பின்வரும் வாக்கியங்கள்:

பகத் சிங், சுக் தேவ் மற்றும் ராஜ்குரு ஆகியோருக்கு மரண தண்டனை விதிக்கப்பட்டது. ஏழு பேர் வாழ்நாள் முழுவதும் நாடு கடத்தப்பட்டனர். அவர்கள் ஷிவ் வர்மா, கிஷோரி லால், கயா பிரசாத், ஜெய் தேவ் கபூர், விஜய் குமார் சின்ஹா, மகாவீர் சிங் மற்றும் கமல்நாத் திவாரி. குந்தன் லால் வர்மாவுக்கு ஏழு பேருக்கு தண்டனை விதிக்கப்பட்டது. ஆண்டுகள் சிறைத்தண்டனை மற்றும் பிரேம் தத் ஐந்து ஆண்டுகள். கட்டணம் ஏதும் இல்லை தேஷ் ராஜ் ஆகியோருக்கு எதிராக நிரூபித்தார். எனவே அவர்கள் விடுவிக்கப்பட்டனர்.

பொதுமக்கள் அறியாத வகையில் அனைத்து முன்னெச்சரிக்கை நடவடிக்கைகளும் எடுக்கப்பட்டன ஆனால் அது எப்படி சாத்தியமாகும்? செய்தி நாடு முழுவதும் காட்டுத் தீ போல் பரவியது. அரசு விதித்தது லாகூரில் சீசன் 144, அனைத்து வகையான கூட்டங்கள் மற்றும் ஊர்வலங்களுக்கு தடை விதித்தது, நீதிமன்றத்தின் 68 பக்க உத்தரவை அடுத்து. இதையும் மீறி, அது இருந்தது பல்வேறு இடங்களில்

அறிவிக்கவோ, சுவரொட்டிகளோ ஒட்டப்படவில்லை. மக்கள் முனிசிபல் மைதானத்தில் பெரும் முழக்கமாக திரண்டனர். வைஸ்ராயின் கட்டளை மக்களுக்கு பிடிக்கவில்லை. ஒருதலைப்பட்சமான வழக்கு நடவடிக்கைகளை விமர்சித்தனர். அதன் கீழ் புரட்சியாளர்களுக்கு கடுமையான தண்டனைகள் வழங்கப்பட்டன ஆயுதம் ஏந்திய போலீசார் தீவிர ரோந்து பணியில் ஈடுபட்டிருந்தாலும், அந்த பத்திரிகையாளர்கள் எப்படியோ பகத்தின் புதிய புகைப்படங்களில் கை வைத்தனர் சிங் மற்றும் அவரது கூட்டாளிகள். நாளிதழ்கள் அவற்றை முக்கியமாக வெளியிட்டன. தீர்ப்புடன் சேர்த்து வெளியிட்டன அரசாங்கம் கவலையடைந்தது, அதன் முழுமையும் சிஐடி குழப்பத்தில் இருந்தது. கூட்டங்கள் மற்றும் ஊர்வலங்களின் புயல் வீசியது நாடு முழுவதும் பரவியது. தீர்ப்பு வெளியான இரண்டாவது நாளில் 8 ஆம் தேதி, நாட்டின் வெகுஜனங்கள் கோபத்துடன் வெறித்தனமாக வளர்ந்தனர். இந்த தீர்ப்பின் காரணமாக அரசு. மாணவர் சங்கம் வேலை நிறுத்தம் செய்தது லாகூர் முழுவதும். கிட்டத்தட்ட அனைத்து பள்ளிகள் மற்றும் கல்லூரிகள் மூடப்பட்டன மக்களும் மறியல் செய்தனர். மூடப்படாமல் இருந்தால், அவையும் புரட்சியால் கட்டாயமாக மூடப்பட்டது. அரசாங்கம் விரைவான மற்றும் வெகுஜன கைதுகளை நாடியது. பல மாணவர்கள் கைது செய்யப்பட்டனர். சில மாணவர்கள் மற்றும் DAV இன் கல்லூரி ஆசிரியர் லாகூர் கோபத்தால் காவல்துறையினரைத் தாக்கினார்.

ஊர்வலக்காரர்கள் மீது நாடு முழுவதும் தடியடி நடத்தப்பட்டது .ஷ ஒரு பக்கம் நாடு முழுவதும் கோபத்தால் கொதித்தது. அதன் மேல் மறுபுறம் பகத் சிங் ஒன்றும் இல்லாதது போல் அமைதியாகவும் பதற்றமில்லாமல் அமர்ந்திருந்தார் நீதிமன்றத்தை புறக்கணித்தார். எனவே அரசு வழக்கறிஞர் அந்த சிறைக்கு சென்றார் பகத் சிங் மற்றும் அவரது கூட்டாளிகள் வைக்கப்பட்டிருந்த அறைகளுக்கு சென்று நீதிமன்றத் தீர்ப்பை அவர்களுக்கு வாசித்துக் காட்டவும் எனக் கூறினார்.

“பகத் சிங், நீதிமன்றம் உனக்கு மரண தண்டனை விதித்தது” என்றார். ஆனால்

பகத் சிங் அது குறித்து எந்த வருத்தமும் தெரிவிக்கவில்லை, ஏனென்றால் அவர் ஏற்கனவேஅது நடக்கும் என்று தெரியும். வேறு என்ன எதிர்பார்க்க முடியும் பிரிட்டிஷ் அரசாங்கத்தின் கீழ் என எண்ணினார். மேலும், அரசாங்கத்தில் உள்ளவர்களும், வழக்கறிஞரும் இந்தத் தீர்ப்பைப் படித்ததும் அழுதனர். உணர்ச்சிவசப்பட்ட அவர், “நீங்கள் ஒரு துணிச்சலான நபர். உங்கள் துணிச்சலைப் பாராட்டுகிறேன். ஆனால் உங்கள் இளம் வயது இந்த தண்டனைக்கு தகுதியானது அல்ல. ஒரு நாள் நீ ஒரு நல்ல அரசியல் தலைவராக இருக்க முடியும்... என்றனர்.

அதற்கு பகத் சிங் கலங்காமல் அப்படியே இருந்தார். அரசு வழக்கறிஞரின் இந்தக் கவனிப்புக்குப் பிறகும். அவர் பார்வையில், மரணம் உயர்ந்த மகிழ்ச்சியை அடைவதற்கான ஒரு வழியாகும். அவரது கருத்து தனது தாய்நாட்டின் சேவையில் இளமையாக இறப்பது சிறந்த வழி என்று தான் தோன்றியது. அது முதுமையின் பரிதாபமான நிலையில் இறப்பதை விட சிறந்ததாக இருந்தது. எனவே, அவர் அரசு வழக்கறிஞரிடம், "அது விரும்பத்தக்கது இளமையில் இந்த தண்டனை கிடைத்தது. என் முன்னோர்கள் சொன்னார்கள்: மொத்தமும் அஞ்சும் மரணத்தில் என் இதயம் மகிழ்ச்சி அடைகிறது. மேலும் உலகத்தின்

முழு மகிழ்ச்சியும் மரணத்தின் மூலம் மட்டுமே அனுபவிக்கப்படுகிறது என்றார். இதையடுத்து, மேல்முறையீடு செய்ய அரசு வழக்கறிஞர் அறிவுறுத்தினார்.

ஆனால் பகத்சிங் அதை எதிர்த்தார். அவர் எந்த நீதியையும் எதிர்பார்க்கவில்லை. அதாவது பிரிட்டிஷ் அரசாங்கத்திடம் இருந்து. அவர் மேல்முறையீட்டு மனுவை பரிசீலித்தார் பகத்சிங் ஆங்கிலேயர்களிடம் பிச்சை கேட்டால். இறப்பது அவரது பார்வையில் சிறப்பாக இருந்தது. எனவே இந்த மாதிரி பிச்சை தேவையில்லை என்று அவர் கூறினார்:

"இது பயனற்றது. இந்த ஏகாதிபத்திய நீதிமன்றங்களிடமிருந்து நாங்கள் நீதியை எதிர்பார்க்கவில்லை. இன்று பிரிட்டிஷ் அதிகாரிகள் இந்திய இளைஞர்களை நசுக்குவதில் மும்முரமாக ஈடுபட்டுள்ளனர். அங்கு கருணை இல்லை. நமக்குக் கிடைத்திருப்பது இங்கே பரிசு. இறப்பது நல்லது தான் எதிரியிடம் பிச்சை எடுப்பதை விட தைரியமாக இறப்பது மேல் என்றார். நான் சுடருக்கு ஒரு அந்துப்பூச்சி சுதந்திரம்" என்றார்.

இதற்குப் பிறகு பகத் சிங் மற்றும் அவரது இரு கூட்டாளிகளான ராஜ் குரு மற்றும் சுக் தேவ், கண்டனம் செய்யப்பட்டவர்களுக்கான செல் எண். 14க்கு அனுப்பப்பட்டார் தூக்கிலிடப்படும் வரை கைதிகளாக இருக்க வேண்டும் என்று உத்தரவிட்டனர்.

*****

8. தீர்ப்புக்குப் பிறகு

பகத் சிங், ராஜ் குரு மற்றும் சுக் தேவ் ஆகியோர் தங்கள் தனிப்பட்ட நண்பர்களை சந்தித்தனர் விடைபெறுவதற்கு முன், அவர்கள் சில நிமிடங்கள் பேசினர். பிறகு பகத் சிங் அவர்கள் தனது கடைசி செய்தியை வெளியிட்டார்:

”நண்பர்களே! பிரிவுகளும் சந்திப்புகளும் வாழ்க்கையின் ஒரு பகுதி தான் மீண்டும் சந்திக்கலாம். நீங்கள் உங்கள் பதவிக் காலத்தை நிறைவேற்றிவிட்டால், சந்திக்கலாம் என்றார். அதுவரை அமைதியாக உட்காராதீர்கள் நீங்கள் பிரிட்ஷார்களை தூக்கி எறிந்துவிட்டு, சோசலிச குடியரகளை நிறுவுங்கள். இதுவே உங்களுக்கு நான் அனுப்பும் கடைசி செய்தி”.

பிரிவு கவுன்சிலில் மேல்முறையீடு

பாதுகாப்பு குழு பிரிவு கவுன்சிலில் மேல்முறையீடு செய்ய முடிவு செய்தது இந்த தீர்ப்புக்கு பிறகு. பிரிவி கவுன்சில் என்பது பிரித்தானியரின் உச்ச நீதிமன்றமாகும். பகத்சிங் அதற்கு ஆதரவாக இல்லை. எனவே, எதுவும் செய்ய முடிவதில்லை குற்றம் சாட்டப்பட்டவர்கள் அதை அணுகவில்லை, தங்கள் வழக்கறிஞர்களை அனுப்பவில்லை. விவாதங்கள் இல்லை அல்லது அங்கு வாக்குவாதங்கள் நடந்தன. அரசு பதில் அளித்தது. நாட்டில் நிலவும் சூழ்நிலையில் தன்னை தூக்கிலிட வேண்டும் என்று பகத்சிங் விரும்பினார். இதன்மூலம் குடிமக்களுக்கு என்ன நடக்கிறது என்பதனை குறைந்தபட்சம் இந்தியர்களுக்கு தெரிவிக்கலாம் என நினைத்தார். அதாவது நம் நாடு அடிமை நாடு என்பதை தெரிவிக்கலாம். அதனால், பிரிவி என்றால் அவர் உள்ளத்தில் லேசாக பயம் இருந்தது. தூக்கு தண்டனையை வாழ்நாள் முழுவதும் மாற்றினால், கவுன்சில் தீர்ப்பை மாற்றியது அது தனக்கு தீங்கு விளைவிக்கும் என்று நினைத்தார். உண்மையில், அது பிரிவி கவுன்சில் ஒரு பாரபட்சமற்ற தீர்ப்பை வழங்கியிருந்தால் அப்படி இருந்திருக்கும்.

அவரது கூட்டாளி படுகேஷ்வர் தத்துக்கு ஆயுள் தண்டனை விதிக்கப்பட்டது. அப்போது பகத்சிங் முல்தான் சிறையில் இருந்தார். பகத்சிங் அவருக்கு கடிதம் எழுதினார் நவம்பர், 1930-ல் எழுதியது.

“என் வழக்கில் தண்டனை அறிவிக்கப்பட்டுள்ளது. தொங்கும் நிலை ஏற்பட்டுள்ளது என கூறினார். என்னைத் தவிர இன்னும் பல குற்றவாளிகள் தூக்கிற்கு காத்திருக்கிறார்கள் எப்படியாவது தூக்கிலிடப்படுவதைத் தவிர்க்க வேண்டும் என்று பிரார்த்தனை செய்கிறார்கள். ஆனால் அவர்கள் மத்தியில் பொறுமையிழந்த ஒரே நபர் நான் என்று தெரிகிறது தூக்கில் ஆடுவதற்கு அதிர்ஷ்டசாலியாக இருக்கும் தனது நாளுக்காக

காத்திருக்கிறார் ஒரு இலட்சியத்திற்கான கயிறு என்கிறார். தூக்கு தண்டனையை எடுத்து உலகுக்கு காட்டுவேன் என்றார். புரட்சியாளர்கள் எவ்வளவு தைரியமாக என் கழுத்தில் கயிறு கட்டினார்கள் தங்கள் இலட்சியங்களுக்காக தங்களை தியாகம் செய்யலாம்.

"எனக்கு தூக்கு தண்டனை விதிக்கப்பட்டது, ஆனால் நீங்கள் இருந்தீர்கள் ஆயுள் தண்டனை வழங்கப்பட்டது. நீங்கள் உயிருடன் இருப்பீர்கள், நீங்கள் செய்ய வேண்டியிருக்கும் புரட்சியாளர்கள் மட்டும் இறக்க முடியாது என்பதை உயிருடன் வாழ்வதன் மூலம் நிரூபிக்கவும் வாழும்போது துன்பங்களையும் சந்திக்கலாம். மரணம் ஒரு வழிமுறையாக இருக்கக்கூடாது உலக சிரமங்களிலிருந்து விடுதலை, ஆனால் புரட்சியாளர்கள் தொங்கும் கயிற்றில் இருந்து தப்பிய வாய்ப்பு தான் அவர்களின் வாழ்வில் நிரூபிக்க வேண்டும் தொங்கும் கயிற்றை அவர்களால் புன்னகையுடன் ஏற்றுக்கொள்ள முடியாது. ஆனால் அதை உலகிற்கும் அவர்களின் இலட்சியங்களுக்காக காட்ட வேண்டும். ஆனால் மிக மோசமான அட்டூழியங்களையும் தாங்கிக்கொள்ள முடியும் என அறிய வைக்க வேண்டும். அவர்கள் இருட்டில், மங்கலான மற்றும் மூச்சுத் திணறடிக்கும் சிறை அறைகளில்." அடைக்கப்பட்டனர்.

பகத்சிங் மேல்முறையீட்டை முற்றிலும் எதிர்த்தார். ஆனால், பிரைவி கவுன்சிலில் அவருக்கு பல நலம் விரும்பிகள் இருந்தனர் மேல்முறையீடு செய்வது அவசியம். பாதுகாப்பு கமிட்டி ஒவ்வொன்றையும் எடுத்தது இந்த விஷயத்தில் சிந்திக்கக்கூடிய படி. பண்டித மோதிலால் நேருவின் இதயத்தில் இந்த துணிச்சலான நபர்களின் உயிர்கள் காப்பாற்றப்பட வேண்டும் என்று விரும்பியது. அவர் இந்த நாட்களில் உடல்நிலையும் சரியில்லாமல் இருந்தது, அவரது மரணத்திற்கு மிக அருகில் அவருக்கு ஒரு செய்தி அனுப்பப்பட்டது பகத் சிங். வழக்கறிஞர் பிரேம்நாத் மேத்தா அவரை சிறையில் சந்தித்தார். அவர் மேல்முறையீடு செய்வதன் மூலம் பகத்சிங்குடன் பல வழிகளில் நியாயப்படுத்தினார். பிரைவி கவுன்சில் பகத் சிங்கின் கருத்துக்கள் எங்கும் பரவியது. ஆங்கிலேயர்களின் அட்டூழியங்கள் மற்றும் பரிதாபம் இந்திய சிறைகளில் உள்ள கைதிகளின் நிலைமைகள் உலகம் முழுவதும் மக்களுக்கு வெளிப்படுத்தப்படும் இத்தனை முயற்சிகளுக்குப் பிறகு இறுதியாக பகத்சிங் இதற்கு ஒப்புக்கொண்டார். ஆனால் மேல்முறையீட்டில் பகத்சிங்கின் நோக்கம் இதில் மட்டுமே இருந்தது. அவரது தூக்கு சில நாட்களுக்கு ஒத்திவைக்கப்பட்டது மற்றும் அவரது கூட்டாளி புரட்சியாளர்கள் அதன் மூலம் பயனடையலாம்.

மேல்முறையீட்டின் நோக்கமாக இருக்க வேண்டும் என்பதே பகத்சிங்கின் விளையாட்டுத் திட்டம் அவர்களின் தூக்கில் நிறுத்தம் செய்து

காங்கிரஸ் ஒரு ஒப்பந்தம் போட்டபோது ஒப்பந்தம், அரசாங்கத்துடன் உடன் பிரகாசிக்கவில்லை அதன் முடிவுகள், இளைஞர்கள் மத்தியில் ஒரு அதிருப்தி கொதித்தது, பின்னர் உள்ளே அந்த தருணங்களில் அவர்கள் தூக்கிலிடப்பட வேண்டும், இதனால் கட்டளை புரட்சியாளர்களுக்குக் கடத்தப்படும் என்றிருந்தது.

வழக்கமான நீதிமன்றத்தால் அவர்களுக்கு இந்தத் தண்டனை வழங்கப்படவில்லை. மாறாக, இந்த வழக்கு வைஸ்ராயால் அமைக்கப்பட்ட சிறப்பு நீதிமன்றத்தால் ஒரு கட்டளை மூலம் விசாரிக்கப்பட்டது. அவர்கள் இந்த தீர்ப்பாயத்தை சட்டவிரோதமாகவும் அதன் விளைவாகவும் நடத்தினர். அவர்களின் பார்வையில் இந்த தீர்ப்பும் சட்டவிரோதமானது. அவர்கள் ஆலோசனை வழங்கினர் இந்த அடிப்படையில் மேல்முறையீடு செய்ய வேண்டும் என்று அவர்கள் நினைத்ததால் தான் பணிநீக்கம் செய்யப்பட்டார். தண்டனை நிற்கும், ஆனால் தூக்கு கண்டிப்பாக இருக்கும் சில நாட்களுக்கு ஒத்திவைக்கப்பட்டது. எனவே, லாலா துலி சந்த், டாக்டர் கோபி சந்த் பாதுகாப்பு உறுப்பினர்கள் கமிட்டி மேல்முறையீடு செய்தது நவம்பர், 1930 இல் அந்தத் தீர்ப்புக்கு எதிராக பிரைவி கவுன்சிலில் முறையீடு செய்தனர். ஆனால் அது எதுவும் விளைவிக்கவில்லை. ஜனவரி 10, 1931 அன்று மேல்முறையீடு தள்ளுபடி செய்யப்பட்டது.

உயர்நீதிமன்றத்தில் மேல்முறையீடு

தீர்ப்பாயத்தின் தீர்ப்பின்படி, பகத் சிங் மற்றும் அவரது கூட்டாளிகள் அக்டோபர், 1930 இல் தூக்கிலிடப்பட வேண்டும். விஷயம் பிரிவி கவுன்சிலில் மேல்முறையீடு செய்ததால் ஒத்திவைக்கப்பட்டது. ஜிவன் லால் மற்றும் ஷியாம் லால், இறுதியாக, பிப்ரவரி 16, 1931 அன்று மேல்முறையீடு செய்தார். 1930 அக்டோபரில் தூக்கிலிடப்பட வேண்டும் என்ற மனு மீது உயர்நீதிமன்றம் இப்போது அந்த நேரம் முடிந்தது. தவிர, தீர்ப்பாய விசாரணையின் காலத்திற்கான வழக்கும் காலாவதியாகிவிட்டது. எனவே, உயர்நீதிமன்றத்தில் பிரார்த்தனை நடந்தது மறுபரிசீலனை செய்து தூக்கு தண்டனையை அறிவிக்க வேண்டும்

குற்றம் சாட்டப்பட்டவர்களை தடுத்து வைத்திருப்பது சட்டவிரோதமானது. நீதித்துறையின் மீது நீங்கள் எப்படி நம்பிக்கையுடன் இருக்க முடியும் ஆரம்பத்திலிருந்தே அதன் அணுகுமுறை தெளிவாக இருந்தது. அது வளைந்திருந்தது இந்த துணிச்சலான நபர்களை அகற்றும்போது. வாழ அனுமதித்தால், அவர்கள் ஆங்கிலேயர்களின் அட்டூழியங்களை அம்பலப்படுத்துவது உறுதி. பிறகு எப்படி உயர முடியும் நீதிமன்றம் இந்த மேல்முறையீட்டை ஏற்குமா? 1931 ஆம் ஆண்டு பிப்ரவரி 20 ஆம் தேதி மேல்முறையீட்டை நிராகரித்தது. அது தாக்கல் செய்யப்பட்ட ஐந்து நாட்களுக்குப் பிறகு.

வைஸ்ராய்க்கு கருணை வேண்டுகோள்

நாட்டின் வெகுஜனங்களால் சும்மா இருக்கவோ அல்லது அமைதியாக இருக்கவோ முடியவில்லை நேர்மையாக இருந்த இந்த துணிச்சலான மகன்களுக்கு மரண தண்டனையை அறிவித்தது பகத் சிங் தாய்நாட்டிற்காக உயிர் தியாகம் செய்ய காத்திருக்கிறார். அனைவரும் அவர்களின் உயிர்கள் காப்பாற்றப்பட வேண்டும் என விரும்பினர். எனவே, ஒவ்வொருவரும் அவரவர் மட்டத்திலும், தனது சொந்த வழியில் இதற்கு எதிர்ப்பு தெரிவித்து குரல் எழுப்பினர். கடைசி மூச்சு வரை நம்பிக்கை வைப்பதே உலகின் நித்திய விதி. அதனால் பிரிவி கவுன்சில் மேல்முறையீடு தள்ளுபடி செய்யப்பட்ட பிறகு, புகழ்பெற்ற சமூக சீர்திருத்தவாதியும் தலைவருமான பண்டிட் மதன் மோகன் மாளவியா மேல்முறையீடு செய்தார் பிப்ரவரி 14, 1931 அன்று வைஸ்ராய் முன். இந்த முறையீட்டில் அது வைஸ்ராய், கருணை வழங்குவதற்கான தனது உரிமைகளைப் பயன்படுத்தி, சுக் ஆகியோரின் மரண தண்டனையை குறைக்க வேண்டும் என்பதாகும். தேவ் ஆயுள் தண்டனை.

ஒவ்வொருவரிடமிருந்தும் வைஸ்ராய்க்கு கருணை வேண்டி விண்ணப்பம் அனுப்பப்பட்டது நாட்டின் மூலை முடுக்கிலும், மேல்முறையீடு தள்ளுபடி செய்யப்பட்ட பிறகு பிரிவி கவுன்சில். இந்தியா மட்டுமின்றி வெளிநாடுகளில் இருந்தும் குரல் ஒலித்தது இந்த நபர்களுக்கு ஆதரவாகவும் எழுப்பப்பட்டது. இந்த மரண தண்டனை வெளிநாடுகளிலும் கண்டனம் தெரிவிக்கப்பட்டது. இங்கிலாந்து கம்யூனிஸ்ட் கட்சி இந்த வழக்கில் தனது எதிர்வினையை வெளிப்படுத்தி எழுதினார்:

"இந்த வழக்கின் வரலாறு, இதில் நாங்கள் எதையும் காணவில்லை அரசியல் வழக்குகள் தொடர்பான உதாரணம், அறிகுறிகளை பிரதிபலிக்கிறது அடாவடித்தனம் மற்றும் கொடூரம், இது வீங்கிய ஆசையின் விளைவாகும் பிரித்தானியாவின் ஏகாதிபத்திய அரசாங்கம் அச்சத்தை ஏற்படுத்தலாம் என்றிருந்தது.

இந்த வழக்கில் நீதிமன்றத்தின் கொடூரமான செயல்கள் அனைவராலும் கண்டிக்கப்பட்டது உலகம் முழுவதும் பெர்லினில் ஒரு பத்திரிகையாளர் எழுதினார்:

"லாகூர் சதி மற்றும் மீரட்டின் அரசியல் அமைப்பு ஒரு கொடூரமான ஏகாதிபத்திய கசாப்புக் கடைக்காரன் மெக்டொனால்ட் காரணமாக சதி தொடங்கியது. ஆங்கிலேய ஏகாதிபத்தியம் அதனால் நீதிமன்றக் கொலை என்ற முழக்கம் எழுப்பப்பட்டது அதன் காலனிகளின் ஆக்கிரமிப்புடன் தொடரலாம்."

ப்ரிவி கவுன்சிலால் மேல்முறையீடு தள்ளுபடி செய்யப்பட்ட பிறகு, தி ட்ரிப்யூன், லாகூரில் இருந்து வெளியிடப்பட்டது, நாட்டின் மனநிலையை விவரித்தது பின்வரும் வார்த்தைகள்:

"இந்த போராட்டம் நாடு முழுவதும் பரவியது, ஆயிரக்கணக்கான மக்கள் பஞ்சாப் மற்றும் பிற மாநிலங்களில் இதில் கலந்து கொண்டனர்.

இவ்வாறு நாட்டின் செய்தித்தாள்கள் பலமாக குரல் எழுப்பின பகத் சிங் மற்றும் அவரது இருவரின் மரண தண்டனையை ரத்து செய்தது கூட்டாளிகள் ராஜ் குரு மற்றும் சுக் தேவ். செய்தித்தாள்களின் பல பக்கங்கள் அவர்களை விடுதலை செய்யக் கோரி கடிதங்கள் நிரப்பப்பட்டன. லட்சக்கணக்கான மக்கள் சுமந்து சென்றனர் கையெழுத்து பிரச்சாரங்கள் செய்தனர். இந்தக் கையொப்பங்கள் அடங்கிய கடிதங்கள் அரசாங்கத்திற்கும் இந்திய வைஸ்ராய்க்கும் அனுப்பப்பட்டது . அவர்கள் இந்த துணிச்சலான மகன்களின் மரண தண்டனையை மாற்ற வேண்டும் என்று கோரப்பட்டது உலகின் அனைத்துப் பகுதிகளிலிருந்தும் மக்கள் தந்திகளை அனுப்பினர் இந்தியாவின் வைஸ்ராய் மற்றும் பிரிட்டிஷ் அரசாங்கத்தின் அமைச்சர்கள் பிரிட்டிஷ் பாராளுமன்றத்தின் கீழ் சபையின் சில உறுப்பினர்கள் இந்த மரண தண்டனைக்கு எதிராக எதிர்ப்பு தெரிவித்தனர். துணைவேந்தரிடம் கோரிக்கை விடுத்தனர் இந்த வாக்கியத்தை மாற்ற:

ஹவுஸ் ஆ.்.ப் காமன்ஸின் சுதந்திர தொழிலாளர் கட்சி குற்றவாளிகளின் தண்டனையை குறைக்க வேண்டும் என்று அன்புடன் கேட்டுக்கொள்கிறேன் என்றது சமரசத்தின் பார்வையில் லாகூர் சதி வழக்கு தீர்வு." இந்த கோரிக்கை தந்தி மூலம் அனுப்பப்பட்டது

6, 1931 இல் வைஸ்ராய் மூலம் செய்தி அனுப்பப்பட்டது. இந்தியாவில் இருந்த இளைஞர்கள் பிரிவி கவுன்சிலால் மேல்முறையீடு தள்ளுபடி செய்யப்பட்டதில் மிகவும் கோபம் கொண்டனர். இது இந்தியாவிற்கும் அவர்களின் இரத்தத்திற்கும் மிகப்பெரிய அவமானமாக அவர்கள் கருதினர் பழிவாங்குவதற்காக கொதித்துக்கொண்டிருந்தனர். பஞ்சாபில் இளைஞர்கள் மிகவும் கோபமடைந்தனர். "இரத்தத்திற்கு இரத்தம்" என்பது அவர்களின் நேசத்துக்குரிய சொற்றொடராக மாறியது. இதற்கான சுவரொட்டிகள் விளைவு பஞ்சாப் முழுவதும் ஒட்டப்பட்டது. ஒரு கையேடு பின்வரும் உரையைக் கொண்டிருந்தது:

" ஓ அச்சமற்ற இந்திய இளைஞர்களே! உங்களுக்கு வெட்கமாக இல்லையா? ஒவ்வொரு நாளும் சம்பவங்கள்? உணர்ச்சிமிக்க காதலர்களால் நீங்கள் பாதிக்கப்படவில்லையா? இந்திய சுதந்திரம் கொல்லப்படுமா? நீங்கள் உணர்வுகளிலிருந்து முற்றிலும் விலகி இருக்கிறீர்களா? தேசபக்தியா? பகத் சிங், சுக் தேவ் மற்றும் ராஜ் குரு

ஆகியோரின் பார்வை மரணக் கலத்தில் உங்களுக்கு சுயமரியாதை உணர்வுகள் உருவாகவில்லையா? நீயாக இருக்கலாம். ஆனால் உங்கள் சிந்தனை சக்தியை இழந்துவிட்டீர்கள். அப்போதும் கற்பிப்பது உங்கள் கடமை இந்திய அரசின் எதேச்சதிகாரத்திற்கு எதிரான பாடம் இது. ஆனால் நீங்கள் இவ்வாறு இருப்பது வருத்தமளிக்கும் விஷயம். அதாவது உங்கள் சொந்த சகோதரர்கள் மூவர் போகும்போதும் பழிவாங்கத் தயாராக இல்லை. ஆனால், தூக்கிலிடப்பட வேண்டும்."

பகத்சிங் உருவாக்கினார் என்று ஏற்கனவே குறிப்பிடப்பட்டுள்ளது "நௌஜவான் பாரத் சபா" சட்ட விரோதமாக அறிவிக்கப்பட்டது 1930 இல் அரசாங்கம். ஒரு இரகசிய வடிவத்தில் செயல்பட்டது. உறுப்பினர்கள் இதற்கான கையெழுத்துப் பிரச்சாரத்தில் "சபா" முக்கியப் பங்காற்றியது லாகூர் சதி வழக்கின் இந்த மூன்று துணிச்சலான ஆன்மாக்கள் பகத்சிங் அவர்களின் மேல்முறையீட்டு மனுவை தள்ளுபடி செய்தார். கையெழுத்து பெற ஒரு குழு அமைக்கப்பட்டது தண்டனையை குறைக்க வைஸ்ராய்க்கு அனுப்பப்பட்ட விண்ணப்பங்களுக்கு. இந்த குழுவின் உறுப்பினர்கள் உண்மையில் உறுப்பினர்களாக இருந்தனர் "நௌஜவான் பாரத் சபா". இந்த உண்மை அரசுக்கு தெரியும். இந்த அரசு தனது அறிக்கையில் கவனித்ததை வெளியிடுங்கள்: "மெமோராண்டாவில் கையெழுத்து பெறுவதற்கான வேகமான பிரச்சாரம் நடந்து வருகிறது மேலும் குற்றவாளிகளின் தண்டனைகளைப் பெற விண்ணப்பித்தவர்கள் அவர்களின் மேல்முறையீடுகள் தள்ளுபடி செய்யப்பட்டதைக் கருத்தில் கொண்டு சதி வழக்கு குறைக்கப்பட்டது . பிரச்சாரத்தை நடத்தும் குழு வேறு யாருமல்ல

"நௌஜவான் பாரத் சபா" புத்துயிர் பெற்ற வடிவத்தில். காங்கிரஸார்களுக்கு அவர்களின் எதிர்காலம் இருண்டதாகத் தோன்றியது மேலும், இளைஞர்களின் கோபம். டாக்டர் பட்டாபி சீதாராமையா, புகழ்பெற்றவர் காங்கிரஸ் தலைவர், நிலைமையை விவரித்து எழுதினார்: "நாடு முழுவதும் கூர்மையான எதிர்வினைகள் குறைக்கப்பட்டுள்ளன

அறிவிக்கப்பட்ட தண்டனைக்கு எதிராக. காங்கிரஸ்காரர்கள் இருந்தனர் நல்லெண்ணம் நாடு முழுவதும் ஒரு வாய்ப்பைத் தேடுகிறது இந்த தண்டனைகளை மாற்றுவதற்காக போராடுகிறது.

இந்த சூழலில் காந்திஜியின் பங்கு

இந்த நாட்களில் காங்கிரஸின் ஒரே தலைவராக காந்திஜி இருந்தார். அவர் அன்றைய இந்தியாவின் வைஸ்ராய் உடன் சமரசம் செய்து கொண்டார். இது காந்தி-இர்வின் ஒப்பந்தம் என்று அழைக்கப்படுகிறது. இது பிப்ரவரி-மார்ச் மாதங்களில் வெளியிடப்பட்டது. 1931. இர்வின் பிரபு அப்போது இந்தியாவின் வைஸ்ராய் கவர்னர் ஜெனரலாக இருந்தார். என்ற சூழலில் காந்தியின் பங்கை சுருக்கமாக,

மேலோட்டமாகப் பார்க்கிறோம் சுக் தேவ் ஆகியோருக்கு தண்டனை வழங்கப்பட்டது.

காந்தி - இர்வின் ஒப்பந்தம் தொடர்பான விவாதம் பதினாறு வரை தொடர்ந்தது பிப்ரவரி 17 முதல் மார்ச் 4, 1931 வரையிலான நாட்கள். இந்த உரையாடல் நடத்தப்பட்டது டெல்லியில் உள்ள வைஸ்ராயின் இல்லத்தில், இந்த இரண்டையும் தவிர உதவியாளர் இல்லை. இந்த வகையில் இது ரகசிய பேச்சு. லார்ட் இர்வின் அவர் தனது கோப்பில் அனைத்தையும் குறிப்பிட்டார், ஆனால் காந்திஜி எதுவும் சொல்லவில்லை காந்திஜி தண்டனைப் பிரச்சினையை எழுப்பினார் பிப்ரவரி 18, 1931 இல், ஆனால் தண்டனைக் குறைப்பு பற்றி பேசவில்லை. 5, 1931 இல் கையெழுத்தானது மற்றும் அது வெளியிடப்பட்டது 6, 1931 தேதியிட்ட இந்திய அரசின் கெஜட் இதில் ஏதாவது இருக்கும் என்று நாடு எதிர்பார்த்தது பகத் சிங் மற்றும் அவரது இருவரின் தண்டனையை குறைப்பது தொடர்பான ஒப்பந்தம் எதுவும் சொல்லவில்லை இந்த வாக்கியங்களுடன் தொடர்புடையது.

இது மட்டுமல்ல, காங்கிரஸ்காரர்களும் இதில் திருப்தி அடையவில்லை அதற்கு முன் இரவு 2.30 மணிக்கு காந்தி திரும்பியபோது 4 ஆம் தேதி, அனைத்து செயற்குழு உறுப்பினர்களும் அவருக்காக காங்கிரசார் பொறுமையுடன் காத்திருந்தனர். காந்திஜி உயர்வாகப் பார்த்தார். மேலும், மகிழ்ச்சியடைந்தார். ஒப்பந்த அறிக்கையின் அனைத்து விவரங்களையும் காந்திஜி வழங்கினார். மேலும் இந்த ஒப்பந்தத்தின் பிரிவு எண். 5ல் உறுப்பினர் மகிழ்ச்சி அடைந்தார். இந்த ஷரத்து அரசியல் கைதிகளுக்கு தொடர்புடையது. ஆனால் அது சத்தியாக்கிரக கைதிகளை மட்டுமே குறிப்பிடுகிறது. பகத் சிங் மற்றும் பிற தேசபக்தி அரசியல் பற்றி அதில் எந்த குறிப்பும் இல்லை பகத்சிங் மற்றும் அவரது கூட்டாளிகள் தூக்கிலிடப்பட வேண்டும் என்ற விவகாரம் இது மிகவும் பாதுகாக்கப்பட்ட ரகசியம், ஆனால் அவர்கள் அனைவரும் அறிந்தனர் அன்று தூக்கிலிடப்படுவார். எனவே இன்னும் 18 நாட்கள் உள்ளன காந்தி-இர்வின் ஒப்பந்தம் இருந்த மார்ச் 5 அன்று தொங்கும் நாள் என கையெழுத்திட்டார். 5 ஆம் தேதி மாலை, ஒப்பந்தத்தில் கையெழுத்திட்ட பிறகு காந்தி உரையாற்றினார் செய்தியாளர் சந்திப்பு. ஊடகவியலாளர்கள் பிரதிநிதிகளை உள்ளடக்கியிருந்தனர் இங்கிலாந்து, பிரான்ஸ் மற்றும் அமெரிக்கா. காந்தி எல்லாரும் வைஸ்ராயைப் பாராட்டினார். லார்ட் இர்வின், அதோடு சேர்த்து அவர் பின்வரும் அவதானிப்பை மேற்கொண்டார் அரசியல் காரணங்களுக்காக துன்பங்களை அனுபவிக்கும் நபர்கள் பற்றி கடந்த ஒரு வருடமாக பேசினர்.

“துன்பங்களுக்கு ஒரு வரையறுக்கப்பட்ட முடிவு உண்டு. இது நியாயமானது மற்றும் நியாயமற்றது. ஆனாலும் அது எல்லை மீறும் போது, துன்பத்தைத் தாங்குவது ஞானம் அல்ல, ஆனால் அது முட்டாள்தனம். துன்பங்களைத் தொடர்ந்து சுமப்பது முட்டாள்தனம் உங்கள் விருப்பப்படி விவாதத்திற்கு எதிரி வாய்ப்புகளை உருவாக்குகிறார். ஒரு உண்மையான திறப்பு வழங்கப்பட்டால், அது ஒவ்வொருவரின் கடமையாகும் அதை பயன்படுத்தி கொள்ள. என் தாழ்மையான கருத்துப்படி, இந்த ஒப்பந்தம் உள்ளது உண்மையான திறப்பை வழங்கியது.”

கைதிகளை தவிர வேறு எதையும் அவரால் செய்ய முடியவில்லை எனவே ஒரு நிருபர் அவரது கருத்துக்களை அறிய விரும்பியபோது இது குறித்து காந்திஜி கூறியதாவது:

“ஆயிரக்கணக்கில் இல்லாவிட்டாலும், யாருக்காகப் பேச வேண்டும் என்பது எனது கடமையில் உள்ளது மற்றும் எனது முன்னாள் கைதி நண்பர்களாக இருந்தவர்கள் தொடர்பாக தந்திகளைப் பெற்றவர்கள், இன்னும் சிறைகளில் அழுகியிருப்பார்கள், ஆனால் சதிர்காஹி கடந்த ஒரு வாரமாக கைது செய்யப்பட்ட கைதிகள் விடுவிக்கப்படுவர் எனும் போது தனிப்பட்ட முறையில், நான் அதை நம்பவில்லை பகத்சிங்கை தண்டனையின் மூலம் கைது செய்ய வேண்டும், அவர்களைக் கூட கைது செய்யக்கூடாது அரசியல் நோக்கங்களுக்காக வன்முறையில், அவர்களின் உரிமைகோரலுக்கும் உரிமை உண்டு என்னைப் போலவே அன்பும் தியாகமும். அவர்கள் சமமாக இருப்பதாகக் கூறாமல் இருக்கலாம். எனவே, அது என் தரப்பில் நியாயமானதாக இருந்திருக்கும் சத்தியாக்கிரக நண்பர்களுக்குப் பதிலாக நான் அவர்களின் விடுதலையைப் பெற்றேன். என்னிடம் எந்த நியாயமும் இல்லை என்பதை அவர்கள் உணர்வார்கள் என்று நம்புகிறேன் அவர்களை விடுதலை செய்ய வேண்டும். ஆனால் அவர்கள் இல்லை என்று இது அர்த்தப்படுத்துவதில்லை கௌரவம் மற்றும் இது அரசாங்கத்தின் மீதான நம்பிக்கையைத் தூண்டும் காங்கிரஸுக்கு அமைதியை நிலைநாட்டும் திறன் இருந்தது. மேலும், உறுதியுடன் உள்ளது அமைதி, ஒத்துழையாமை காலத்தில் இருந்தது என நினைக்கிறேன். மற்றும் காங்கிரசுக்கு பொதுமக்கள் இந்த உரிமையையும் மரியாதையையும் தருகிறார்கள், அப்போது நான் உறுதியளிக்கிறேன் மீரட் கைதிகள் மற்றும் கைதிகளுக்கு அதிக நேரம் ஆகாது அரசியல் கைதிகள் உட்பட அனைத்து கைதிகளும் விடுவிக்கப்பட்டுள்ளனர். புரட்சியாளர்களை சிறப்பாகக் குறிப்பிட்டு மேலும் அவர் கூறினார். “இந்தியாவை விரும்பும் ஒரு சிறிய ஆனால் ஆற்றல்மிக்க அமைப்பு கண்டிப்பாக உள்ளது வன்முறையைப் பயன்படுத்தி விடுவிக்க வேண்டும். நான் முன்பு கூறியபடி, அமைப்பு மீண்டும் அதன் நடவடிக்கைகளை நிறுத்த வேண்டும், நம்பிக்கை

இல்லை என்றால் தற்போதைய சூழ்நிலையின் தேவையை மனதில் கொள்ள வேண்டும்.

அகிம்சைக்கு எவ்வளவு பெரிய பலம் இருக்கிறது என்பதை ஒருவேளை புரிந்துகொண்டிருக்கலாம். அவர்கள் மக்களை விழிப்படையச் செய்யும் அற்புதமான பணி என்பதில் கருத்து வேறுபாடு இல்லை. அகிம்சை மர்மமான ஆனால் திட்டவட்டமான தாக்கம் காரணமாக இது சாத்தியமானது அவர்கள் வாய்ப்பைப் பயன்படுத்துவார்கள் என்று எதிர்பார்க்கிறேன் பொறுமை, உண்மை மற்றும் அகிம்சை திட்டத்தை செயல்படுத்துதல் இதன் பணியாகும். அரிதாக தண்டி அணிவகுப்பு நடத்தப்பட்டு ஓராண்டு நிறைவடைகிறது. ஒன்று முப்பது கோடி மக்களின் வாழ்க்கையைப் பாதிக்கும் சோதனை ஆண்டு என்பது நியாயமானது காலச் சுழற்சியில் அது ஒரு நொடிக்கு சமம். அவைகளை பாதுகாக்க வேண்டும் தங்கள் தாய்நாட்டின் சேவைக்காக வாழ்க்கை பாதுகாப்பானது. எங்களுக்கு அனைவரும் தேவை இது, காங்கிரஸுக்கு ஒரு வாய்ப்பு கொடுக்க வேண்டும் அனைத்து அரசியல் கைதிகளையும் விடுவித்து, அந்த கைதிகளை காப்பாற்றும் நிலை குற்றவாளியாகக் கண்டறியப்பட்ட பிறகு, தொங்கும் கயிற்றில் இருந்தும் கொலைக் குற்றச்சாட்டுகள், இந்த தண்டனைக்காக காத்திருக்கின்றன. நான் விரும்பவில்லை தவறான நம்பிக்கைகளை எழுப்புகின்றன. எனது நிலைப்பாட்டை நான் பகிரங்கமாக மட்டுமே கூற முடியும் காங்கிரஸின். முயற்சிகளை மேற்கொள்வதே எங்கள் வேலை, முடிவுகள் எப்போதும் கடவுளின் கைகள்." இருக்கும்.

6 ஆம் தேதி, காந்திஜி ஒரு பத்திரிகையாளர் சந்திப்பை நிகழ்த்தினார். தர்யாகஞ்ச், டெல்லியின் புகழ்பெற்ற பத்திரிகையாளர்கள் கலந்து கொண்டனர் இந்தியா மற்றும் மேற்கத்திய நாடுகள் சேர்ந்தது. காந்திஜி எதையும் வழங்கவில்லை பகத்தின் தண்டனை குறைப்பு பற்றி வினா எழுப்பியபோது திருப்திகரமான பதில் எழுப்பியது. மார்ச் 19, 1931 தேதியிட்ட அவரது குறிப்புகளில், லார்ட் இர்வின் அவரது கோப்பில் பதிவு செய்யப்பட்டது, "திரும்பும்போது காந்திஜி என்னிடம் முடியுமா என்று கேட்டார் பகத் சிங் வழக்கைப் பற்றிப் பேசுங்கள், ஏனென்றால் செய்தித்தாள்கள் வந்தன அவர் தூக்கிலிடப்பட வேண்டிய செய்தி வெளியாகியுள்ளது. அது மிகவும் துரதிர்ஷ்டவசமான நாள் ஏனெனில் அன்றுதான் புதிய தலைவர் காங்கிரசு கராச்சியை அடைய வேண்டியதாயிற்று. நான் மிகவும் கவனமாக யோசித்தேன் என்று அவருக்கு விளக்கினேன்.

ஆனால் என்னைப் பயணப்படுத்துவதற்கு எந்த அடிப்படையையும் நான் காணவில்லை. என்னுடைய நியாயத்தை அவர் கனமானதாகக் கண்டார். அப்போது ஹெர்பர்ட் எமர்சன் இந்திய உள்துறை செயலாளராக

இருந்தார் லார்ட் இர்வின் பதவிக்காலம். காந்தி-இர்வின் ஒப்பந்தம் நடந்து கொண்டிருந்த போது, மகாத்மா காந்தியும் இர்வினும் பரஸ்பரம் பேசிக்கொண்டனர் சில நேரங்களில் ஹெர்பர்ட் எமர்சனும் அறைக்கு அழைக்கப்பட்டார். இருந்து ஹெர்பர்ட் எமர்சனின் வார்த்தைகளும் கூட காந்திஜி செய்ததாக முடிவு செய்கிறது தண்டனையை மாற்ற எந்த குறிப்பிட்ட முயற்சியும் செய்ய வேண்டாம் பகத் சிங் மற்றும் பலர்: “காந்திஜி எனக்கு குறிப்பாகத் தோன்றவில்லை இந்த எண்ணத்தில் கவலை. எல்லாம் இருந்தால் நாம் அதிர்ஷ்டசாலி என்று சொன்னேன் எந்த தொந்தரவும் இல்லாமல் நடந்தது. அதையும் அவரிடம் சொன்னேன் எதிர்காலத்தில் அவர் பேச்சு தொடர்பாக ஏதாவது செய்ய வேண்டும் டெல்லியில் வன்முறையை தூண்டும் கூட்டங்கள். ஒவ்வொன்றையும் செய்வதாக உறுதியளித்தார் சாத்தியமான முயற்சி தான்.

ஆலன் காம்ப்பெல் ஜான்சன், லார்ட் இர்வின் வாழ்க்கை வரலாற்றை எழுதியுள்ளார். அதில் அவர் எமர்சனின் நினைவுகளைப் பற்றிக் குறிப்பிடுகிறார். நாங்கள் இருக்கிறோம் ஆனால், இடையேயான கருத்துப் பரிமாற்றத்திலிருந்து ஒரு சாற்றை கீழே இங்கே மீண்டும் உருவாக்குகிறது பகத்சிங் தூக்கிலிடப்படுவது தொடர்பாக காந்திஜி மற்றும் எமர்சன் கூறியது

”சர் ஹெர்பர்ட் எமர்சன், உள்துறைச் செயலர், அவர் ஒப்படைக்கப்பட்டார் என்பது டெல்லி விவாதங்களில் முக்கிய பங்கு வகிக்கிறது, என்று கூறுகிறார் பகத்சிங்கின் மரண தண்டனை தொடர்பாக காந்தி-இர்வின் ஒப்பந்தம் இருந்தது அவர் இருவருக்கும் இடையேயான கருத்துப் பரிமாற்றத்தைக் கேட்டார் பெரும் ஆச்சரியம். இது இரு அரசியல்வாதிகளுக்கிடையிலான கலந்துரையாடல் அல்ல பயங்கரவாதத்தின் அரசியல் விளைவுகள் என்னவாக இருக்கும் என்பது பற்றி பகத்சிங் மாறாக இது இரண்டு புனிதர்களுக்கு இடையேயான வாழ்க்கையின் புனிதத்தைப் பற்றிய பேச்சு ஆகும்.

பிற்கால இந்தியச் சிந்தனையாளர்களும் வலுவான எதிர்ப்புகளை வெளிப்படுத்தியுள்ளனர் பகத்தின் மரண தண்டனையில் மகாத்மா காந்தியின் பங்கு பற்றி சிங் மற்றும் அவரது கூட்டாளிகள். மேற்கூறியவற்றில் இருந்து என்ன வெளிப்படுகிறது? அதைப் பெறுவதற்கு காந்தி எந்த உறுதியான நடவடிக்கைகளையும் எடுக்கவில்லை என்பதுதான் விளக்கம் இந்த வாக்கியங்கள் குறைக்கப்பட்டன. அதை அவரே ஒப்புக்கொண்டுள்ளார். அவர் எழுதினார் யங் இந்தியா புத்தகத்தில் :

”வாக்கியங்களில் மாற்றத்தை ஒரு நிபந்தனையாக மாற்றியிருப்பேன் அவ்வாறு செய்வதை என்னால் சமாதானப்படுத்த முடியவில்லை. நிர்வாகி வாக்கியங்களில் மாற்றம் செய்யாததில் என்னுடன் குழு உடன்பட்டது. ஒப்பந்தத்தின் நிபந்தனை.

காந்திஜி இந்த உடன்படிக்கைக்கு வந்திருந்தாரா என்பது இதிலிருந்து தெரிகிறது நிபந்தனை, தடையாக எதுவும் இல்லை தண்டனை மாற்றம். காந்தி-இர்வின் ஒப்பந்தம் 5 ஆம் தேதி கையெழுத்தானது மார்ச், 1931. இந்த ஒப்பந்தத்தின் அடிப்படையில் அனைத்து சத்தியாக்கிரக அரசியல் கைதிகளும் விடுவிக்கப்பட்டனர், ஆனால் இந்த ஒப்பந்தம் செய்த புரட்சியாளர்களுக்கு எதுவும் செய்யவில்லை தேசத்தின் மீதான நேசத்திற்காக தங்கள் உயிரை பொருட்படுத்துவதில்லை. ஜெனரல் மோகன் சிங், ஆசாத் ஹிந்த் ஃபௌஜ், காந்திஜியின் நடத்தை பற்றி எழுதுகிறார்:

" அவரால் (காந்திஜி) பகத்சிங்கை தூக்கிலிடாமல் காப்பாற்றியிருக்க முடியும். அவர் என்றால் இந்த தேசிய நாயகனின் விடுதலையை தேசிய பிரச்சினையாக ஆக்கியது, பின்னர் இந்த முழு நாடும் ஒரு தியாகத்திற்கு தயாராக இருந்தது. இரண்டாவதாக, அவரால் முடிந்தாலும் பகத்சிங்கையும் அவரது கூட்டாளிகளையும் காப்பாற்றினார், பொய்யை அவரால் கைவிட முடியவில்லை அவரது அகிம்சை சிந்தனைக்கு பாராட்டு. பகத்சிங்கின் விடுதலை புரட்சிகர தலைமையை பலப்படுத்தியது, இதுதான் உண்மை மகாத்மா காந்தியால் தாங்க முடியவில்லை."

காங்கிரஸ்காரர்கள் தவிர, தேசியவாத சிந்தனை கொண்ட அனைத்து அரசியல் தலைவர்களும் இந்த தீர்வை நம்பிக்கை மீறல் என்று அழைத்தது. காங்கிரஸ் உறுப்பினர்கள் அவர்களில் தொழிலாளர் இளைஞர் கழகமும் இருந்தது.

இந்தக் குடியேற்றத்தை மக்களுக்குத் துரோகம் செய்யும் செயலாகும் என்பர். பம்பாய் ஃப்ரீ பிரஸ் ஜர்னல் எழுதியது:

"காங்கிரஸ் செயற்குழு மீது மீறல் குற்றச்சாட்டு சுமத்தப்படலாம் நம்பிக்கை மற்றும் தோல்வியை ஏற்றுக்கொள்வது."

இந்த ஒப்பந்தத்தில் மகாத்மா காந்தியின் பங்கு வெளிப்படுவதை நாம் காண்கிறோம் ஒரு சர்ச்சைக்குரிய வடிவம் தான். அதேசமயம் முழு நாடும் உயிர்களைக் காப்பாற்ற விரும்பியது இந்த துணிச்சலான நபர்களை, நாட்டு மக்கள் தங்களால் இயன்றவரை காப்பாற்ற முயன்றனர் அவர்களின் உயிரைக் காப்பாற்றக்கூடிய காந்திஜி அவர்கள் முயற்சிகளை மேற்கொண்டார் காந்திஜியின் பார்வையில் சத்தியாக்கிரகிகள் மட்டுமே காங்கிரசின் அரசியல் கைதிகள். ஒரு புத்திசாலி அரசியல்வாதியாக அவர் பத்திரிகையாளர்களின் கேள்விகளுக்கு பதிலளிக்கும் விதமாக, "தனிப்பட்ட முறையில் பேசுகையில், யாரையும் கைது செய்வதில் எனக்கு நம்பிக்கை இல்லை, அவர்கள் கூட கைது செய்யப்படவில்லை". ஆனால் அது எப்படி உதவுகிறது? அவரது இந்த அறிக்கை ஒரு நபர், நிழலில் அமர்ந்து,

மற்றொருவரிடம் சொல்வது போலவே இருந்தது ஒரு நபர் வியர்வை மற்றும் சூடான சூரியன் கீழ் இருக்கும் போது, அவருடன் அனுதாபங்கள் என்னும் நிழலில் ஓய்வெடுக்க விரும்பினார். ஆனால் அவர் செய்தது. நிழலில் இருந்து எழுந்து கொண்டு வர இயலாமையை வெளிப்படுத்தினார் நிழலில் மற்றொரு நபர். வெயிலில் கொதிக்கும் நபருக்கு என்ன நிம்மதி சூரியன் இந்த பெப் பேச்சிலிருந்து பெறுமா? அதை எளிதாக மதிப்பிட முடியும். நாங்கள் என்றால் உண்மையில் யாரிடமாவது அனுதாபம் வேண்டும். அந்த மனிதனின் துன்பத்தைப் போக்க சில தியாகங்கள் செய்வது தான். காந்திஜிக்கு அவருடைய கொள்கைகள் எல்லாவற்றையும் விட மிகவும் பிரியமானவை . அவற்றால் என்ன பயன்? ஒரு சிறந்த தேசபக்தரின் உயிரைக் காப்பாற்ற முடியாத கொள்கைகள், அதற்காக போராடுகின்றன காரணங்களில் உன்னதமானது. உண்மையில், அவர் எதிர்கால வாய்ப்புகளை மேம்படுத்த விரும்பினார் இந்த தீர்வு மூலம் காங்கிரஸ் கட்சி உள்ளது. இந்தச் சூழலில் அவர் மேலும் பத்திரிக்கையாளர்களிடம், ”அவர்கள் (புரட்சியாளர்கள்) தங்களைப் பாதுகாத்துக் கொள்ள வேண்டும்

தாய்நாட்டின் சேவைகளுக்காக வாழ்கிறார். அனைவருக்கும் தேவைப்படும் இதற்கு அவர்கள் காங்கிரஸுக்கு ஒரு வாய்ப்பு கொடுக்க வேண்டும், காந்தியின் இந்த செயலை பெரும்பாலான இந்தியர்கள் விமர்சித்துள்ளனர். வரலாற்றாசிரியர்கள் மட்டுமே பட்டாபி போல சீதாராமையா பாராட்டியுள்ளார். மேற்கூறியவற்றிலிருந்து இது தெளிவாகிறது வைஸ்ராய் தனது கோப்புகளில் அனைத்தையும் குறிப்பிட்டார். அது உடன்படிக்கையுடன் தொடர்புடையது. அதில் மகாத்மாவின் ஆலோசனைகளும் அடங்கியிருந்தன. அதன் படி மகாத்மா காந்தி மரணப் பிரச்சினையை எழுப்பினார் ஒரே ஒரு முறை தண்டனை. மகாத்மா காந்தியின் கூற்றுகளும் உறுதிப்படுத்துகின்றன ஆனால் டாக்டர் பட்டாபி சீதாராமையா எழுதினார்:

“காந்திக்கும் இர்வினுக்கும் இடையே நடந்த பேச்சுவார்த்தையின் போது, மாற்றுப் பிரச்சினை சுக் ஆகியோரின் மரண தண்டனை தேவ் பலமுறை நீண்ட நேரம் விவாதிக்கப்பட்டார்.

பகத் சிங் குறிப்பாக கவனிக்க வேண்டிய ஒரு விஷயம் டாக்டர் பட்டாபி சீதாராமையா காங்கிரஸ் கட்சியின் புகழ்பெற்ற காந்தியத் தலைவர். காந்திஜி அவரிடம் குறிப்பாக அன்பாக இருந்தார். இதற்கான ஆதாரம் எங்களிடம் உள்ளது காங்கிரஸ் தலைவராக சுபாஷ் சந்திரபோஸ் தேர்வு. இதில் தேர்தலில் நேதாஜி சுபாஷ் சந்திரபோஸ் என்ற இருவர் போட்டியிட்டனர் மற்றும் டாக்டர் பட்டாபி சீதாராமையா. இதில் நேதாஜி வெற்றி பெற்றார். வெற்றி அன்று நேதாஜி, காந்திஜி தனது (காந்திஜியின்) நபர்களை உள்வாங்க வேண்டும் என்று வலியுறுத்தினார். காங்கிரஸ்

கட்சியின் செயற்குழுவில் தேர்வு. வெறுமனே இல்லை பட்டாபியின் தோல்வி" என்று சொல்லும் அளவுக்குச் சென்றார் சீதாராமையா என் தோல்வி." இதனால் நேதாஜி சுபாஷ் சந்திரபோஸ் வேதனை அடைந்தார் காந்திஜியின் நடத்தை மற்றும் ஜனாதிபதி பதவியை ராஜினாமா செய்தார். அதனால் பட்டாபி என்று சொல்லலாம் சீதாராமையா என்பவர் காந்திஜியின் கொள்கைகளை கண்மூடித்தனமாக பின்பற்றுபவர். உண்மையில், காந்திஜியால் சுயமரியாதை ஆசையை கைவிட முடியவில்லை ஜெனரல் மோகனின் இந்த அவதானிப்பு ஃபௌஜின் சிங், காந்திஜி இருந்திருந்தால் அது சரிதான் என்று தோன்றுகிறது பகத் சிங் மற்றும் அவரது கூட்டாளிகளின் உயிரைக் காப்பாற்றியது புரட்சியாளர்களை வலுப்படுத்தியது, இது அதன் நலன்களுக்கு பொருந்தாது.

காந்திஜியால் தாங்கவே முடியவில்லை. காந்திஜியே சொல்லியிருந்தார் இர்வின் பிரபு, இந்த இளைஞர்கள் தூக்கிலிடப்பட்டால் அது அப்படியே இருக்கும் காங்கிரஸின் கராச்சி அமர்வுக்கு முன் அவர்களை தூக்கிலிடுவது நல்லது. இது பட்டாபியின் குறிப்பையும் காண்கிறார் சீதாராமையாவின் புத்தகம் கூறுவது. இந்திய தேசிய காங்கிரஸின் வரலாறு .அது மாறிவிட்டதா மகாத்ம் காந்தியின் அந்தஸ்துள்ள தேசியத் தலைவர் இப்படிப்பட்ட வார்த்தைகளைப் பயன்படுத்துவாரா? புரட்சியாளர்களிடம் காந்திஜிக்கு அனுதாபம் இல்லையா? அவர் அவர்களை தனது போட்டியாளர்களாக கருதுகிறாரா? அல்லது இந்த கேள்விகள் சர்ச்சைக்குரிய விஷயங்களாக இருக்கலாம். ஆனால் இது மிகவும் உண்மை என்பது போல் பகத் சிங், ராஜ் குரு மற்றும் சுக் தேவ் ஆகியோரின் நினைவுச்சின்னம் எழுப்பப்பட்டது அகில இந்திய அளவில் காந்திஜியை ஒத்துழைக்க அணுகினார். காந்திஜி, எந்த ஒத்துழைப்பையும் பற்றி பேசாமல், தொடர்பு கொள்ள மறுத்துவிட்டார். அத்தகைய செயல்பாடு கொண்ட எந்த வடிவத்திலும் அதற்குப் பதிலளிக்கும் விதமாக அவர் பின்வரும் கடிதத்தை அனுப்பினார்.

இந்தக் குழுவின் பொதுச் செயலாளருக்கு:

"அன்புள்ள நண்பரே!

தேதியிட்ட உங்கள் கடிதம் கிடைத்தது. நான் உங்கள் ஆதரவை ஏற்கவில்லை

பகுத்தறிவு மரியாதைக்குரிய அடையாளமாக ஒரு நினைவுச்சின்னம் எழுப்பப்படும் போது யாரோ, சந்தேகத்திற்கு இடமின்றி அவரை நினைவில் வைத்திருப்பவர்கள் என்று அர்த்தம் அவரது நினைவுச்சின்னம் யாருடைய நினைவாக இருக்க வேண்டுமோ, அவரது கால்தடங்களைப் பின்பற்றும் படி கட்டப்பட்டது.அத்தகைய செயல்பாடுகளை ஏற்றுக்கொள்வது வரவிருக்கும்

ஒரு அழைப்பாகும். அதனால், என்னால் இதனுடன் தொடர்பு கொள்ள முடியவில்லை எந்த வடிவத்திலும் நினைவுச்சின்னம்.

பண்டிட் மோதிலால் நேரு, பண்டிட் என தேசிய அளவில் பல தலைவர்கள் ஜவஹர்லால் நேரு, டாக்டர் கிச்சுலு, ராஜர்ஷி புருஷோத்தம் தாஸ் டாண்டன், டாக்டர் கோபி சந்த் பார்கவா மற்றும் பலர் பகத்சிங்கையும் அவரையும் பார்க்க வந்தனர் சிறையில் உள்ள கூட்டாளிகள். முகமது கூட வந்தனர். மகாமான மதன் மோகன் மாளவியா வேண்டுகோள் விடுத்திருந்தார் ஆனால் காந்திஜி கடைப்பிடித்தார் முழுவதும் அமைதி. அகாலிதளம் மற்றும் காங்கிரஸ் தொழிலாளர் இளைஞர்கள் மகாத்மா காந்தியின் அணுகுமுறைக்காக தொழிற்சங்கம் அவருக்கு எதிராக பெரும் கோபத்தை ஏற்படுத்தியது. அடுத்த நாள், 1930 ஆம் ஆண்டு மார்ச் 7 ஆம் தேதி காந்தியடிகளால் வெளியிடப்பட்டது. பட்ஜெட் கெஜட்டில் இர்வின் தீர்வு அறிக்கை, ஒரு கூட்டம் அழைக்கப்பட்டது டெல்லியில் இந்தக் கட்சிகள் தங்கள் கையேடுகளை விநியோகித்தன இந்தக் கையேடுகள் காந்திஜியின் அணுகுமுறையையும் விமர்சித்தன:

“இன்று எங்கே அமைதி? அந்த தாய்மார்களின் இதயங்களை உணருங்கள் மகன்கள் தோட்டாக்களுக்கு பலியானார்கள், அல்லது சிறையில் அடைக்கப்பட்டு காத்திருக்கிறார்கள் சிறைகளில் மரண அறைகளில் தொங்குவதற்காக. அந்த மனைவிகளிடம் யாருடைய கணவர்களைக் கேளுங்கள் அவர்களை விதவைகளாக விட்டுச் சென்றுள்ளனர் அல்லது ஆயுள் தண்டனை அனுபவித்து வருகின்றனர் அன்னிய அதிகாரத்துவத்தின் சிறைச்சாலைகள். உங்கள் பொறுப்பை மறந்து விட்டீர்களா தியாகிகளை நோக்கி? இந்த புனிதமான உடன்படிக்கையின் பங்காளியாக இருப்பீர்களா?”

இந்தியர்களாகிய நாம் எப்போதுமே தனிப்பட்டவர்கள் என்பது கசப்பான உண்மை அதனால்தான் மகாத்மா காந்திக்கு தகுதியானவர் ஆக்கினோம் நம்மில் பெரும்பாலோர் அவரை கண்மூடித்தனமாக பின்பற்றுபவர்கள். அதை குற்றமாக கருதுகிறோம் அவரை விமர்சிக்க. ஆனால் உண்மை எப்போதும் உண்மைதான். முழு உலகமாக இருந்தாலும் சரி ஒரு மனிதன் உண்மையைப் பார்ப்பதில்லை அவரது மனம் சுயநலம் மற்றும் தப்பெண்ணங்களிலிருந்து விடுபடவில்லை என்றால் உண்மையைப் பார்க்காதே, ஒரு முக்காடு உண்மையை மறைப்பது போல. ஒரு மனிதன் வைத்திருக்க முடியும் அவர் எடுக்க வேண்டிய பிரச்சினைகளைப் பார்க்கும்போது உண்மையின் பார்வைகள் ஒரு நீதிபதியாக ஒரு முடிவு எடுக்கிறது சுய மற்றும் பிறவற்றைக் கருத்தில் கொள்ளாமல், மாறுபட்ட மற்றும் முரண்பட்ட பார்வைகள் அனைத்து வகையான சுயநலன்களிலிருந்தும் விடுபட்டவை ஆகும்.

காந்தியடிகள் அவர் காலத்தில் ஒரு சிறந்த தலைவராக இருந்தபோதிலும், அவர் ஒரு முழுமையானவராக இருந்தார் பகத்சிங் மனிதன்; அவர் இந்திய வரலாற்றில் ஒரு தனித்துவமான இடத்தைப் பெற்றுள்ளார், அவரது உண்மை மற்றும் அகிம்சை பாதை மனிதகுலத்திற்கு ஒரு உன்னதமான வழிகாட்டி, ஆனால் சுதந்திரமான சிந்தனை மேற்கூறிய இரண்டு சம்பவங்களுக்காக இந்தியன் அவரை மன்னிக்கவே மாட்டான்! முதல் சம்பவம், காந்தி-இர்வின் ஒப்பந்தத்தில் அவர் நீதி செய்யவில்லை பகத் சிங், ராஜ் குரு மற்றும் சுக் தேவ், இரண்டாவதாக, அவரது கட்டாயத்திற்காக நேதாஜி சுபாஷ் சந்திரபோஸ் காங்கிரஸ் தலைவர் பதவியை ராஜினாமா செய்தார். நௌஜவான் சபா உறுப்பினர்கள் கோஷம் எழுப்பினர் கராச்சி ரயில் நிலையத்திற்கு வந்த அவருக்கு எதிராக, “காந்தி, கோ பேக்“, “ காந்திவாத் முர்தாபாத்“ (காந்திசத்திற்குக் கீழே), “காந்தியின் உடன்படிக்கை வழிநடத்தியது பகத் சிங் தூக்கிலிடப்படுவதற்கு“, “பகத் சிங் ஜிந்தாபாத்.“ என்றது.

*****

9. சூரியனின் மறைவு

முந்திய அத்தியாயத்தில் நடந்த சம்பவங்கள் அதைத் தெளிவுபடுத்துகின்றன பகத்சிங்கின் உயிரைக் காப்பாற்ற இந்தியர்களின் ஒவ்வொரு முயற்சியும் தோல்வியடைந்தது மற்றும் காந்தி-இர்வின் ஒப்பந்தம் அவரை தூக்கிலிடுவதை தவிர்க்க முடியாத உண்மையாக்கியது. எனவே, ஒரு துணிச்சலான தேசபக்தர் போல அவர் தனது தூக்கு கயிறுக்காக காத்திருந்தார் மரணத்தைத் தழுவுகின்றார்.

அவரது குடும்ப உறுப்பினர்களுடனான கடைசி சந்திப்பு

பகத்சிங் சிறையில் இருந்தபோது, அவரது குடும்பத்தைச் சேர்ந்த கைதிகள் இருந்தார்கள் அவரை தரிசித்தனர். ஆனால் அந்தக் கூட்டங்களுக்கும் இடையே பெரிய வித்தியாசம் இருந்தது மார்ச் 3, 1931 அன்று ஒன்று. முந்தைய சந்திப்புகளில் அவரது கைதிகள் குடும்பத்தினர் தங்கள் இதயத்தின் மூலையில் எங்கோ ஒரு மெல்லிய நம்பிக்கையைக் கொண்டிருந்தனர் ஒருவேளை பகத் சிங்கின் தண்டனை குறைக்கப்படலாம் என்று நம்பினர். ஆனால் சந்திப்பு அன்றுதான் கடைசி சந்திப்பு. விடைபெறும் நேரம் வந்தது. அந்த நாள் எல்லாம் அவரது குடும்ப உறுப்பினர்கள் வந்திருந்தனர். அவரது தாய் மற்றும் தந்தை, தாத்தா மற்றும் பாட்டி, மாமா மற்றும் அத்தை, தாய்வழி மாமா மற்றும் தாய்வழி அத்தை, இளைய சகோதர சகோதரிகள், அனைவரும். தாத்தா சர்தார் அர்ஜுன் சிங அந்த சந்திப்பு மிகவும் பரிதாபமாக இருந்தது. பகத்சிங்கிடம் நேருக்கு நேர் வந்தனர். அவர் பேரனின் தலையில் தன் அன்பான கையை செலுத்தினார். அவர் விரும்பினார் ஏதாவது சொல்லுங்கள் என்றார். ஆனால் வார்த்தைகள் அவரது உதடுகளை எட்டியதும் மங்கிப்போயின. அவரது உதடுகள் நடுங்கியது, முணுமுணுத்தது மற்றும் அவரது இதயம் திணறியது. அவரால் இயலவில்லை பேரன் முன் நிற்க முடியவில்லை. அவர் அங்கிருந்து நகர்ந்தார். அவரது உதவியற்ற தன்மை அவர் கண்களில் பொழிய ஆரம்பித்தது. அவருடைய சோகம் மட்டுமே அவரிடம் நிரம்பி இருக்க முடியும் பகத் சிங் கற்பனை செய்தார், ஏனென்றால் பேரனை விட அன்பானவர் எவருமில்லை என்பது அவருடைய பழமொழி மகனே, அசல் தொகையை விட வட்டி அதிகம் என்பார். இளைய சகோதர சகோதரிகள் சிரித்துக்கொண்டே அவரை சந்தித்தனர். பிறகு அவரிடம் பேசினர்.

அம்மா வித்யாவதி அவன் அம்மாவிடம், "அம்மா, தாதாஜி வாழ மாட்டார் நீ மீண்டும் பங்காவுக்குச் செல்லும்போது அவனுக்குப் பணிவிடை செய்." என்றார். அம்மா, துணிச்சலான பெண், தன் மகனுக்கு அவனது கடமையைப் பற்றி அறிவுறுத்தினாள். ஒருவேளை அவள் இருந்திருக்கலாம்

கடைசி நேரத்தில் தன் மகன் பதற்றம் அடையவில்லை என்று நினைத்தாள். எனவே, அவள், "...சோனி! உன் நம்பிக்கையில் ஒட்டிக்கொள் மகனே! நாம் ஒவ்வொருவரும் ஒரு நாள் இறக்க வேண்டும். ஆனால் உண்மையான மரணம் உலகம் முழுவதும் பார்க்கப்படும் அது இது தான் என கூறிவிட்டு கதறி அழுதாள். உனது மரணம் மதிப்புக்குரியது. என் மகன் என்பதில் நான் பெருமை கொள்கிறேன் உன்னத இலட்சியங்களுக்காகவும் செயல்களுக்காகவும் தனது வாழ்க்கையை தியாகம் செய்கிறாய். நான் அதை பெருமையாக காண்கிறேன். "இன்குலாப் ஜிந்தாபாத்" என்ற முழக்கத்தை எழுப்பு தொங்கும் மேடையில் நின்று கூட உன் பணி குறையக்கூடாது என்று கூறிவிட்டு அழுதாள். மா வித்யாவதி, உண்மையில், ஒரு துணிச்சலான இந்தியப் பெண்மணி தான் அத்தகைய தைரியமான தாயின் மகன் எந்த வகையிலும் குறைவாக இருக்க முடியாது. பகத்சிங்கை தவிர வேறு? நாட்டின் மீது அவ்வளவு அன்பு, சுயமரியாதை அரிதான தாய்மார்களில் மட்டுமே காணப்படுகிறது. ஒரு சாதாரண பெண் இப்படிப் பேச முடியுமா? தன் மகனுக்கு இத்தகைய உன்னதமான விஷயங்கள் கூற முடியுமா? இதைத் தொடர்ந்து பகத்சிங் தனது தந்தையிடம் பேசினார். இந்த உரையாடலில், நாம் கவனிக்கிறோம் தன் மகன் மீது தந்தையின் அன்பும், பகத்சிங்கின் அச்சமின்மையும் இறப்பு.

அப்பா : பீட், நாம் மீண்டும் ஒருமுறை சந்திக்கலாம்.

பகத்சிங்: நீங்கள் ஏதாவது கேட்டீர்களா?

அப்பா : ஆமாம்.

பகத்சிங்: என்ன?

கிஷன் சிங் : ராஜ் குரு, சுக் தேவ் மற்றும் உங்களுடைய வாக்கியம் உள்ளது மாற்றப்படவில்லை.

காந்தி-இர்வின் ஒப்பந்தத்தின்படி காங்கிரஸில் மட்டுமே கைதிகள் விடுவிக்கப்படுவார்கள்; எந்த ஒரு புரட்சிகர கைதியும் விடுவிக்கப்பட மாட்டார்கள். என்றால் வைஸ்ராய் மரண தண்டனையை மாற்ற முடியும் என்று விரும்புகிறார், ஆனால் அவர் அவ்வாறு செய்யவில்லை இதை செய்ய தயார் தான்.

பகத் சிங் : இல்லை என்று ஆரம்பத்திலிருந்தே சொல்லி வருகிறேன் ஒருவர் நமது தண்டனையை மாற்றுவார். மரணத்தின் கயிறு நிச்சயமாக இருக்கும் எங்கள் கழுத்தில் வைக்கப்பட்டது. இதில் புதிதாக எதுவும் இல்லை.

அப்பா : இன்னும் ஏதேதோ கேட்டிருக்கிறேன்.

பகத்சிங்: அது என்ன?

அப்பா : இந்த மூன்று இளைஞர்கள் வேண்டுமானால் மகாத்மா காந்தி சொன்னார் மரணம் வரை தூக்கிலிடப்பட்டால், இந்த வேலை கராச்சிக்கு முன்பாக நிறைவேற்றப்பட வேண்டும் அமர்வு.

பகத்சிங்: அந்த அமர்வு எப்போது நடைபெறும்?

அப்பா : இந்த மாத இறுதிக்குள்.

பகத் சிங் : அப்படியானால் அது சந்தோஷப்பட வேண்டிய விஷயம். கோடை காலம் நெருங்குகிறது. மரணக் கலத்தின் வெப்பத்தில் என்னை வறுத்தெடுப்பதை விட இறப்பதே சிறந்தது என்று நான் கருதுகிறேன். நான் மீண்டும் இந்தியாவில் பிறப்பேன், நாம் நேருக்கு நேர் இருக்கலாம் மீண்டும் ஆங்கிலேயர்கள். என் நாடு இந்தியா கண்டிப்பாக சுதந்திரமாக இருக்கும்.

இதற்குப் பிறகு தந்தையும் மனம் தளர வேண்டாம் என்று மகனுக்கு அறிவுறுத்தினார். பகத் இதற்குப் பிறகு, சிங், தனது சகோதர சகோதரிகளிடம், " மனதை இழக்காதீர்கள், மேலும் தேசம் மற்றும் நாட்டின் சேவையில் இருந்து தலையை திருப்ப வேண்டாம் என் மரணத்திற்குப் பிறகு மக்கள். மேலும் நீங்கள் தியாகத்தை விட்டு விலகி விடாதீர்கள் சந்தர்ப்பம் வர வேண்டும்." இறுதியில் அவன் அம்மாவை அழைத்தான் அவர் அருகில் சென்று, "என் பிணத்தை எடுக்க நீங்கள் இங்கு வர வேண்டாம். குல்விரை அனுப்பு . நீ அழுதால் பகத்சிங்கின் அம்மா என்று சொல்வார்கள் அழுது கொண்டிருந்தான்." இதைச் சொல்லிவிட்டு, அவர் கர்ஜித்த சிரிப்பு சிரித்தார். அது அவர்களின் கவனக்குறைவு மற்றும் ஓரின சேர்க்கையாளர்கள் கைவிடப்பட்டதால் சிறை அதிகாரிகள் அதிர்ச்சியடைந்தனர். மரணம் நெருங்கிவிட்டாலும், ஒன்றுமே இல்லாதது போல் நடந்து கொண்டார்கள் அவ்வளவு பொறுமை, தைரியம்! நீங்கள் அதை எப்போதாவது கண்டுபிடிப்பீர்களா? பொது மக்கள்? இதைத் தொடர்ந்து குடும்பத்தினர் அனைவரும் விடைபெற்றனர், கடைசி பிரியாவிடை, மீண்டும் சந்திப்பதில்லை. இதுவே அவரது குடும்ப உறுப்பினர்களுடனான கடைசி சந்திப்பு. இதற்குப் பிறகு அவர்களால் தூக்கில் தொங்கிய பிறகும் அவரைப் பார்க்க முடியவில்லை இனிமேல் அவர்கள் அவரது இறந்த உடலை மட்டுமே பார்ப்பார்கள் என்று கற்பனை செய்தார்கள். பகத் சிங்கும் அவ்வாறே நினைத்தார். அதனால் தான் இளையவனிடம் கேட்டான் இறந்த உடலை சேகரிக்க சகோதரர் வந்தார். ஆனால் அவர் அதை நினைத்துப் பார்க்கவில்லை கொடுங்கோல் பிரிட்டிஷ் அரசாங்கம் இதையும் அனுமதிக்காது.

தொங்குவதற்கு முன்

இறுதியாக, மார்ச் 23 வந்தது, இந்த உன்னதமான துரதிர்ஷ்டவசமான நாள் ஆன்மாக்கள் தூக்கிலிடப்பட வேண்டும். பகத் சிங் வாழ்க்கை வரலாற்றை கடன் வாங்கியிருந்தார் லெனின் சிறையில் இருந்தே அவரது வழக்கறிஞரிடமிருந்து புத்தகங்கள் அவருக்கு துணையாக இருந்தன பகத் சிங் வேறு எதுவும் செய்யாத நிலையில் லெனினைப் பற்றிய சுயசரிதை படிப்பதில் அவர் தொலைந்து போனார் முற்றிலும் இசையமைக்கப்பட்டது, பயம் அல்லது அமைதியின்மை எந்த தடயமும் இல்லாமல் அவரது முகத்தில் எங்கும், ஆனால் ஜெயிலரின் மனதில் ஒரு புயல் பொங்கிக்கொண்டிருந்தது, கான் பகதூர் முகமது அக்பர் ஒருவேளை அவர் நினைத்திருக்கலாம் எப்படியாவது பகத்சிங்கைக் காப்பாற்ற முடியும். அது எப்படி இருக்கும், அவருடையது சேவையில் கைகள் கட்டப்படவில்லையா? இந்த துணிச்சலான நபர்களின் முகங்கள் மீண்டும் மீண்டும் அவன் மனக்கண் முன் வந்தது. அவர் ஒரு விசித்திரமான அசைவை உணர்ந்தார் அவரது இதயத்தில், ஒரு புயல் எழும், அவருக்குள் ஒரு எரிமலைக் குழம்பு கொதிக்கும், அது யாரும் இல்லை தன்னையும் சேர்த்து பார்க்க முடியும் ஆனால் அவர் அதை அனுபவித்துக்கொண்டிருந்தார், ஒரு அனுபவம் விவரிக்க முடியாதது. அது மதியம் நேரம். சூரியன் இருந்தது வானத்தின் நடுவில் சற்று முன் பகத்சிங்கிற்கு ரசகுல்லா கிடைத்தது அவற்றை சாப்பிட்டார். அப்போது உதவி ஜெயிலர் கைதிகளை செல்லுமாறு கூறினார் அந்தந்த செல்கள். என்ன என்று கைதிகளால் புரிந்து கொள்ள முடியவில்லை விஷயம் இருந்தது. அவர்கள் வழக்கமாக செல்லுமாறு கேட்டுக் கொள்ளப்பட்டபோது, அது மதிய நேரம் மாலையில் அவர்களின் செல்கள் பூட்டப்பட்டன. என்ன அர்த்தம் இருக்க முடியும்? அதை கண்டுபிடிக்க அனைவரும் தலையை சொறிந்தனர். அப்போது ஜெயிலர் முகமது அக்பர் அங்கு வந்து செல் எண்.14 முன் நின்றார். அனைவரும் என்ன விஷயம் என்று கேட்பது போல் கைதிகள் அவர் முகத்தைப் பார்த்தனர் ஆனால் அவரது தோற்றத்தைப் பார்த்து யாரும் கேட்கத் துணியவில்லை. அது அவரிடமிருந்து தோன்றியது அவர் பெரும் பதற்றத்தில் இருந்தார், ஏதோ ஒன்று இருந்தது அவனுக்குள் சஞ்சலப்பட்டு அவனால் முடிவெடுக்க முடியவில்லை. அவர் மட்டும் உச்சரித்தார் இது, " கைதிகள் விரும்பினால், அவர்கள் வெளியே இருக்க முடியும் . என்னவென்று பார்ப்பார் நடக்கும்." இதைச் சொல்லிவிட்டு அவர் வந்த வழியே சென்றுவிட்டார். அந்த கைதிகளும் வரப்போவதை ஓரளவு யூகித்தனர். உள்ளே சென்றனர் அவர்களின் செல்கள். இன்று மதியம் சூரியன் மறையப் போகிறது, இருக்கலாம்.

மாலை 5.00 மணியளவில் அனைத்து கைதிகளும் அவர்களது அறைகளில் அடைக்கப்பட்டனர். அவர்களது வருகை குறிக்கப்பட்டது. இந்த மூன்று துணிச்சலான நபர்கள் உருவாக்கப்பட்டனர் அவர்களின் செல்களில் குளிக்க. இருப்பார்கள் என்று தெரிவிக்கப்பட்டது. பிற்பகல் 3.00 மணியளவில் தூக்கிலிடப்பட்டார். சிறையில் இருந்த சீக்கியர் சதர் சிங் தலைமை வார்டன், முன்னாள் வார்டன் இராணுவத்தின். அவர் மென்மையானவராக இருந்தார் மத வளைந்த மனதுடன் பேசப்படும் சீக்கியர். அவருக்கு தெரிய வந்ததும் பகத்சிங் தூக்கிலிடப்படப் போகிறார் என்று, அவர் பகத்சிங்கை அடைந்தார். மேலும், “ பீட்டா, இதுவே கடைசி முறை. நான் உன் தந்தைக்கு சமம் வயது எனது சிறிய ஆலோசனையை தயவுசெய்து ஏற்றுக்கொள். ”...

”சொல்லுங்கள், என்ன உத்தரவு”, என்று பகத் சிங் கவலையில்லாமல் சிரித்தார் பகத் சிங் மனநிலை. “எனக்கு ஒரு சிறிய வேண்டுகோள். நீங்கள் வாஹே குரு என்ற பெயரை உச்சரிப்பீர்கள் குரு வாணியைப் படியுங்கள். இந்த குட்காவை எடுத்துக் கொள்ளுங்கள் (சுருக்கப்பட்டது புனிதர்களின் குரலின் பதிப்பு), நான் அதை உங்களுக்காகக் கொண்டு வந்துள்ளேன், ”என்றார் சாட்டர் சிங். பகத் சிங் வெடித்துச் சிரித்துவிட்டு, “ கொஞ்சம் சொன்னீங்களா முன்பு, உங்கள் விருப்பத்தை நிறைவேற்ற எனக்கு எந்த ஆட்சேபனையும் இருந்திருக்காது. இப்போது, நான் என்றால் கடைசி நேரத்தில் கடவுளை நினைவு செய்யுங்கள், இந்த மனிதர் (பகத் சிங்) ஒரு கோழை. அவர் வாழ்நாள் முழுவதும் என்னை நினைவில் கொள்ளவில்லை, மற்றும் இப்போது, அவன் எதிரில் மரணத்தைப் பார்க்கும்போது, அவன் என்னை நினைவுகூருகிறான். எனவே, நீங்கள் என்னை உலகத்தை விட்டு வெளியேற அனுமதித்தால் நல்லது எனது முந்தைய வாழ்க்கையை நான் நடத்திய விதம். நான் ஒருவன் என்று பலர் என்னைக் குறை கூறுவார்கள் நாத்திகர். மேலும் அவர் கடவுளை நம்பவில்லை என்று கூறுகிறார். ஆனால் யாரும் அதைச் சொல்ல மாட்டார்கள் பகத் சிங் ஒரு கோழை மற்றும் நேர்மையற்றவர் மற்றும் அவரது கால்கள் நடுங்கின.

இறுதியாக மரணத்தை எதிர்கொள்ளும் போது” லெனினின் வாழ்க்கை வரலாற்றைப் படிப்பதில் மூழ்கியிருந்த இந்த நேரத்தில், சிறை அதிகாரி வந்து, “ சர்தார் ஜி, எங்களுக்கு உத்தரவு வந்துவிட்டது உங்கள் தூக்கில். தயாராய் இரு.”

அவன் கண்கள் இன்னும் புத்தகத்தில் ஒட்டிக்கொண்டு, படித்துக்கொண்டே, “கொஞ்சம் பொறு புரட்சியாளர் மற்றொரு புரட்சியாளரை சந்திக்கிறார். சிறிது நேரம் கழித்து, எப்போது அந்தப் பகுதியைப் படித்து முடித்த அவர், புத்தகத்தை காற்றில் வீசினார்

“ போகலாம்” என்று சொல்லிவிட்டு, அவன் அறையிலிருந்து வெளியே வந்தான்.

மூன்று துணிச்சலான ஆன்மாக்களை எடுப்பதற்கு முன், பகத்சிங், ராஜ் குரு மற்றும் சுக் தேவ் தொங்கும் மேடைக்கு, சிறை அதிகாரிகள் அவர்களை மாற்றச் சொன்னார்கள் சிறை விதிகளின்படி ஆடைகள். ஆனால் பகத்சிங் இதற்கு உடன்படவில்லை ”நான் ஒரு திருடன், கொள்ளையடிப்பவன், கொள்ளைக்காரன் அல்லது சாதாரண குற்றவாளி அல்ல. நான் ஒரு அரசியல் கைதி, ஒரு புரட்சியாளர் தலைமை வார்டன் மற்றும் துணை பதில் எதுவும் சொல்லாமல் இருக்கத் துணிந்து, அறிக்கை கொடுத்தார் கண்காணிப்பாளர் விஷயம் கண்காணிப்பாளர் மற்றும் சப்-இன்ஸ்பெக்டருக்கு. பின்னர் துணை- இன்ஸ்பெக்டர் அக்பர் கான் அவரிடம் வந்து நடந்து கொள்ள வேண்டாம் என்று கெஞ்சினார் வாழ்க்கையின் கடைசி நேரத்தில் அப்படி. பிறகு பகத்சிங் ஒப்புக்கொண்டார்.

மூன்று புரட்சியாளர்களும் தங்கள் அறைகளிலிருந்து வெளியே வந்தனர். ஒன்றைப் பார்த்தார்கள் மற்றொன்று, அவர்கள் ஒருவரையொருவர் தழுவினர். மூவரும் சிரித்துக் கொண்டிருந்தனர். என்ன தூக்கிலிடப்படப் போகும் நபர்கள் சிரித்துக் கொண்டிருந்தார்கள் என்பது ஒரு நகைப்புக்குரியது முகங்கள் ஒளிர்ந்தன. அவர்கள் முகத்தில் இருளின் தடயமே இல்லை. அவர்கள் நிமிர்ந்த மார்போடும் பொங்கும் மகிழ்ச்சியோடும் நடந்தார்கள். ஆனால் ஒரு இருள் சிறை அதிகாரிகளின் முகத்தில் தெளிவாகத் தெரிந்தது. வலியின் வரிகள் மற்றும் எடுத்துக் கொண்டிருந்தவர்களின் முகங்களில் பகத்சிங் மனச்சோர்வு தெளிவாகத் தெரிந்தது அவர்கள் தூக்கு மேடைக்கு. பகத்சிங் மையத்தில் ராஜ் குருவுடன் இருந்தார் வலது மற்றும் சுக் தேவ் இடது பக்கத்தில் பகத் சிங் கைகளைப் பிடித்தார் அவருடைய இரண்டு கூட்டாளிகள் மூன்று பேரும் முற்றிலும் மறந்திருந்தனர்.

மரணம், மற்றும் பாடலுடன் ஊசலாடியது: இறந்த பிறகும் நாட்டின் மீதுள்ள அன்பு குறையாது. என் நாட்டின் சுவையை வெளிப்படுத்தும்.

முழு வளிமண்டலமும் மோசமடைந்துள்ளது, ஆனால் முகங்கள் தேசபக்தர்கள் தனித்துவமான ஒளியுடன் பிரகாசித்தார்கள். அம்மாவின் அன்பான மகன்கள் சிறை அதிகாரிகள் மற்றும் தொழிலாளர்களால் சூழப்பட்ட இந்தியா, முன்னேறியது மகாபிரான் (கடைசி பயணம், விடுதலைக்கான வழி) முத்தம் மற்றும் தொங்கும் கயிற்றைத் தழுவுங்கள்.

கடைசி பயணம் மற்றும் இறுதி சடங்குகள்

அப்போது மாலை 6.35 மணியளவில் மூவரும் தூக்கில் தொங்கிய இடத்தை அடைந்தனர் சிறை கண்காணிப்பாளர், போலீஸ் இன்ஸ்பெக்டர்

ஜெனரல், துணை கமிஷனர் (லாகூர்) மற்றும் இன்ஸ்பெக்டர் ஜெனரல் (சிறைகள்) ஆகியோர் உடனிருந்தனர். அங்கு மூவரும் “இன்குலாப்“ என்று உரத்த குரலில் முழக்கங்களை எழுப்பினர் ஜிந்தாபாத்“, “ஆங்கிரேஸி சாம்ராஜ்யவத் கா நாஷ் ஹோ“, “ராஷ்ட்ரிய ஜாண்டா உஞ்சா ரஹே“, (உயரத்தில் பறக்க தேசியக் கொடி), “கீழே, கீழே யூனியன் ஜாக்.“ சிறையில் இருந்த மற்ற கைதிகள் இந்த கோஷங்களை கேட்டனர் மாபெரும் புரட்சியாளர்களின் கடைசி தருணம் வந்துவிட்டது என்று யூகித்தனர். எனவே அவர்கள் தங்கள் செல்களில் உரத்த குரலில் இந்த கோஷங்களை திரும்பத் திரும்பச் சொல்லி பணம் செலுத்தினர்.

முழக்கங்களைத் திரும்பத் திரும்பச் சொல்லி அவர்களுக்கு அஞ்சலிகள் செலுத்தினர். அவர்கள் தொங்கும் மேடையை அடைந்ததும், துணை ஆணையர் தூக்கில் போடும் விதிகளின்படி அங்கேயே நின்று கொண்டிருந்தார். பகத் சிங் மற்றும் அவரது கூட்டாளிகள் கைவிலங்கு போடப்படவில்லை, ஏனென்றால் அவர்கள் ஏற்கனவே கைவிலங்கிடப்பட்டனர் கைவிலங்கு போட வேண்டாம் என்றும் கருப்பு முகமூடியை அணிய வேண்டாம் என்றும் ஜெயிலரிடம் கூறினார்கள். தொங்கும் நேரத்தில் அவர்களின் முகங்கள். ஜெயிலர் அவர்களின் கடைசி ஆசைக்கு இணங்கினார். ஆனால் துணை கமிஷனர் திடீரென அதிர்ச்சியடைந்தார் இந்த வடிவத்தில் அவை அப்போது ஜெயிலர் முகமது அக்பர் முழுவதையும் அவரிடம் கூறினார் தொங்கு மேடை ஏறும் முன் பகத் சிங், ஆங்கிலேய துணையிடம் உரையாற்றுகிறார்.

கமிஷனர், “மாஜிஸ்திரேட்! உங்களுக்கு கிடைத்த அதிர்ஷ்டம் இந்தியப் புரட்சியாளர்கள் மரணத்தை எப்படி மகிழ்ச்சியுடன் தழுவுகிறார்கள் என்பதைப் பார்க்கும் வாய்ப்பு தான் என்றார். மேலும் அவர்களின் உயர்ந்த இலட்சியங்களைப் பின்தொடர்வதில்” சந்தேகத்திற்கு இடமின்றி மாஜிஸ்திரேட்டும் இருந்திருக்க மாட்டார் என்றார். தனது வாழ்வின் கடைசி தருணங்களில் கூட தனது இலட்சியங்களில் அசையாதவர். பிறகு என்று சொல்லிவிட்டு தொங்கும் மேடையில் ஏறினார். மூன்று கயிறுகள் இருந்தன அங்கு தொங்கும். அவர்கள் அதே வரிசையில் இங்கே நின்றார்கள்: பகத் சிங் மையம், மற்றும் அவரது வலதுபுறம் ராஜ் குரு மற்றும் அவரது இடதுபுறம் சுக் தேவ். மூன்றும் ”இன்குலாப் ஜிந்தாபாத்” என்று மீண்டும் இடி முழக்கங்களை எழுப்பினர்.

”சாம்ராஜ்யவத் முர்தாபாத்”

மூவரும் கயிறுகளைப் பார்த்து சிரித்து முத்தமிட்டுப் போட்டனர் அவர்கள் தங்கள் கழுத்தில் மலர் மாலை அணிந்திருப்பதைப் போல போர்க்களத்திற்கு செல்லு் வெள்ளை. பகத்சிங் மரணதண்டனை செய்பவரைக் கேட்டுக் கொண்டார் கயிறுகளை சரிசெய்யவும். ஒருவேளை

அவர் இந்த வார்த்தைகளை முதல் முறையாக கேட்டிருக்கலாம் அவரது வாழ்க்கையில் சாதாரண கைதிகள் மேலே ஏறியவுடன் கால்கள் நடுங்குகின்றன ஆனால் இங்கே பகத் சிங் அவரை சரிசெய்யும்படி கேட்டுக் கொண்டார் மரணதண்டனை செய்பவர் கயிற்றை சரிசெய்தார், சக்கரத்தை திருப்பினார். அந்த பலகை அவர்களின் கால்களில் கீழே விழுந்தது, மூன்று துணிச்சலானவர்கள் தங்களைத் தாங்களே தியாகம் செய்தனர். அவர்களின் தாய்நாட்டின் பலிபீடத்தில். ஒரு சுடர்விடும் சூரியன் என்றென்றும், எப்போதும் அஸ்தமனம் ஆனது. இந்திய மண்ணின் சுதந்திரம் வேண்டி இன்னுயிரை தியாகம் செய்தது. அரசாங்க தந்தியின்படி அவர்கள் தூக்கிலிடப்பட வேண்டும்.

மன்மத் நாத் குப்தாவின் கூற்றுப்படி அவர்கள் தூக்கிலிடப்பட்டனர் 7.15 மணி வேறு சில புத்தகங்கள் இந்த நேரத்தை 7.30 அல்லது 7.33 என்று குறிப்பிடுகின்றன இங்கே கவனிக்கப்பட வேண்டிய விஷயம் என்னவென்றால், பொதுவாக தொங்கல் நடைபெறுகிறது காலை, அதேசமயம் பகத் விஷயத்தில் இந்த விதி பின்பற்றப்படவில்லை சிங். இரவில் தூக்கிலிடப்பட்டார். தூக்கில் தொங்கிய பின், ஒருவரின் சடலம் அவரது உறவினர்களிடம் ஒப்படைக்கப்பட்டது, ஆனால் இந்த பெரியவர்களின் விஷயத்தில் புரட்சியாளர்கள். அவர்கள் செல்வதாக அவர்களது குடும்பத்தினருக்கு கூட தெரிவிக்கப்படவில்லை. இன்னும் என்ன குற்றவியல் நடவடிக்கை பற்றி நீங்கள் நினைக்கலாம்? என்று கூறப்படுகிறது இந்த துணிச்சலான மனிதர்களின் உடல்கள் சிறிய துண்டுகளாக வெட்டப்பட்டு, துப்பாக்கியால் நிரப்பப்பட்டன ஆங்கிலேய அரசே எந்தளவுக்கு அதிர்ந்தது என்றால் பாருங்கள். இந்த பைகளை வெளியே எடுக்க தைரியம் இல்லை என்ற உண்மையிலிருந்து அது மதிப்பிடப்பட்டது சிறையின் பிரதான வாயில் இச்சமயம் ஆங்கிலேயர்களே குற்றவாளிகள். பகத்சிங் இந்த துணிச்சலான மனிதர்கள், உண்மையில் எந்த குற்றமும் செய்யவில்லை. அது குற்றமா, என்றால் அவர்கள் தங்கள் தாய்நாட்டிற்காக, அதன் சுதந்திரத்திற்காக போராடினர் மற்றும் ஓட்டு போட விரும்பினர் அன்னிய ஆங்கிலேயர்கள் தங்கள் நாட்டை விட்டு வெளியேறுகிறார்களா? அதற்காக அவர்கள் தூக்கிலிடப்பட்டனர். பைகள் சிறையின் பின் கதவிலிருந்து வெளியே அழைத்துச் செல்லப்பட்டிருக்கலாம். புகழ்பெற்றவர் புரட்சியாளர் ஸ்ரீ மன்மத் நாத் குப்தா எழுதினார், " உடல்கள் (பைகள்) இருந்தன சிறைச்சாலையின் பின்புற சுவரில் செய்யப்பட்ட ஒரு திறப்பு வழியாக சிறையிலிருந்து வெளியே எடுக்கப்பட்டது, மற்றும் தகனத்திற்காக பெரோஸ்பூருக்கு கொண்டு செல்லப்பட்டது. அவர்கள் வெளியே எடுக்கப்பட்டால் முன் வாசலில் இருந்து, ஒரு மறைந்த தோழன்

என்று அவர்கள் அஞ்சினார்கள் புரட்சியாளர்கள் பிரச்சினைகளைக் கண்டறிந்து உருவாக்க வாய்ப்புள்ளது .

இந்த நடவடிக்கைகள் அனைத்தும் இரவில் இரகசிய வடிவத்தில் மேற்கொள்ளப்பட்டன. இவையெல்லாம் நடந்து கொண்டிருக்கும் போதே பகத்சிங்கின் தந்தை சர்தார் கிஷன் மோரி கேட்டை ஒட்டிய மைதானத்தில் சிங் பேச்சைக் கேட்டுக் கொண்டிருந்தார். இந்த தூக்கில் தொங்கியதை யாரோ அவருக்குத் தெரிவித்தனர். மக்களுக்கு பைத்தியம் பிடித்தது. ஆத்திரத்துடன் பொங்கினர். சர்தார் கிஷன் சிங் எப்படியோ கூட்டத்தை சமாளித்தார் சிறையை நோக்கி வேகமாக அடி எடுத்து வைத்தார். இன்னும் சிலர் அவரைப் பின்தொடர்ந்து சிறைக்குச் சென்றனர். ஆனால் அவர் அங்கு சென்றது பயனற்றது பைகளை ஏற்றிச் செல்லும் ஜெயில் டிரக் ஏற்கனவே கிளம்பியிருந்தது. லாரி முதலில் கசூரை அடைந்தது. எல்லாம் நடந்து கொண்டிருந்தது திட்டத்தின் படி இங்கிருந்து அவர்கள் ஒரு சீக்கிய கிராந்தியை எடுத்துக் கொண்டனர் மற்றும் ஒரு இந்து அவர்களுடன் பண்டிதர் ஒருவர் சென்றார். அவர்கள் அனைவரும் ஃபெரோஸ்பூருக்கு அருகிலுள்ள சட்லுஜ் கரையை அடைந்தனர். லாரியில் இருந்து சடலங்கள் அடங்கிய பைகள் எடுக்கப்பட்டன. பின்னர் நள்ளிரவில் அந்த பைகள் மீது மண்ணெண்ணெய் தெளிக்கப்பட்டது தாராளமாக, தீ வைக்கப்பட்டது, அதனால் இறந்த உடல்கள் விரைவாக எரிக்கப்பட்டன. இறந்த உடல்கள் எரிய ஆரம்பித்தன. பெரும் தீ மளமளவென எரிந்தது வளிமண்டலம். உடன் வந்த ஆங்கிலேய அதிகாரி, “நான் இப்போது செல்கிறேன். எப்பொழுது எல்லாம் எரிந்து சாம்பலை ஆற்றில் அமிழ்த்துங்கள்”. ஒருவேளை, மற்றவை எனும் போது மக்களும் பயந்தனர். அவர்கள் பாதி எரிந்த பகுதிகளை விரைவாக ஆற்றில் தள்ளினார்கள் இது காவல்துறையினருக்கு எந்த மாற்றத்தையும் ஏற்படுத்தவில்லை. அவர்கள் வாளிகளில் தண்ணீர் நிரப்பி, சாம்பலில் எறிந்த அனைத்தையும் ஆற்றில் தள்ளினார்கள். இறந்த உடல்கள் எரிக்கப்பட்ட இடம் ஆற்று மணலால் மூடப்பட்டிருக்கும்.

அதற்குள் அக்கம் பக்கத்தினருக்கு இச்சம்பவம் தெரிய வந்தது. மஷால்களுடன் சட்லுஜ் கரையை நோக்கிச் சென்றனர். (எண்ணெய் தீபங்கள்) அவர்களின் கைகளில். இவர்கள் தம்மை நோக்கி வருவதைக் கண்டு சிறை சடலங்களை தகனம் செய்ய வந்த அதிகாரிகள் லாரியில் அமர்ந்தனர் மேலும் அவர்கள் தப்பிக்கச் செய்தார்கள். கிராம மக்கள் கூட்டம் அங்கு வந்து சேர்ந்தது. ஒருவேளை, இறந்த உடல்கள் இல்லை என்று அவர்கள் நம்பியிருக்கலாம் முறையாக தகனம் செய்யப்பட்டது. ஸ்ரீ மன்மத் நாத் குப்தாவின் கூற்றுப்படி, “அங்கு கிராம மக்கள் உடல்களை ஆற்றில் இருந்து மீட்டு, அதன்படி தகனம் செய்தனர் என கூறுவது வழக்கம்.”

மறுநாள் காலையில் அங்கு ஒரு கூட்டம் கூடியது. அந்த இடம் புனித இடமாக ஆகிவிட்டது இந்தியர்களுக்கான புனித யாத்திரை மையம் . மக்கள் தூசி, மணல், சாம்பல் எடுத்தார்கள், இரத்தத்தில் படிந்த கற்கள் அல்லது எலும்புத் துண்டுகள், அல்லது அவர்களால் முடிந்தவை அங்கிருந்து கைகளால் எடுத்தனர்.

மறுநாள் காலை பிரிட்டிஷ் அரசாங்கம் பொதுமக்களுக்குத் தகவல் கொடுத்தது அதன் சம்பிரதாயங்களில் ஒன்றிற்கு இணங்க சுவர் மீது சுவரொட்டிகள் ஒட்டப்பட்டன மாவட்ட மாஜிஸ்திரேட் சார்பாக மார்ச் 24 அன்று லாகூர் சுவர்களில்,

"பகத்சிங், ராஜ் ஆகியோரின் சடலங்கள் இருப்பதாக பொதுமக்கள் தெரிவிக்கின்றனர் குருவும் சுக் தேவும் நேற்று மாலை தூக்கிலிடப்பட்டனர். சட்லுஜ் ஆற்றின் கரைக்கு கொண்டு செல்லப்பட்டு தகனம் செய்யப்பட்டது சீக்கியர்கள் மற்றும் இந்துக்களின் பழக்கவழக்கங்கள் மற்றும் மரபுகளின் படி மற்றும் அவர்களின் சாம்பல் ஆற்றில் கரைக்கப்பட்டது.

மறுநாள் நாடு முழுவதும் செய்தி பரவியது.

நாட்டில் தூக்கு தண்டனைக்கு எதிரான எதிர்வினை

இந்த செய்தி நாடு முழுவதும் பெரும் பரபரப்பை ஏற்படுத்தியது. மார்ச் 24 அன்று துக்க நாளை அறிவித்தார். நாடு துயரக் கடலில் மூழ்கியது. லாகூர் நிர்வாகம் ஆங்கிலேயப் பெண்களை வெளியே செல்ல வேண்டாம் என்று அறிவுறுத்தியது. அடுத்த பத்து நாட்களுக்கு. பம்பாய், மெட்ராஸ் மற்றும் கல்கத்தாவில் வளிமண்டலம் பரிசீலிக்க வேண்டிய விஷயமாக மாறியது. ஆயுதம் தாங்கிய போலீசார் ரோந்து சென்றனர் .கல்கத்தாவில் சாலைகள் ஆர்ப்பாட்டங்களை நிறுத்த முடியவில்லை. மோதிக்கொண்டனர் பல்வேறு இடங்களின் போலீசாருடன் பலர் கொல்லப்பட்டனர். மேலும் பலர் காயமடைந்து கைது செய்யப்பட்டனர்.

ஜெய் தேவ் குப்தா மற்றும் பீபி அமர் கவுர் ஆகியோர் சில எச்சங்களை கொண்டு வந்தனர் சாம்பல் (தகனம்) லாகூர். ஊர்வலமாக வெளியே அழைத்துச் செல்லப்பட்டனர். அவற்றை ஆயிரக்கணக்கான மக்கள் பார்வையிட்டனர். செய்தித்தாள்கள் முழுவதும் நாடு கட்டுரைகளை வெளியிட்டது, இந்த பெரிய ஆத்மாக்களுக்கு அஞ்சலி செலுத்துகிறது. பல்வேறு இடங்களில் இரங்கல் கூட்டங்கள் நடைபெற்றன. கொடுமையான அரசாங்கமும் காந்தி-இர்வின் ஒப்பந்தமும் கசப்பான விமர்சனத்திற்கு உள்ளாகின. பகத் சிங் துக்கத்தில் திளைத்தார், லாகூரிலிருந்து தி ட்ரிப்யூன் எழுதினார்:

" இந்தியாவில் பிரிட்டிஷ் அரசாங்கம் என்ன தவறு செய்தாலும் முக்கியத்துவம் மற்றும் தீவிரத்தன்மையின் அடிப்படையில், தவறுக்கு

இணையானவை பகத்சிங்கின் மரண தண்டனையை குறைக்காததன் மூலம், ராஜ் குரு மற்றும் சுக் தேவ்."

லாகூரிலிருந்து வரும் உருது நாளிதழ், பயம், அதன் ஏப்ரல் 3, 1931 இதழில், எழுதியது. "பகத் சிங், ராஜ் குரு மற்றும் சுக் தேவ் ஆகியோர் தூக்கிலிடப்பட்டனர். அங்கு உயிர்கள் இழக்கப்படுகின்றன. ஆனால் 23 கோடி இந்தியர்கள் அவர்களை நேசித்தார்கள். கொலை செய்வதன் மூலம் அவர்களை பிரிட்டிஷ் அரசாங்கம் ஒட்டுமொத்த ஆண்மைக்கும் சவால் விட்டது. இந்த சவாலை இந்தியா ஏற்றுக்கொண்டால், இங்கிலாந்தின் எதிர்காலம் அமையும் இருள், மற்றும் அதை ஏற்கவில்லை என்றால், அது அதன் எதிர்காலத்தை இழக்கிறது. தியாகிகளின் ஒரு விசித்திரமான வழியை எங்களுக்குக் காட்டியது, நாம் பாதையைப் பின்பற்ற வேண்டும் அவர்களால் காட்டப்பட்டது. ஒட்டுமொத்த கோரிக்கையையும் இங்கிலாந்து நிராகரித்துள்ளது அதற்கு கண்ணீர் மற்றும் அழுகையின் மூலம் பதிலளிக்க முடியாது, ஏனென்றால் இவை பலவீனத்தின் ஆயுதங்கள். பிரிட்டிஷ் அரசாங்கத்திற்கு தொண்டு இல்லை, மனிதநேயம் மற்றும் தாராளமயம் என்பதும் இல்லை. இது ஒரு சாத்தானிய அரசாங்கம், தலைவணங்கும் வலிமை மட்டுமே. உங்களுக்கு வலிமை இருக்கிறது, அதை சரியாக பயன்படுத்துங்கள். இந்த ஆங்கிலேயர்களை புறக்கணிக்கவும் என்றனர். அரசாங்கம், பிரிட்டிஷ் வர்த்தகம் மற்றும் பிரிட்டிஷ் கல்வி ஆகியவை அவமானப்படுத்தப்பட்டது. பிரிட்டன் உங்கள் காலில் விழும், அதற்கான விலையை கொடுக்க வேண்டியிருக்கும் தியாகிகளின் இரத்தம். பகத்சிங்கின் இரத்தம் விலைமதிப்பற்றது மட்டும் அல்ல இந்தியாவின் சுதந்திரம். ஏனெனில் அவரது சகோதரர்கள் தங்கள் உயிரைக் கொடுத்துள்ளனர் அது. முழு சுதந்திர பெர்சியாவின் இரத்தத்தால் விலை கொடுக்க முடியவில்லை என்றால் அடிமை இந்தியாவின் விசுவாசமான மகன்கள், ஒருவரைக் கொன்றதாகக் குற்றம் சாட்டப்பட்டனர் போலீஸ் அதிகாரி, காப்பாற்றப்பட வேண்டுமா (மன்னிக்கப்பட வேண்டும்)? ஒரு சாதாரண வாழ்க்கை என்றால் ஆங்கிலேயர் மிகவும் விலைமதிப்பற்றவர், பிறகு இந்தியா பகத்தின் விலையை மதிப்பிடுகிறது சிங், ராஜ் குரு மற்றும் சுக் தேவ் ஆகியோரின் உடலின் ஒவ்வொரு பாகமும் இருந்தது. தேசபக்தி மற்றும் புனித தியாகத்தால் நிரப்பப்பட்டதா? பதில் கொடுங்கள் வார்த்தைகள் அல்ல, செயல்கள் மூலம் பிரிட்டன். இந்தத் துணிச்சலான தியாகிகளை இந்தியா கருதுகிறது பிரிட்டனுக்கு மேலே உடன் கூட முழுமையாக பழிவாங்கியிருக்க மாட்டோம் ஆயிரக்கணக்கான மற்றும் இலட்சக்கணக்கான ஆங்கிலேயர்களைக் கொன்றது. இந்த பழிவாங்கல் இருக்கும் இந்தியாவின் சுதந்திரத்துடன் மட்டுமே முழுமையானது. அப்போதுதான் பிரிட்டனின் பெருமை புழுதியை

கடிக்கும். ஓ! பகத் சிங், ராஜ் குரு மற்றும் சுக் தேவ்! இந்த ஆங்கிலேயர்கள் உன்னைக் கொன்றுவிட்டதாக மகிழ்ச்சி அடைகிறார்கள். இல்லை, அவர்கள் தவறாக நினைக்கிறார்கள். அவர்கள் உங்களைக் கொல்லவில்லை, தங்கள் எதிர்காலத்தையே குத்திக் கொன்றுள்ளனர். என்றென்றும் வாழ்வீர்கள்.

இந்தியர் மட்டுமல்ல, வெளிநாட்டுப் பத்திரிகைகளும் ஆங்கிலேயர்களை விமர்சித்தன இந்த நடவடிக்கைக்கு அரசாங்கம்.

நியூயார்க்கின் டெய்லி ஓர்க்கர் எழுதினார்:

“லாகூர் கைதிகள், பகத் சிங், ராஜ் குரு மற்றும் சுக் இந்திய விடுதலைக்காகப் போராடிய தேவ் கலைக்கப்பட்டார் ஆங்கிலேயர்களின் நலன்களுக்காக பிரிட்டிஷ் தொழிலாளர் அரசு ஏகாதிபத்தியம். பிரிட்டிஷ் தொழிலாளர்களின் முதல் இரத்தக்களரி நடவடிக்கை இதுவாகும் மெக்டொனால்டு தலைமையிலான அரசு. மூவரின் மரணம் தொழிலாளர் அரசின் உத்தரவின் பேரில் அங்கு முன்கூட்டியே திட்டமிடப்பட்ட அரசியல் மூலோபாயத்தின் ஒரு பகுதியாகும். எந்த அளவிற்கு உள்ளது என்பதை நிரூபிக்கிறது மெக்டொனால்ட் அரசாங்கம் நலன்களைப் பாதுகாக்க செல்ல முடியும். ஆனால், பிரிட்டிஷ் ஏகாதிபத்தியம்”.

அந்த நேரத்தில் இங்கிலாந்தில் ஒரு தொழிலாளர் அரசாங்கம் பதவியில் இருந்தது ராம்சே மெக்டொனால்ட் அதன் பிரதமராக இருந்தார். தொழிலாளர் கட்சி தொழிலாளர் வர்க்கத்தின் சாம்பியனாகக் கருதுகிறது. இதில் கட்சியின் செயல்பாடுகள் கடுமையாக விமர்சிக்கப்பட்டன புரட்சியாளர்கள் தேசபக்தர்கள் என்று வர்ணிக்கப்பட்டனர். பல வெளிநாட்டு பத்திரிகையும் அவர்களைப் பாராட்டியது. ஒரு பொது சேவை செய்ய முடியும் புரட்சியாளர்களின் செயல்பாடுகள் பாராட்டப்படவில்லை என்ற மதிப்பீடு இந்தியாவில் மட்டும் இருந்தது. ஆனால் வெளிநாடுகளிலும். அவர்களுக்கு உண்மையிலேயே துணிச்சலான உள்ளங்கள் இருந்தன. பிறகு அவரது மரணம், “பகத் சிங் கி வீர்தா “ என்ற தலைப்பில் ஒரு சிறு புத்தகம் வெளிவந்தது வங்காளம். ஆனால் பிரிட்டிஷ் அரசாங்கம் அதை எப்படித் தாங்கிக் கொள்கிறது? என புத்தகம் இருந்தது கைப்பற்றப்பட்டது. அதேபோன்று பஞ்சாபிலும் ஒரு சிறு புத்தகம் வெளியிடப்பட்டது, அது விரிவானது பகத்சிங்கின் துணிச்சலான செயல்பாடுகள் மற்றும் தியாகம் பற்றி இருந்தது பஞ்சாப் அரசால் கைப்பற்றப்பட்டது.

இதற்கு எதிர்ப்பு தெரிவித்து வங்காளத்தில் தேசிய கட்சிகள் சட்டசபையை புறக்கணித்தன அரசாங்கத்திற்கு எதிராக, இந்த தியாகத்திற்காக. நிதி மசோதா இருந்தது அப்போது வீட்டில் விவாதம் நடந்தது. காங்கிரஸ் தவிர அனைத்து கட்சிகளும் அரசின் இந்த நடவடிக்கைக்கு தங்களது எதிர்ப்பை தெரிவித்தனர்.

பகத்சிங்கின் கிராமமான பங்கா மக்கள் எழுத்துப்பூர்வமாக உறுதிமொழி எடுத்தனர். பகத் சிங்கின் மரணத்திற்கு பழிவாங்க வேண்டும் என்று பகத்சிங் அவர்களின் இரத்தம். பல மணிக்கு பஞ்சாபில் உள்ள சில இடங்களில் விவசாயிகள் எதிர்ப்பு தெரிவித்து நில வருவாய் கொடுக்க மறுத்தனர். அவர்களின் செயலுக்கான காரணத்தைக் கேட்டபோது, அவர்கள் பதிலளித்தனர் பகத்சிங்கின் ஆன்மா அவர்கள் முன் தோன்றி வரி பணம் கொடுக்க வேண்டாம் என்று கேட்டுக் கொண்டது என்றனர். ஏப்ரல் 13, 1931 அன்று ஜாலியன்வாலாபாக்கில் ஒரு கூட்டம் நடைபெற்றது. அமிர்தசரஸ். கூட்டத்தில் உரையாற்றிய டாக்டர் சைபுதீன் கிச்சுலு மக்களிடம் கேட்டார் போராட்டத்திற்கு தயாராக வேண்டும். காவல்துறையினரும் பதவி விலக வேண்டும் என்று அவர் கேட்டுக் கொண்டார் அவர்கள் பொதுமக்களிடம் அத்துமீறல் செய்ய உத்தரவிடப்பட்டால். தலைவர் இந்த கூட்டத்தில், ஸ்ரீ இமானுதீன், வெளிநாட்டை புறக்கணிக்குமாறு மக்களை கேட்டுக் கொண்டார். கண்ணிமைக்கும் நேரத்தில் மக்கள் அன்னியரின் நெருப்பைக் கண்டனர் எரியும் கட்டுரைகள். இதில் அவ்வழியாக சென்றவர்களும் அதில் கலந்து கொண்டனர் ஏதாவது அல்லது வேறு. பஞ்சாப் முழுவதும் கோஷங்களால் எதிரொலித்தது வரி செலுத்த மாட்டோம்" என்று கூறி எதிர்த்தனர். சுவாமி யோகானந்த், "நாங்கள் வரி செலுத்த மாட்டோம். நாட்டு மக்களே, செல்லுங்கள் என்றனர். இரவில் காவல் நிலையம் சூறையாடப்பட்டு எரிக்கப்படும்" என்றார். 6 ஆம் தேதி சிவகுமார் என்ற நபர் பரபரப்பை ஏற்படுத்தினார் பஹதுர்கர் ஒரு குறிப்பிட்ட நபருக்காக காத்திருப்பதாகவும், விரைவில் அவரிடமிருந்து ஒரு குறிப்பைப் பெற்றதால், அவர் இரத்த ஆறுகள் ஓடுவதைக் காட்டுவார் என்றார். அதேபோல், அமிர்தசரஸில் பேசிய பிக்ரன் சிங், " நேரம் வேகமாக உள்ளது இந்த அடக்குமுறை அரசாங்கம் எப்போது தூக்கியெறியப்படும் என்பதை நெருங்குகிறது. லூாலா இந்த வேலைக்காக ஜெர்மனியில் இருந்து ஆயுதங்களை கொண்டு வருகிறார் ஹர் தயாள் . ராஜா மகேந்திர பிரதாப் சிங் போல்ஷிவிக் உடன் கைபர் பாஸ் வழியாக வருகிறார்.

இராணுவம் மற்றும் சிவப்பு கொடி ராஸ் பிஹாரி போஸ் ஜப்பானில் இருந்து வருகிறார். கைதிகள் மீரட் காண்ட் சிறைகளை உடைத்துக்கொண்டும் வருகிறார்கள்." அந்த பரபரப்பான செய்தியால் ஆங்கிலேயர்கள் தூக்கமின்றி தவித்தனர். மொத்தத்தில், பகத்சிங்கின் தியாகம் கிளர்ந்தெழுந்து முழு நாட்டையும் உலுக்கியது இது மக்களை நிச்சயமாக வருத்தப்படுத்தியது, ஆனால் அவர்களின் உற்சாகம் குறையவில்லை. மாறாக, ஆங்கிலேயர்களைத் தூக்கி எறியத் தயாரானார்கள் வீரியத்துடன் நாட்டிற்கு வெளியே பகத்சிங் மூழ்கிவிட்டார்.

இந்தியாவின் இதயம் மற்றும் தலை. அவரது பெயர் கோஷங்கள் எல்லா இடங்களிலும் கேட்டன இந்தியாவின் கிராமங்கள் மற்றும் நகரங்கள். அவர் செய்தித்தாள்களின் முதல் பக்கத்தில் இருந்தார் புகைப்படத்துடன். அவரது படங்கள் அமோகமாக விற்பனையாகின. அவர் இந்திய மக்களின் வழிபாட்டு தெய்வம் ஆகி விட்டார். பிரிட்டிஷ் அரசாங்கம் நிச்சயமாக அவரை உடல் ரீதியாக முடித்தார் ஆனால் அது அவரை இந்திய இதயங்களிலிருந்து வெளியேற்ற முடியவில்லை ஆங்கிலேயர்களின் மரணத்தின் நிழலை மக்கள் கண்டனர் பகத்சிங்கின் படங்களில் அரசாங்கம். எனவே, ஆங்கிலேயர்கள் அவரது படங்களையும் கைப்பற்ற அரசு தயங்கவில்லை. நீங்கள் மதிப்பீடு செய்யலாம் பிரிட்டிஷ் அரசாங்கம் எவ்வளவு பயந்து நடுங்கியது பின்வரும் சம்பவத்தில் பகத் சிங் தூக்கில் தொங்கினார்: காவல்துறைஹோஷியார்பூரின் கண்காணிப்பாளர் குதிரையில் எங்கோ சென்று கொண்டிருந்தார். தற்செயலாக அவர் ஒரு சட்டியைப் பார்த்தார் கடையில் பகத்சிங்கின் படம் இருந்தது அங்கே தொங்கியது. ஆங்கிலேய அரசின் மரணம் போல் பார்த்தார். அவர் குதிரையிலிருந்து இறங்கி, பன்வாலா மீது பாய்ந்து, அவரைப் பிடித்தார் கழுத்தில் அவரை கீழே தூக்கி எறிந்து, மிதித்தது நீங்கள் அதை என்னவென்று அழைப்பீர்கள்? திராட்சை புளிப்பாக இருந்ததா? வரம்பு கொடுமைகள்? ஒரு அடிப்படை செயல், பைத்தியக்காரத்தனம் அல்லது என்ன...? ஒரு மனிதனின் உடல் அல்லது அவனது புகைப்படம் அழிக்கப்படலாம். ஆனால் அவருடைய பெயரை அழிக்க முடியுமா? அவரது நினைவு? அவரது செயல்பாடுகள்? அவர் காட்டிய வழி? இல்லை, இதை ஒருபோதும் ஒன்றும் செய்ய முடியாது. ஆங்கிலேயரின் இந்த எதிர்வினை இந்தியர்களை அதிக ரசிகர்களாக மாற்றியது பகத் சிங்.

1931 மார்ச் கடைசி வாரத்தில் காங்கிரஸின் 46 வது அமர்வு பகத்சிங் மறைவுக்குப் பிறகு கராச்சியில் நடைபெற்றது. இரும்பு மனிதன், சர்தார் வல்லபாய் படேல் அதன் தலைவராக இருந்தார். சர்தார் கிஷன் சிங், பகத்சிங்கின் தந்தையும் அங்கு இருந்தார். என்ற நினைவு பகத் சிங்கின் தியாகம் மக்களின் இதயங்களில் முற்றிலும் புதியதாக இருந்தது அதனால் மரணம் என்ற சூழலில் அமர்வு தொடங்கியது.

தொடக்கத்தில் பகத்சிங் தொடர்பான தீர்மானம் முன்மொழியப்பட்டது அமர்வு என்ற வார்த்தைகளில் பல சர்ச்சைகள் எழுந்தன. மேலும் காங்கிரஸில் உள்ள மிதவாதிகள் அவரைப் பாராட்ட விரும்பினர். ஆனால் அவர்கள் அவரது வன்முறை பாதையை நிராகரித்தனர். இளைய தலைமுறை இந்த திருத்தத்தை எதிர்த்தது. முடிவில் மிதவாதிகளின் தீர்மானம் ஏற்றுக்கொள்ளப்பட்டது. தீர்மானம் கீழ்கண்டவாறு கூறப்பட்டது.

“ எல்லா வகையான அரசியல் வன்முறைகளையும் நிராகரிக்கும் காங்கிரஸ் அதிலிருந்து விலகி, வீரத்தையும் தியாகத்தையும் பாராட்டுகிறது பகத் சிங், ராஜ் குரு மற்றும் சுக் தேவ் மற்றும் அவரது அனுதாபத்தை நீட்டிக்கிறார் இழந்த குடும்பங்களுக்கு காங்கிரசின் கருத்துப்படி தூக்கு இந்த மூன்று நபர்களின் ஒரு பொருத்தமற்ற பழிவாங்கும் செயல் மற்றும் ஒரு சார்பில் கருணைக்கான ஒருமித்த கோரிக்கைக்கு வேண்டுமென்றே அவமதிப்பு தேசம்; மற்றும் காங்கிரஸும் இந்தக் கருத்தில் உடன்படுகின்றன. அரசாங்கம் ஒரு பொன்னான வாய்ப்பை இழந்துவிட்டது பகத் சிங்கிற்கு தற்போதைய தீவிர சூழ்நிலையில் பரவ ஒரு வாய்ப்பு தேவைப்பட்டது இரு நாடுகளை ஒன்றிணைத்து, ஒரு கட்சியைக் கொண்டுவருவதற்கான நல்லெண்ணம், மனச்சோர்வு சூழ்நிலையில் அரசியல் வன்முறையை ஏற்றுக்கொள்கிறது அமைதி பாதைக்கு” வழிவகிக்கிறது.

மகாத்மா காந்திக்கு இந்த அமர்வில் எதிர்ப்பை சந்திக்க வேண்டியிருந்தது இந்த துணிச்சலான நபர்களின் உயிரைக் காப்பாற்ற இயலாமை. அப்போது இளைஞர்கள் இந்த விஷயத்தில் காந்திஜியிடம் பிரிகேட் கேள்விகளைக் கேட்டது, அவர் இதை மட்டும் சொன்னார்:

“வைஸ்ராயுடனான ஒப்பந்தம் சேமிப்பதில் எந்த நோக்கத்தையும் நிறைவேற்றவில்லை பகத் சிங்கின் வாழ்க்கையோ நீங்கள் சொல்வது போல், நான் இன்னும் ஒன்றை செய்திருக்க வேண்டும் விஷயம், வாக்கியங்களின் மாற்றத்தை நான் செய்திருக்க வேண்டும். அந்த உடன்படிக்கைக்கு முன் நிபந்தனை. ஆனால் இதை செய்ய முடியாது, மேலும் அச்சுறுத்தல் ஒப்பந்தத்தை கைவிடுவது நம்பிக்கையை மீறுவதாக இருந்திருக்கும். காங்கிரஸ் செய்யாத பிரச்சினையில் நிர்வாகி என்னுடன் உடன்பட்டார் வாக்கியங்களை மாற்றுவது ஒப்பந்தத்திற்கான முன் நிபந்தனை. அதனால் தான் நான் அதை ஒப்பந்தத்தில் மட்டுமே குறிப்பிட முடியும். நான் தாராள மனப்பான்மையை எதிர்பார்த்தேன்,

என் எதிர்பார்ப்பை நிறைவேற்ற முடியவில்லை. ஆனால் இது அடிப்படையாக இருக்க முடியாது உடன்படிக்கையில் திரும்பப் போகிறேன்.” அமர்வின் நடவடிக்கைகள் மற்றும் விவாதம் நடந்து கொண்டிருந்த போது பகத்சிங், இளைஞர்கள் தொடர்பான தீர்மானம் நடந்து கொண்டிருந்தது

பந்தலுக்கு வெளியே சூடான விவாதத்தில் ஈடுபட்டு, கொண்டிருந்தனர். அவர்களின் கோபத்தை வெளிப்படுத்துங்கள். ஒரு நாள் முன்பு, கருப்பு கொடிகளுடன் இந்த இளைஞர்கள் காந்திஜியைக் காட்டினார்கள் இந்த தீர்மானம் குறித்து நேதாஜி சுபாஷ் சந்திரா தனது கருத்துக்களை தெரிவித்தார் போஸ் கூற வேண்டிய கட்டாயம் ஏற்பட்டது: “கராச்சியின் சூழ்நிலைகள் அப்படித்தான் இருந்தன மக்கள் தீர்மானத்தின் கசப்பான மாத்திரையை விழுங்க வேண்டியதாயிற்று அதற்காக இங்கு

வந்து, சாதாரணமாக இருந்தாலும், நேர்மறையான ஒன்றை எதிர்பார்த்தேன் ஆயிரக்கணக்கான மைல்களுக்கு அப்பால் தங்குவதற்கு அவர்கள் தேர்ந்தெடுத்திருக்கும் நிலைமைகள் மகாத்மா காந்தியைப் பொறுத்த வரையில், அவர் தனது உள்ளத்தை நுழைக்க வேண்டியிருந்தது தீர்மானத்தின் வார்த்தைகளில் உணர்வு. ஒரு திருத்தம் என்றாலும் தீர்மானம் நிறைவேற்றப்பட்டது இது முடிவுக்கு வரவில்லை. இந்த விவகாரம் காங்கிரசின் போது கடுமையான கருத்து வேறுபாடுகளை ஏற்படுத்தியது.

இந்த அமர்வு என்ன என்பதில் அதிக உற்சாகத்தை கண்டது சுக் தேவ் மற்றும் இறந்த உடல்களை செய்தார்கள் ராஜ் குரு. எனவே, காங்கிரஸ் நிர்வாகிகள் குழு அமைக்கப்பட்டது. இந்த நோக்கத்திற்காக விசாரணை குழு டாக்டர் பட்டாபி சீதாராமையா உள்ளே அவரது "இந்திய தேசிய காங்கிரஸின் வரலாறு" எழுதுகிறார்.

"இன்னும் ஒரு விஷயம் கராச்சியில் காங்கிரஸ்காரர்களை கிளர்ந்தெழச் செய்தது. அது இறந்தவர்களை அவமதிக்கும் விதத்தில் நடத்தப்பட்டது குறித்து தெளிவற்ற தகவல் பரவியது சர்தார் பகத் சிங், சுக் தேவ் மற்றும் ராஜ் குரு ஆகியோரின் உடல்கள். எனவே, இந்த குற்றச்சாட்டுகளை விசாரிக்க ஒரு குழுவை நிர்வாகி அமைத்தார். அதன் அறிக்கையை ஏப்ரல் 30 ஆம் தேதிக்குள் நிர்வாகத்திடம் சமர்ப்பிக்க வேண்டும். நாம் இங்கே குறிப்பிடலாம் இதுவும் பகத்சிங்கின் தந்தையும் இது தொடர்பாக எந்த ஆதாரத்தையும் சமர்ப்பிக்க முடியவில்லை. அவரும் இல்லை வேறு ஏதேனும் உதவிகளை வழங்க குழு முன் ஆஜராக வேண்டும். அதனால் எந்த முடிவும் வரவில்லை.

இறந்த உடல்கள் எரிக்கப்பட்ட போது, என்ன ஆதாரம் இருந்தது அதற்கு பிறகு?

இதனால் ஆங்கிலேயர்கள் இந்தியர் என்று நினைத்தாலும் பார்க்கிறோம் பகத்சிங்கை தூக்கிலிட்ட பிறகு அவரை மறந்துவிடுங்கள். இவ்வாறு நினைப்பது அவர்கள் செய்த பெரிய தவறு என்பது அவர்களுக்கே புரியும்.

*****

10. பகத்சிங்கின் வாழ்க்கைத் தத்துவம்

ஒவ்வொரு மனிதனுக்கும் அவனது வாழ்க்கையில் சில மதிப்புகள் இருக்கும். ஒவ்வொருவரும் வாழ்க்கையின் பல்வேறு அம்சங்களைப் பற்றி சிந்திக்கிறார்கள். அவரது சொந்த வழியில் என்பது குறித்து பல்வேறு கருத்துகளை ஒருவர் பார்க்கலாம். நாடு, மதம், அரசியல் மற்றும் பிற தொடர்புடைய பிரச்சினைகள். இந்த அணுகுமுறை தனித்தனியாகவும் வெவ்வேறு வடிவங்களிலும் பார்ப்பது பொதுவாக மனிதனுடையது என்று அழைக்கப்படுகிறது வாழ்க்கையின் தத்துவம். பகத்சிங்கின் ஆயுள் நீண்டதாக இல்லை அன்று பிறந்தார் செப்டம்பர் 27, 1907 மற்றும் மார்ச் 23, 1931 அன்று தூக்கிலிடப்பட்டார். இவ்வாறு அவர் 23 ஆண்டுகள், 5 மாதங்கள் மற்றும் 26 நாட்கள் வாழ்ந்தார். அவர் என்ன சொன்னாலும் அல்லது இந்த சுருக்கமான காலத்தில் நிரூபிக்கப்பட்டது அதன் சொந்த வழியில் குறிப்பிடத்தக்கது. நாங்கள் இருக்கிறோம் அவரது கருத்துக்களை, அவரது வாழ்க்கைத் தத்துவத்தை சுருக்கமான வடிவத்தில் கீழே கொடுக்கிறேன்:

மதச்சார்பின்மை

பகத்சிங் மதத்தை நாட்டிலிருந்து பிரிக்க விரும்பினார் அரசியலில் மதத்தை கலப்பதால் ஏற்படும் தீய விளைவுகளை அவர் அறிந்திருந்தார். அவர் பார்வையில் நாட்டிற்கு சேவை செய்வதே உயர்ந்த மதம் மற்றும் நாடு அவருடைய கடவுளாக இருந்தது. அவர் மார்ச் 1926 இல் “நௌஜவான் பாரத் சபா“வை உருவாக்கினார். ஒவ்வொரு இளைஞனும் அதன் உறுப்பினராவதற்கு முன் உறுதிமொழி எடுக்க வேண்டும் தனது நலன்களை விட நாட்டின் நலன்களை உயர்வாகக் கருதுவார் சாதி மற்றும் மதம். பகத்சிங்கின் இந்தக் கருத்து இன்று இந்தியாவுக்கு மிகவும் தேவைப்படுகிறது. மதத்தின் பெயரால் கச்சா வடிவிலான வன்முறைகள் நிகழ்த்தப்படுகின்றன. இல்லை என்று நமது அரசியல் சாசனத்தில் அறிவிக்கப்பட்டிருந்தாலும்,

அரசியலில் மதத்திற்கான இடத்தை மக்கள் மறந்து விட்டார்கள். அவர்கள் மத மரபுவழிக்கு முன் தேசிய நலன்களுக்கு எந்த மதிப்பையும் இணைக்கக் கூடாது என்கிறார்கள்.

பகத் சிங் ஒரு சீக்கிய குடும்பத்தில் பிறந்தாலும், அவருடைய ஒரு பார்வை அவர் தன்னை ஒரு சீக்கியராக பார்த்ததில்லை என்பதை வாழ்க்கை வெளிப்படுத்துகிறது. அவர் ஒரு இந்தியர், இந்திய மதம் அவரது மதம், இந்த நாட்டின் நிலம் அவரது தெய்வம் அவர் முழு இந்தியாவிற்கும்,

சொந்தமானவர் நௌஜவான் பாரத் சபாவின் முக்கிய நோக்கங்களில் ஒன்று அனைத்து வகையான சமூக, பொருளாதார மற்றும் ஒற்றுமையை பேணுவதாகும் தொழில்துறை அமைப்புகள், வகுப்புவாதத்திலிருந்து விடுபட்டவை உண்மையில் இந்தியா என்றால், அதன் இருப்பை காக்க வேண்டும், அப்போது நமது தேசிய தலைவர்கள் பணம் கொடுக்க வேண்டும். வகுப்புவாதத்தை அடிப்படையாக கொண்ட அனைத்து அமைப்புகளும் கவனம் செலுத்துகின்றன பகத்சிங்கின் எண்ணங்களில் இருந்து நாம் உத்வேகம் பெற வேண்டும் நமது தேசத்தின் எதிர்காலத்தை பாதுகாக்க வேண்டும்.

தேசிய ஆன்மாவின் வளர்ச்சி

புகுத்துதல் மற்றும் என்பது பகத்சிங்கின் உறுதியான நம்பிக்கை இளைஞர்களிடம் சரியான தேசபக்தியை வளர்க்க வேண்டும் நாட்டை பலப்படுத்துங்கள். இந்த ஆவி என்று கூறுவதில் எங்களுக்கு எந்த தயக்கமும் இல்லை இந்தியாவில் அதன் பல ஆண்டுகள் ஆகியும் சரியாக வளர்ச்சியடையவில்லை. அதேசமயம் இந்த ஆவி தேசிய காலத்தில் அதன் உச்சத்தில் காணப்பட்டது. இந்தியா ஒற்றுமையாக இருக்க முடியும் என்பதை பகத்சிங் அறிந்திருந்தார். அதன் இளைஞர்களின் தேசபக்தியின் அடிப்படை மட்டுமே. எனவே, முதன்மையான குறிக்கோள் “நௌஜவான் பாரத் சபா“வின்: ”தேசபக்தியின் உணர்வை வளர்ப்பதற்காக ஒன்றுபட்ட இந்தியக் குடியருக்கான இந்திய இளைஞர்களில்” சோசலிசக் கண்ணோட்டம் இருந்தது.

பகத்சிங்கின் அரசியல் கருத்துக்கள் சோசலிச கொள்கைகளை அடிப்படையாகக் கொண்டவை. கீழ்கண்ட இரண்டில் முதன்முறையாக அவருடைய கருத்துக்களை அறிந்து கொள்கிறோம் நௌஜவான் பாரத் சபாவின் நோக்கங்கள்:

‘‘விவசாயிகளை நோக்கி உங்களை அழைத்துச் செல்லும் இயக்கங்களை ஆதரிப்பதற்காகவும் தொழிலாளர்கள், மற்றும் ஒரு முழுமையான, சுதந்திரமான குடியரசை நோக்கி ஒழுங்கமைக்கவும் என்றார்.

ஜவான் பாரத் “ என்று இங்கு குறிப்பிடுவது பொருத்தமற்றது சபா“ மார்ச், 1926 இல் உருவாக்கப்பட்டது, மற்றும் இந்திய தேசிய காங்கிரஸ் அதுவரை முழுமையான இந்தியக் குடியரசைப் பற்றி நினைக்கவில்லை. நோக்கம் பகத்சிங் காங்கிரஸ் என்பது பிரிட்டனின் ஒரு பகுதியாக சுதந்திர இந்தியாவை உருவாக்கியது. இறையாண்மை கொண்ட சுதந்திர குடியரசாக அல்ல. அந்த காங்கிரஸ் தனது கூட்டத்தொடரில் முழு சுதந்திரம் கோரி வந்தது 1929 இல் லாகூரில் பகத் சிங் கார்ல் மார்க்ஸால் மிகவும் செல்வாக்கு பெற்றவர். சித்தாந்தம் மற்றும் ரஷ்ய புரட்சியின் முன்னோடி

1917 ஆம் ஆண்டு அவரது வாழ்க்கையின் பல சம்பவங்களால் அதன் சான்றுகள் வழங்கப்படுகின்றன.

பகத்சிங் ஒரு சோசலிஸ்ட் என்பது அவருடைய கூற்றிலிருந்து தெரிகிறது நீதிபதி மிடில்டன் நீதிமன்றத்தின் முன், சிறையில் உள்ள அமர்வுகளை நடத்தினார். சட்டசபை வெடிகுண்டு எபிசோட். ஜூன் 6, 1927 அன்று அவர் இந்த அறிக்கையை வெளியிட்டார். பின்வரும் சாற்றைப் பார்க்கவும்:

”எங்கள் நோக்கம் தற்போதைய நீதித்துறை அமைப்பை அடிப்படையாகக் கொண்டது அநீதி மாற வேண்டும். உற்பத்தியாளர்களும் தொழிலாளர்களும்தான் அதிகம். அவர்கள் சமூகத்தின் முக்கிய கூறுகள் ஆவர். சுரண்டுபவர்கள் இழந்தாலும் அவர்களின் அடிப்படை உரிமைகள் மற்றும் உழைப்பின் பலன்கள். ஒன்றில் உணவு தானிய உற்பத்தியாளர்கள் பசியால் வாடுகிறார்கள், நெசவாளர்கள், உலகின் அனைத்து சந்தைகளுக்கும் துணி சப்ளை செய்பவர்கள். அவர்களின் உடலையும் அவர்களின் குழந்தைகளின் உடலையும் மறைக்க போதுமானது. மேலும் மற்றவர்களுக்கு கட்டிடங்கள் கட்டும் பணியில் ஈடுபட்டுள்ளவர்கள் குடிசைகளில் வாழ்கின்றனர் மற்றும் சேரிகளில் இறக்கின்றனர். மறுபுறம் முதலாளிகள், சுரண்டுபவர்கள் மற்றும் பிறருக்கு ஒட்டுண்ணிகளாக வாழும் மற்றவர்கள் கோடிக்கணக்கில் செலவு செய்கிறார்கள். அவர்களின் விருப்பங்களைப் பின்பற்றுவதைப் போல.... நமது புரட்சியின் நோக்கம் அமைகிறது. இறுதியாக அத்தகைய சமூக ஒழுங்கை ஸ்தாபிக்க வேண்டும் அழிவுகரமான ஆபத்துகள் மற்றும் இதில் இல்லாதவர்களின் இறையாண்மை உள்ளது. அது அங்கீகரிக்கப்பட்டது. இதன் விளைவாக, உலக சமூகம் காப்பாற்ற முடியும் முதலாளித்துவத்தின் பிடியிலிருந்தும் அழிவுகளிலிருந்தும் மனிதகுலம் காக்கப்பட வேண்டும்.

அப்படி ஒழிக்க அவருக்கு சோசலிசம் மட்டுமே பரிகாரமாக இருக்கிறது. அவர் எந்த அளவுக்கு சோசலிசத்தால் பாதிக்கப்பட்டார் லாகூர் சென்டர் சிறையில் இருந்தபோது அவர் அழைப்பு விடுத்தார் என்பதிலிருந்து மதிப்பிடப்பட்டது கார்ல் மார்க்ஸ் மற்றும் ரஷ்ய புரட்சி பற்றிய புத்தகங்கள். ஒரு சில கணங்கள் தூக்கிலிடப்படுவதற்கு முன்பு அவர் லெனினின் வாழ்க்கை வரலாற்றில் மூழ்கினார்.

நாட்டிற்குத் தேவை தொண்டர்கள், தலைவர்கள் அல்ல

பகத் சிங் வேலை செய்வதை நம்பினார், தலைமையை நம்பவில்லை. நல்வாழ்வு என்பது நாட்டின் அரசியல்வாதிகள் தங்களைத் தொழிலாளர்களாகக் கருதிக் கொள்வதில்தான் உள்ளது என்பார். பொதுமக்களின் ஊழியர்கள், அதன் தலைவர்கள் அல்ல. இந்தியாவில் புரட்சியாளர்கள் நிறுவும் நோக்கில் “பாரத் சோசலிஸ்ட் குடியரசு ஒன்றியம்“ நிறுவப்பட்டது சோசலிசம் பகத் சிங் எழுதினார்:

“இளைஞர்களுக்கு நான் சொல்கிறேன், அவர்கள் இந்த வேலையில் பங்கேற்க வேண்டும். அதாவது தொழிலாளர்கள். தலைமைப் பிரச்சினையைப் பொறுத்தவரை, நாங்கள் ஏற்கனவே நிறைய வேண்டும்.

எங்கள் கட்சிக்கு தலைவர்கள் தேவையில்லை. நீங்கள் உலகப்பிரியராக இருந்தால் ஒரு நபர் அல்லது குடும்ப நபர், பின்னர் எங்களிடம் வர வேண்டாம். ஆனால் வழக்கில் நீங்கள் எங்கள் நோக்கங்களில் அனுதாபம் கொள்ளுங்கள், பிறகு நீங்கள் வேறு உதவி செய்யலாம் கடுமையான ஒழுக்கத்துடன் பணிபுரிபவர்கள் மட்டுமே இயக்கத்தை முன்னோக்கி கொண்டு செல்ல முடியும்.

"ஆனால் இன்று நமது அரசியல் கட்சிகளின் நிலைமை அப்படியே உள்ளது அவர்களுக்கு ஒழுக்கம் என்று எதுவும் இல்லை. நிச்சயமாக அண்டி பிழைத்தல், தனிப்பட்ட வழிபாடு இல்லை என்று கூற முடியாது என்றார். இந்தக் கட்சிகளைச் சேர்ந்தவர்கள் யாரும் தங்க விரும்பவில்லை. அதாவது ஒரு தொழிலாளியாக இந்த இடுகையில் அனைவரின் பார்வையும் உள்ளது. எல்லோரும் ஒரு தலைவராக இருக்கவே விரும்புகிறேன்." என்கிறார்கள்.

மனிதநேயம் மற்றும் வன்முறை

பகத்சிங் கீழ் இருந்ததாக மேலே குறிப்பிடப்பட்டுள்ளது சோசலிச சிந்தனைகளின் தாக்கம். அவர் மனிதநேயத்தின் தீவிர ஆதரவாளராக இருந்தார். அவரது பார்வையில், மனிதனின் வாழ்க்கை மிகவும் புனிதமானது அவருக்கு ஆங்கிலேயர்களுடன் தனிப்பட்ட பகை ஏதும் இல்லை. அவரது யோசனைகளை விளக்கி, அவர் டெல்லி சிறையில் உள்ள நீதிமன்றத்தில் அவர் கூறியதாவது:

"ஒரு மனிதனிடம் கொண்ட அன்பு மற்றவர்களை விட குறைவாக இல்லை. எனவே அங்கு அவர் மீது பொறாமை கொள்ளும் கேள்வி இல்லை. மாறாக, மனிதன் வாழ்க்கை, நம் பார்வையில், வார்த்தைகளால் சொல்ல முடியாத அளவுக்கு புனிதமானது. மாறாக யாரையும் காயப்படுத்துவதற்கும், சேவை செய்வதற்காகவும் உயிரைக் கொடுக்க தயாராக இருக்கிறோம் மனிதநேயம். நாங்கள் அந்த ஏகாதிபத்தியத்தின் கூலிப்படை வீரர்களைப் போல் இல்லை கொல்வதில் மகிழ்ச்சி கொள்ளும் இராணுவம். மாறாக, நாங்கள் முயற்சிப்போம் என்றார். மனித உயிரைக் காக்க" என்று உறுதி கொள்வோம் என்றார்.

இதிலிருந்து அவர் இந்தியாவின் சுதந்திரத்திற்காக வன்முறையை நாட வேண்டியிருந்தது. ஏன் அவர் அப்படி செய்தார்? இதற்கு அவரே பதில் அளித்தார்:

"கற்பனை வன்முறை" என்ற வார்த்தையை நாங்கள் முன்பு பயன்படுத்தியுள்ளோம் பிரிவு அதை விளக்க விரும்புகிறோம். எங்கள் கருத்துப்படி, சக்தியைப் பயன்படுத்துவது ஆகும். பகத் சிங் அநியாயமாக அதை ஆக்கிரமிப்பு முறையில் பயன்படுத்துகிறார். ஆனால் சக்தி இருக்கும்போது ஒரு குறிப்பிட்ட நோக்கத்திற்காகப் பயன்படுத்தப்படுகிறது. பின்னர் அது தார்மீகத்திலிருந்து மட்டுமே மாறும் கண்ணோட்டம். படையை

முழுவதுமாக கைவிடுவது என்பது வெறும் கற்பனையே தவறான புரிதல்." மூலம் விளைவதாகும்.

அவருடைய வார்த்தைகள் எவ்வளவு உண்மை என்பதை வாசகர்களே தீர்மானிக்க முடியும். இது சரியானதா எதிரி நம் நாட்டைத் தாக்கும் போது துன்பத்தையும் பொறுத்துக்கொள்ளவும், அல்லது நமது தனிப்பட்ட வாழ்க்கையில் யாராவது நமக்கு தீங்கு விளைவித்து, வாழ்க்கையை சாத்தியமற்றதாக்குகிறார்களா? மற்றும் எவ்வளவு காலம் ஒருவரால் தாங்க முடியும்? உலக அமைதி சாத்தியமாக இருந்தால் அகிம்சை, பின்னர் எந்த நாட்டிற்கும் உள்நாட்டைப் பராமரிக்க இராணுவமோ காவல்துறையோ தேவையில்லை பாதுகாப்பு. எனவே, பகத்சிங் பலத்தைப் பயன்படுத்துவதைக் கருதவில்லை, அதாவது உயர் இலட்சியங்களுக்கான வன்முறை, ஒழுங்கற்றது. என்ற பாதையை அவர் ஏற்றுக்கொண்டார் ஆங்கிலேயர்களின் நலன்களைக் கருத்தில் கொண்டு அவர்களுக்கு எதிரான அவரது வன்முறை குறுகிய கருத்தாக்கங்களைக் கடந்தது. அதன் நோக்கம் இந்தியாவுக்கான பூரண சுதந்திரமே தவிர, எந்த பகைமையும் அல்ல ஆங்கில இனத்தின் மீது பொறாமையும் இல்லை.

நாகரிகத்தின் பெருமை

ஒரு நேர்மையான தேசபக்தர் தனது இதயத்தில் அன்பு செலுத்துவது இயற்கையானது அவரது நாட்டின் கலாச்சாரம் மற்றும் நாகரிகம். அதற்கு பகத்சிங் விதிவிலக்கல்ல அவர் சோசலிச சிந்தனைகளின் வலுவான ஆதரவாளராக இருந்தபோதிலும், அவ்வாறு செய்யவில்லை மதத்தின் மீது மிகுந்த நம்பிக்கை கொண்டவர் மற்றும் ரஷ்யப் புரட்சியின் தந்தை லெனின், அவரது இலட்சியமாக இருந்தவர். இருப்பினும் அவர் இந்தியா, இந்திய கலாச்சாரம் மீது அபரிமிதமான அன்பு கொண்டிருந்தார்.

நாகரீகம் அவர் பதவி துறப்பதன் மூலம் புரட்சியின் புயல் பாதையை ஏற்றுக்கொண்டார். வாழ்க்கையின் அனைத்து அப்பங்களும் மீன்களும், இந்த அன்பிற்காகவே .உனக்கு ஒரு பார்வை நௌஜவான் சபா" அமைப்பில் கலாச்சாரத்தின் மீதான அவரது காதல் மற்ற நோக்கங்கள் தவிர, இந்த சபையின் ஒரு நோக்கம் விளம்பரம் ஆகும் மற்றும் இந்திய கலாச்சாரம் மற்றும் இந்திய மொழிகளின் பரவல். அவருக்கு வரம்பற்றதாக இருந்தது இரண்டு பெரிய மனிதர்களான சத்ரபதி சிவாஜி மற்றும் குரு கோவிந்த் சிங் ஆகியோருக்கு மரியாதை செலுத்துவார். இந்திய வரலாற்றில் அவரைப் பொறுத்தவரை, இரண்டு பெரிய மனிதர்கள் பெரியவர்கள் புரட்சியாளர்களும் கூட அவர் அவர்களை உத்வேகத்தின் ஆதாரமாகக் கருதினார்.

"இந்த நாட்டில் ஒரு புதிய இயக்கம் உருவாகி வருகிறது, அதில் நாங்கள் உங்களுக்கு முன்கூட்டியே தகவல் கொடுத்துள்ளோம். இந்த இயக்கம் அதன் உத்வேகத்தை ஈர்க்கிறது. குரு கோவிந்த் சிங் மற்றும் சிவாஜி, கமால் பாஷா மற்றும் ரிசா கான் ஆகியோரிடமிருந்து, வாஷிங்டன் மற்றும் கேரி பால்டி மற்றும் லா ஃபீயேட் மற்றும் லெனின் கீதை இந்திய

கலாச்சாரத்தின் முக்கியமான படைப்பு கீதா பகத்சிங்கையும் பாதித்தது. அனேகமாக கீதையையும் படித்திருக்கலாம். அவரது சிறைக் காலத்தில் கம்யூனிஸ்ட் இலக்கியங்களுடன் ஒன்றி போனது தெரிகிறது. தன் தாய்நாட்டின் சேவைப் பாதையை ஒரு பிரிந்த உணர்வுடன் தேர்ந்தெடுத்தார். நிஷ்கத்தின் செல்வாக்கின் காரணமாக வாழ்க்கையின் வசதிகளை விட்டுச் செல்கிறது கர்மயோகம் கீதாவின் (தனிப்பட்ட செயல்). கீதாவின் மீது அவரது காதல் அவரது கடிதம் ஒன்றில் இருந்தும் வெளிவருகிறது. சிறையில் இருந்து அவர் இந்த கடிதத்தை எழுதியுள்ளார். சட்டமன்ற வெடிகுண்டு தொடர்பாக அவரது முதல் கைது அவரது தந்தைக்கு காண்ட்.

“ஆம், முடிந்தால், தயவு செய்து கீதா ரஹஸ்ய, நெப்போலியனுடையதைக் கொண்டு வாருங்கள். மேலும், குதுப்பில் கிடைக்கும், மற்றும் சில நாவல்கள்”

கீதாவை முழுக்க முழுக்க தீவிரத்துடன் படித்தார் என்பது மேலும் கவலைப்படாமல் நேர்மையாகப் போராடும் அவரது பண்புகளில் விளக்கப்பட்டுள்ளது. மேலும், முடிவுகளைப் பற்றி கூறும் போது மரணத்திற்கு பயப்படவேண்டாம். அவரது மாணவர் காலத்தில் சமஸ்கிருதம் லாகூரில் உள்ள DAV பள்ளியில் வாழ்க்கை அவருக்கு மிகவும் பிடித்த பாடமாக இருந்தது. முந்தைய அத்தியாயத்தில் அவரது ஆரம்பகால வாழ்க்கையைப் பற்றி குறிப்பிடப்பட்டுள்ளது.

தியாகம் இன்றியமையாதது

தியாகம் இன்றியமையாதது என்பது பகத்சிங்கின் உறுதியான நம்பிக்கையாகும் இலக்கை அடைய. அவரது வாழ்க்கையின் முக்கிய குறிக்கோள் அதை அடைவதாகும் இந்தியாவிற்கு சுதந்திரம். எனவே, அவர் மிகவும் வித்தியாசமான சோதனைக்கு தயாராக இருந்தார் அவர் தனது உயிரை தியாகம் செய்து அந்த சோதனையை எடுத்தார். அவர் அதை சொன்னார் இலக்குகள் எளிதில் அடையப்படவில்லை, அதற்காக ஒருவர் உழைக்க வேண்டும் இடைவிடாமல் உழைக்க வேண்டும்.

”இளைஞர்கள் ஆர்வத்துடன் உழைக்க வேண்டும் என்று நான் வேண்டுகோள் விடுக்கிறேன். ஒரு சோசலிச ஜனநாயகத்தை நிறுவுதல். இந்தப் போராட்டத்தைத் தொடர்ந்தால் ஒரு அயராத வழியில், அவர்கள் தங்கள் இலக்குகளை அடைய முடியும். ஒரு வருடத்தில் அல்ல, ஆனால் கடுமையான தியாகத்திற்குப் பிறகு மற்றும் முக்கியமான சோதனைகளுக்கு உட்படுத்தப்பட்டதன் மூலம்” ஒன்றை அடைய, எதையாவது இழக்க வேண்டும்.

ஆனால், இந்த உணர்வுகளுடன் வேலை செய்பவன் தன் நிலையை அடைகிறான். அதாவது இலக்குகள் பகத்சிங்கின் மேற்கூறிய வரிகள் இந்தப் பாடத்தை நமக்குக் கற்பிக்கின்றன.

பகத்சிங் லாகூர் சிறையில் உள்ள அவரது மரண அறைக்கு அனுப்பப்பட்டபோது, தனது கூட்டாளிகளிடம் விடைபெற்று அவர் கூறியதாவது:

"நண்பர்களே! சந்திப்புகள் மற்றும் பிரிந்து செல்வது ஒரு வாழ்க்கை முறை. ஒருவேளை நாம் சந்திக்கலாம் மீண்டும் பகத்சிங். உங்கள் வாக்கியங்கள் முடிந்ததும், நீங்கள் திரும்பும்போது வீடுகள், உலக நடவடிக்கைகளில் தொலைந்து போகாதீர்கள். அதுவரை மனநிறைவுடன் உட்காராதீர்கள் ஆங்கிலேயர்கள் வெளியேற்றப்பட்டு சோசலிச ஜனநாயகம் நிறுவப்பட்டது இந்தியாவில். இதுவே உங்களுக்கு நான் அனுப்பும் கடைசி செய்தி".

எனவே, உங்கள் இலக்கை அடையும் வரை, நகராமல் இருங்கள். இதுவே அவரது கொள்கையாக இருந்தது. இது ஒரு உணர்வு மிக உயர்ந்த வரிசையின் தியாகம்.

ஒற்றுமையின் ஆதரவாளர்

இந்தியா பல்வேறு மதங்கள் மற்றும் சமூகங்களைக் கொண்ட நாடு. இங்கு மக்கள் பல நூற்றாண்டுகளாக ஒன்றாக வாழ்கின்றனர், இருப்பினும் அவர்கள் கூறுகின்றனர். வெவ்வேறு மதங்கள் இத்துடன் இவையும் உண்மைதான் வெவ்வேறு மதங்களைப் பின்பற்றுபவர்கள் பொதுவான மூதாதையர்களின் குழந்தைகள். எனவே, மத வேறுபாடுகள் இருந்தபோதிலும், அவர்கள் மத்தியில் சகோதரர்கள் உள்ளனர். ஆனால் சில நேரங்களில், வகுப்புவாத மதவெறியர்களால் தவறாக வழிநடத்தப்பட்டு, அவர்கள் செயல்படுகிறார்கள் ஒரு சதுரங்க சிப்பாய் மீது துண்டுகளாக, இரத்தவெறி வளரும். நேர்மையான மனிதன், மதத்தை அதன் உண்மையான அர்த்தத்தில் நம்புபவர், அப்படிப்பட்டதை ஒருபோதும் நியாயப்படுத்த மாட்டார். எண்ணங்கள் மற்றும் செயல்கள் பொறுத்து மனிதனின் நிலை மாறும். பகத்சிங்கும் ஒரு உண்மையான மனிதர். அவரது பார்வையில் மனிதநேயம் மிக உயர்ந்த மதம், மேலும் அவர் அனைத்து இந்தியர்களையும் தங்களுக்குள் சகோதரர்களாக கருதினார். அதனால் அவர்களைப் பார்த்ததும் அவன் உள்ளம் அழுதது தங்களுக்குள் சண்டை. ஸ்ரீ தீனநாத் அலங்காரர் ஒருவரைக் குறிப்பிடுகிறார் இந்த சூழலில் சம்பவம்:

"அவர் (பகத் சிங்) இரவில் வராண்டாவின் கூரையில் அமர்ந்தார் சில நாட்களாக சூழ்நிலை காரணமாக அவருடைய குடும்பத்தை நினைத்தார். ஒருமுறை இரவு பன்னிரண்டு மணிக்கு எழுந்து பார்த்தேன்

சோகத்துடன் ஆழ்ந்து அழுது கொண்டிருந்தார். நான் அவருக்கு ஆறுதல் கூறி அதற்கான காரணத்தைக் கேட்டேன் அவரது அழுகை. அவர் பேசுவதற்கு முன் நீண்ட நேரம் அமைதியாக இருந்தார், "என் இதயம் எனது தாய்நாட்டின் அவல நிலையைக் கண்டு முற்றிலும் உடைந்து போனேன். ஒரு பக்கம் வேற்றுகிரகவாசிகளின் அட்டூழியங்கள், மறுபுறம் அண்ணன் இப்படிப்பட்ட சூழ்நிலையில் இந்தக் கொத்தடிமைகள் எப்படி இருக்கும்? கட்டவிழ்த்துவிட்டதா?"

டெல்லியில் வீர் அர்ஜுனிடம் பணிபுரிந்தபோது, இந்தியா வகுப்புவாத கலவரங்களில் எரிந்து கொண்டிருந்தது. டெல்லியிலும் இருக்க முடியவில்லை எனவே, ஒரு நேர்மையான தேசபக்தர் விரும்புவது இயற்கையானது எனும் இந்த நிலையில் பகத்சிங் பரிதாபமாக இருப்பார்.

அனைத்து இந்தியர்களும் ஒன்றாக வாழ வேண்டும் என்பது அவரது இதயப்பூர்வமான ஆசை. அவர் இந்த நோக்கத்துடன் 1928 இல் லாகூரில் "வித்யார்த்தி யூனியனை" உருவாக்கினார். பொதுவாக மாணவர்கள் அதன் உறுப்பினர்களாக்கப்பட்டனர், ஏனெனில் அவர்கள் எதிர்கால இந்தியாவின் படைப்புகள். இந்த தொழிற்சங்கத்தின் முக்கிய செயல்பாடு நாட்டின் ஒற்றுமை சமூக சீர்கேடுகளை அகற்ற வேண்டும் என்பதாகும். இரண்டாவது அத்தியாயத்தில் ஒருங்கிணைந்த மதிய உணவுகளை ஏற்பாடு செய்ததாக நாங்கள் ஏற்கனவே எழுதியுள்ளோம். இந்துக்கள் மற்றும் முஸ்லிம்கள் மற்றும் பல்வேறு சாதிகள் மற்றும் மதங்களைச் சேர்ந்தவர்கள் ஜாதிவெறி என்ற குறுகிய சிந்தனையை அகற்ற ஒன்றாக அமர்ந்து சாப்பிட்டேன். தீண்டாமை போன்றவைஅவர்களின் மதத்தின் முறைகேடுகள் மற்றும் சாதிவெறியை பல் மற்றும் நகங்களை எதிர்த்தனர்.

இவ்வாறு பகத்சிங் தேசிய உணர்வின் வலுவான ஆதரவாளராக இருந்தார். மதச்சார்பற்ற அரசியலின் சிந்தனையாளர் மற்றும் உயர்ந்த இலட்சியங்களைக் கொண்ட சோசலிஸ்ட். அவர் ஒரு மனிதகுலத்தின் உண்மையான காதலன், ஃபோனி இலட்சியவாதத்தின் எதிர்ப்பாளர், அவரைப் பற்றி பெருமிதம் கொள்கிறார் கலாச்சாரம் மற்றும் நாகரீகம், மற்றும் தேசிய ஒற்றுமையை ஊக்குவிப்பவர். அவர் கனவு கண்டார் இந்தியாவின் பொன்னான எதிர்காலம். அவர் ஒரு நேர்மையான மனிதர், நாட்டின் சுதந்திரத்திற்காக தனது மதிப்புமிக்க உயிரை தியாகம் செய்த இந்தியர்.

*****

11. பகத்சிங்கின் மதிப்பீடு

பகத் சிங்கின் பெயர் ஆரோக்கியமான, உயரமான ஒரு உருவத்தை எழுப்புகிறது இளமையான தொப்பி, லேசான கூர்மையான மீசை மற்றும் கூர்மையான கண்கள். அது அல்ல ஒரு நபரை மதிப்பிடுவது எளிது. ஒருவர் அந்தப் பயிற்சியை மேற்கொண்டாலும், மற்றவர்கள் அவருடன் உடன்படுவது அவசியமில்லை. பகத் சிங் இந்திய வரலாற்றில் ஒரு தனித்துவமான இடத்தைப் பிடித்துள்ளார்.

பகத் சிங் தனது இளம் வயதிலேயே தாய் நாட்டிற்காக தியாகியானார். வெறும் 23 ஆண்டுகள் மற்றும் 5 மாதங்கள் தான் வாழ்க்கை. இந்த இளம் வயதிலும், அவர் அதிகம் செலவு செய்தார் அவரது வாழ்க்கையின் கடைசி இரண்டு வருடங்களை விட போலீஸ் லாக்கப்பில் அல்லது சிறைகளில் இருந்தார். இன்னும் இந்த உலக வரலாற்றில் அந்த வகையான தியாகத்திற்கு குறைவான உதாரணங்கள் தான் உள்ளன அவர் பிறந்த நாட்டின் அடிமைச் சங்கிலியை அறுத்துவிட முன்வந்தார். என்ன இருந்தாலும் அந்த இளம் வயதில் இந்த இளைஞர், இருவரும் வாழ்ந்து, அவரது உயிர் தியாகத்திற்குப் பிறகு, பிரிட்டிஷ் அரசாங்கத்திற்கு வழங்கப்பட்டது தூக்கமில்லாத இரவுகள்? அவருக்குள் என்ன இருந்தது அந்தச் சிறப்புமிக்கவர்களைக் கட்டாயப்படுத்தியது. தலைவர்கள் மற்றும் அரசியல் அனுபவம் வாய்ந்த வீரர்கள் சிந்திக்க வேண்டும் இந்த இளைஞனா? எல்லாவற்றிற்கும் மேலாக, ஏன்? அது கூட என்ன காரணம் மகாத்மா காந்தி, இந்திய அரசியலில் அதீத பிம்பத்தைக் கொண்டிருந்தவர் அந்த நேரத்தில், தியாகி மீது ஒரு விமர்சனம் செய்யப்பட்டது இந்த தைரியமான மனிதன்? பொதுவாக, ஒரு செயலுக்குப் பின்னால் ஒரு காரணம் இருக்கும். பகத்சிங்கின் பிரபலத்தை ஓரளவுக்கு அந்த வகையில் விளக்கலாம். ஆங்கிலேயர்களின் பார்வையில் அவர் ஒரு பயங்கரவாதி, ஆனால் பார்வையில் இந்தியர்கள், ஒரு தேசபக்தர் சில அறிஞர்கள் ஒப்பிட முயற்சித்துள்ளனர் மகாத்மா காந்திக்கும் பகத்சிங்குக்கும் இடையில் சிலர் அவரைப் போலவே நடத்துகிறார்கள் துணிச்சலின் சின்னம், மற்றும் பகத் சிங்கும் தன்னை விவரித்தார் சுதந்திரப் போராளி மற்றும் போர்க் கைதி. இது தவிர, இன்னும் பல அறிஞர்கள் மற்றும் அரசியல்வாதிகள் அவரை தங்கள் கண்ணோட்டத்தில் மதிப்பிட்டுள்ளனர். இந்த விஷயத்தைப் பார்க்க இங்கே ஒரு சிறிய முயற்சி மேற்கொள்ளப்பட்டுள்ளது இந்த பல்வேறு கோணங்களில் இருந்து.

மகாத்மா காந்தி மற்றும் பகத் சிங்

எண்ணங்களின் பார்வையில் பொதுவான எதுவும் இல்லை மகாத்மா காந்திக்கும் பகத்சிங்குக்கும் இடையில் அதேசமயம் மகாத்மா காந்தி

முழுக்க முழுக்க அகிம்சைவாதி, பகத்சிங் ஒரு புரட்சியாளர், வன்முறையைத் தவறாகக் கருதாதவர் இலக்கு - இந்தியாவின் சுதந்திரம். இவர்கள் இருவரும் தீவிரவாதிகள். ஒன்று அகிம்சையின் தீவிரவாதி, மற்றொன்று தீவிரவாதி புரட்சி; ஆனால் இந்திய மக்களுக்கு இருவரும் சமமாக அன்பானவர்கள் மற்றும் மரியாதைக்குரிய தாய்நாட்டின் சுதந்திரத்திற்காக இருவரும் போராடினார்கள். பகத்சிங் போராட்டத்தின் போது தன்னைத்தானே தியாகம் செய்து கொண்டார் காந்திஜி அதில் வெற்றி பெற்று கொலையாளியின் தோட்டாக்களுக்கு ஆளானார். திரு கே.கே.குல்லர், தனது புத்தகமான ஷஹீத் பகத் சிங்: குச் அத்குலே பிரிஷ்தா இந்த சூழலில் எழுதுகிறார்: "அரசியல் கண்ணோட்டத்தில் இருவரும் ஒருவரையொருவர் சந்திக்கும் அளவுக்கு தங்கள் வயதில் சிந்தனையாளர்கள். ஒரு நதியின் இரு கரைகள் போல, அது கடலில் கலக்கும் போது மட்டுமே. அல்லது அவர்கள் முடிவிலியில் மட்டுமே சந்திக்கக்கூடிய இணையான கோடுகள் என விவரிக்கலாம். இருவரும் தாய்நாட்டிற்காக உயிரை தியாகம் செய்தார்கள். அழியாத ஒன்று கொலையாளியின் தோட்டாக்களுக்கும், பகத்சிங்கின் தோட்டாக்களுக்கும் விழுந்தது அவரை சுட்டுக் கொல்ல வேண்டும் என்பதுதான் அரசாங்கத்திடம் கடைசியாகக் கோரிக்கையாக இருந்தது ஒரு சாதாரண குற்றவாளியாக தூக்கிலிடப்படுவதற்கு பதிலாக போர்க் கைதியாக தைரியம் மற்றும் அச்சமின்மை ஆகிய விதிமுறைகளை இருவரும் அமைத்துள்ளனர் சாதாரண மனிதர்கள் செல்வது எளிதல்ல என்பதைத் தாண்டிய தரங்கள். அவர்கள் அல்ல, அவர்கள் இயக்கங்கள். காந்திஜி இருந்த இடம் அது ஒரு கோவிலாக இருந்தது, அவர் நடந்த இடத்தில் அந்த நிலம் இருந்தது புனிதமானது. பகத்சிங் தூக்கிலிடப்பட்டு தகனம் செய்யப்பட்ட இடங்கள் யாத்திரை ஸ்தலங்களாக மாறிவிட்டன. அவற்றைப் பற்றி எழுதுவது சாத்தியமில்லை பகத் சிங் கண்களில் கண்ணீர் இல்லாமல் அல்லது உணர்வு வளராமல் பகத் சிங் ஆடும்போது மிகவும் உண்மையான வாழ்க்கையை வாழ்ந்தார் காந்திஜியின் விளக்கமும் சமமானது ஆனால் கடினமானது. தொண்டை அடைக்காமல் பகத்சிங் கொலை. இருவரும் நினைவுகளை விட்டுச் சென்றுள்ளனர் பின்னால், மறக்க முடியாதது இருவரின் மரணம் மக்களின் இதயங்களில் தியாகிகளின் நிலையை வைத்திருக்கிறார்.

அவ்வாறே இருவருக்குமே ஒரு பொதுவான குறிக்கோள் இருந்தது - சுதந்திரம் தாய்நாட்டைப் பற்றியது அவர்களின் கருத்துக்கள் வித்தியாசமான உலகத்தைக் கொண்டிருந்தன. இரண்டும் அவர்கள் தங்கள் பகுதிகளில் தீவிரமான மற்றும் சிறந்த போராளிகளாக இருந்தனர். என்ற வீரம் காந்திஜி உண்மை மற்றும் அமைதியை அடிப்படையாகக்

கொண்டவர், பகத்சிங் ஒரு துணிச்சலான தனித்துவமான போர்வீரன். ஒன்றை மற்றொன்றை விட பெரியதாக அழைப்பது மற்றவருக்கு அநீதி.

போராளி, தீவிரவாதி அல்ல

பகத் சிங், பாரத அன்னையின் மதிப்பிற்குரிய மற்றும் தகுதியான மகன். பிரிட்டிஷ் அரசுக்கு வாழ்க்கையை நரகமாக்கியது. பகத்சிங்கில் அவர்கள் பிரிட்டிஷ் சாம்ராஜ்யத்தில் ஒரு வாள் தொங்குவதைக் கண்டார். பகத் சிங் பெயர் பிரிட்டிஷ் அரசுக்கு ஒரு பயங்கரமாக மாறியது. இந்தியா என்றாலும் இந்தியர்களுக்கு சொந்தமானது, ஆங்கிலேயர்கள் இங்கு எஜமானர்கள். இந்தியர்கள் மோசமான நிலையில் இருந்தனர். அது பிரிட்டிஷ் அரசாங்கம் அவர்களை ஒரு பரிதாப நிலைக்கு தள்ளியது. இது வெளிப்படையானது அட்டூழியமாக இருந்தது மற்றும் பிரிட்டிஷ் அரசாங்கம் கொடூரமானது. பகத் சிங் இந்த கொடுமையை முடிவுக்கு கொண்டு வர முடிவு செய்தார். ஆங்கிலேயர்கள் ஆபத்தை உணர்ந்தனர் மிகவும் தேசபக்தியுள்ள இந்த நபரை அவர்கள் பயங்கரவாதி, குற்றவாளி, ஆளுமை என்று அழைத்தனர் கிராட்டா அல்லாத, சமூகமற்ற உறுப்பு என்றனர். அது அவர்களுக்கு இயல்பாக இருந்தது ஒரு கொடுங்கோலனிடம் நேர்மையான நீதியை எப்படி எதிர்பார்க்க முடியும்? பிராங்க் மோரேஸும் அவரை ஒரு பயங்கரவாதி மற்றும் அச்சமற்ற போராளி என்று அழைத்தார். "பகத் சிங் ஒரு முக்கியமான தனிநபர், ஒரு பயங்கரவாதி, ஒரு அச்சமற்ற போர்வீரன், மற்றும் அவரது திறந்த அறிவுசார் முகம் ஒரு பார்வையை வழங்கியது அவரது கலகத்தனமான நடவடிக்கைகள்" ஆகும்.

நாட்டை நேசிப்பது குற்றமல்ல யாராவது பயமுறுத்தினால் பாதுகாப்பு மற்றும் சுதந்திரத்தின் நலன்களுக்காக தனது எதிரியை பயமுறுத்துகிறது இது ஒரு உன்னதமான நடவடிக்கை. பிறகு எப்படி அவரை தீவிரவாதி என்று சொல்ல முடியும்? பகத்சிங் அத்தகைய ஒரு அரிய நபர். இளைஞர்களுக்கு விடுத்துள்ள வாழ்த்துச் செய்தியில் அவர் இதனைத் தெரிவித்துள்ளார் 2, 1931 இல் அவரது நாடு :

"நான் ஒரு பயங்கரவாதி என்று பரவலாகக் கருதப்படுகிறது. ஆனால் நான் தீவிரவாதி இல்லை. நான் சில திட்டவட்டமான யோசனைகள், திட்டவட்டமான இலட்சியங்கள் மற்றும் கொண்ட ஒரு புரட்சியாளர் ஒரு நீண்ட திட்டம்."

ஒருவன் தன் எதிரியைக் கொன்றால் குற்றவாளி என்று சொல்ல முடியாது தனது நாட்டின் பாதுகாப்பு. இது அப்படியானால், சிப்பாய்கள் போராடுகிறார்கள் பாதுகாப்பும் குற்றவாளிகள் என்று அழைக்கப்படும். இது பகத் சிங்கிற்கும் பொருந்தும், அவர் முன்பு கூறியது லாகூர் உயர்நீதிமன்றத்தில் சட்டசபை வெடிகுண்டு கண்டத்தில் :

“முதல் விஷயம் இதுதான் நாங்கள் வீசிய குண்டுகள் ஆனால், சபையில் யாரையும் உடல் ரீதியாகவோ மன ரீதியாகவோ பாதிக்கவில்லை. இதிலிருந்து அவர்கள் பார்வையில் எங்களுக்கு வழங்கப்பட்ட தண்டனை மிகவும் கடுமையானது, அது பழிவாங்கும் நோக்கத்துடன் கொடுக்கப்படுகிறது. பார்த்தேன் மற்றொரு நிலைப்பாட்டில் இருந்து, உண்மையான நோக்கத்தை நீங்கள் அறிய முடியாது குற்றம் சாட்டப்பட்டவரின் மனநிலை உங்களுக்குத் தெரியும். நீங்கள் யாருக்கும் நீதி செய்யவில்லை, ஏனென்றால் இல்லாத நிலையில் மிக உயர்ந்த தளபதிகளின் குறிக்கோள் பற்றிய அறிவு இராணுவம் சாதாரண கொலைகாரர்கள் போல் இருக்கும். அரசாங்கத்தின் பெரும்பகுதி மோசடி செய்பவர்களாகவும், நீதிபதிகளாகவும் தோன்றுவார்கள் கொலைக் குற்றம் சாட்டப்படும். இது சமூக ஒழுங்கை குறைக்கும் மற்றும் கலாச்சாரம் முதல் இரத்தம் சிந்துதல், திருடுதல் மற்றும் போலி உருவாக்குதல் போன்றவையாகும். இலக்குகள் என்றால் புறக்கணிக்கப்பட்டது, பிறகு மக்களிடம் கேட்க அரசுக்கு என்ன உரிமை இருக்கிறது நீதி செய்ய? குறிக்கோள்கள் புறக்கணிக்கப்பட்டால், விளம்பரம் மதம் என்பது பொய்யைப் பரப்புவது போலவும் ஒவ்வொன்றும் போலவும் இருக்கும். கோடிக்கணக்கான அப்பாவிகளை தவறாக வழிநடத்தியதாக தீர்க்கதரிசிகள் மீது குற்றம் சாட்டப்படும் மற்றும் அறியாத மனிதர்கள். இலக்குகள் கவனத்தில் கொள்ளப்படாவிட்டால் அமைதியை சீர்குலைப்பது மற்றும் கிளர்ச்சியை பரப்புவது, மற்றும் கருதப்படும் சட்டத்தின் பார்வையில் ஒரு ஆபத்தான மனிதனாக.” தோன்றுவான்.

உண்மையில் பகத்சிங் ஒரு போர்க் கைதி. அவர் ஒரு போர் நடத்தினார் தனது தாய்நாட்டின் பாதுகாப்பிற்காக தான் பிரிட்டிஷ் அரசுக்கு எதிராக மற்றும் அதன் அடிமைத்தனத்தை முடிவுக்கு கொண்டுவர வேண்டும். அவரும் இதே கருத்தைக் கொண்டிருந்தார். எனவே, ஆங்கிலேயர்கள் அவரை பயங்கரவாதி என்று அழைத்தார்கள். ஏனென்றால் அரசியலில் மக்கள் பல விஷயங்களைச் சொல்கிறார்கள் பொது பார்வையில் தங்கள் எதிரியை தரமிறக்க சொல்கிறார்கள். எனவே இது போன்ற குற்றச்சாட்டுகள் அர்த்தமற்றவையாகும்.

பல்வேறு அறிஞர்கள் மற்றும் அரசியல்வாதிகளின் பார்வையில்

பகத் சிங் ஒரு நேர்மையான மகன் என்பது இந்த அளவு நிறுவப்பட்டது மற்றும் அன்னையின் சேவகனின் பாதகமான கருத்தைப் பொருட்படுத்தாமல் பிரிட்டிஷ் அரசாங்கம் தவறாக பயன்படுத்தியது. இந்த தனித்துவமான துணிச்சலான மனிதனுக்கு அவரது ஆளுமையில் உள்ள சிறப்புகள், அவற்றின் முக்கியத்துவம் அங்கீகரிக்கப்படவில்லை இந்தியர்களால் வெளிநாட்டு அறிஞர்கள் மற்றும் அரசியல்வாதிகளால்.

பகத்சிங் இந்தியாவிற்கு அழகான எதிர்காலம் வேண்டும் என்று கனவு கண்டார். அங்கு இந்தியா முழுவதுமாக சுயராஜ்யம் வேண்டும் என்ற கோரிக்கையை காங்கிரஸ் முன்வைத்தது அதன் லாகூர் அமர்வில், அதற்கு முன்னதாக அவர் செய்து முடித்தார். அதுவே திட்டங்களின் குறிக்கோளாக உள்ளது. இந்த வகையில், பகத்சிங்கை ஒரு பார்ப்பனர் என்று சொல்லலாம். இந்த தரத்தைப் பற்றி பேசுவது:

பகத்சிங்கின், டாக்டர் ராம் மனோகர் லோஹியா கோழைகள் என்றார் தனிநபர்கள் ஒரு நாட்டின் சுதந்திரத்திற்கு மிகவும் ஆபத்தானவர்கள் அல்ல சமூக, பொருளாதாரம் பற்றி அறியாத துணிச்சலான போராளிகளாக ஏற்றத்தாழ்வுகள் மற்றும் மிகைப்படுத்தப்பட்ட சொற்களில் பேசும் அரசியல்வாதிகள் ஆவர். பகத் சிங் தனது சமகாலத்தவர்களை விட உயர்ந்தவராகவும், முன்னோடியாகவும் இருந்தார் அவரது முறை. அவர் இந்தியாவின் எதிர்காலத்தை அரை நூற்றாண்டுக்கு முன்பே கணித்தார். பகத்சிங்கின் ஆளுமை அனைத்து நற்பண்புகளையும் கொண்டிருந்தது. அவருக்கு ஒருவிதம் இருந்தது அவர் தொடர்பு கொண்ட அனைவருக்கும் மந்திரத்தை விட்டுச் சென்றது. இந்த நற்பண்புகளைப் பாராட்டிய டாக்டர் சத் பால், “எனக்கு ஒரு வாய்ப்பு கிடைத்தது காங்கிரஸிலும் “நௌஜவான் பாரத் சபா“விலும் வேலை. நான் இல்லை எனக்கு எப்போதாவது பயனுள்ள, ஊக்கமளிக்கும், புத்திசாலி, தைரியம் கிடைத்ததா என்பதை நினைவில் கொள்க என் பொது வாழ்வில் வேலை செய்ய புத்திசாலி இளைஞன் வேண்டும். உன்னிடம் இருக்குமானால் போஸ்டர் ஒட்ட, அவர் தயாராக இருந்தார்; நீங்கள் துர்ரிகளை பரப்ப வேண்டும் என்றால், அவர் இருந்தார். உங்களுக்கு ஒரு பேச்சாளர் தேவைப்பட்டால், அவர் நெருப்பு மற்றும் கந்தகமாக இருந்தார். நான் சொல்வது என்னவென்றால், அவர் எல்லாவற்றையும் பக்தியுடன் செய்தார். அவரது அசாதாரண தாக்கம் அவர் எப்பொழுதும் வெகு தொலைவில் இருந்ததால் பொதுமக்களிடம் சுயநலம், பொறாமை அல்லது பேராசை இருந்ததை கண்டறிந்தார். அவர் ஒரு அழகான மகனையும், அன்பான நண்பனையும், மரியாதைக்குரியவனையும் ஒன்றாக கண்டார்.

மோதிலால் நேரு எந்த அளவுக்கு அவரால் பாதிக்கப்பட்டார் பகத் சிங்குடனான அவரது சந்திப்புகள் மற்றும் அவர் முயற்சிகளை அளவிடலாம் அவரை காப்பாற்ற செய்யப்பட்டது. ஒருமுறை மத்திய சட்டமன்றத்தில் பேசும்போது சட்டமன்றத்தில், அவர் கூறினார், ”அவர் ஒரு சிறந்த ஆன்மா மற்றும் ஒரு துணிச்சலான மனிதர் வணக்கத்திற்குரிய இளைஞன்” என்றார்.

பண்டிட் மோதிலால் நேருவைப் போலவே, மகாமான மதன் மோகன் மாளவியாவும் பகத் சிங் மீது மிகுந்த மரியாதை வைத்திருந்தார்; அவர் மரணத்தை மாற்றக் கோரி வைஸ்ராயிடம் கருணை மனு தாக்கல்

செய்திருந்தார் பகத் சிங், ராஜ் குரு மற்றும் சுக் தேவ் ஆகியோரின் தண்டனையை மாற்றி இவற்றைப் போற்றுதல் வேண்டும். துணிச்சலான மனிதர்கள், "பகத்சிங்கும் அவரது கூட்டாளிகளும் இல்லை சாதாரண நபர்கள். நீங்கள் விமர்சிக்கக்கூடிய நபர்கள் அவர்கள் எந்த அளவிற்கு அவர்களின் வன்முறைச் செயல்கள் உறுதிப்படுத்தப்பட்டுள்ளன. ஆனால் அவர்கள் சுயநல உணர்வுகளால் ஈர்க்கப்படாத நபர்கள் இந்த நபர்கள் அனைவரும் உயர்ந்த இலட்சியங்களால் உந்தப்பட்டவர்கள் தேசபக்தி மற்றும் தங்கள் நாட்டின் சுதந்திரத்திற்கான உணர்வு."

புரட்சியாளர் பகத் சிங், புகழ்பெற்ற சோசலிஸ்ட் போற்றும் தலைவர் ஆச்சார்யா நரேந்திர தேவ் கூறினார். "இடையிலான முக்கிய வேறுபாடு பகத்சிங் மற்றும் பிற புரட்சியாளர்களை அவர் அறிவித்தார் இந்தியா தனது அடிமைத்தனத்திற்கு எதிராக கிளர்ச்சி செய்ய உரிமை இருந்தது என்பது அபூர்வமான வழி. அவரது வீரம் எங்களுக்கு ஒரு சிறப்பு விஷயம், இது ஒரு முன்மாதிரியாக செயல்படும் ஒரு தேசம் ஏன் இத்தகைய வீரம் போன்ற நிகழ்வுகளை நடத்தக்கூடாது நீண்ட காலமாக அந்நிய ஆட்சியின் கீழ் இருந்த இந்தியாவை மீட்கவும், அன்னிய சக்தியை எதிர்கொள்ளவும் தைரியம் இல்லை. ஆங்கிலேயர்களின் முகத்தைப் பார்த்து பயந்துவிட்டதா? ஆனால், பகத்சிங்கின் பெயர் அவர் உதட்டில் வரும் ஒரு கணம் முன்பு. க்கு ஒரு கணம் அனைத்து மனித பலவீனங்களும் மறைந்து அனைவரும் கண்டுபிடிக்கும் உணர்ச்சிகளைத் தொடும் புதிய உலகில் அவர் இருக்கிறார்.

பகத்சிங் அடிமை இந்தியாவை ஒழித்தும் ஒரு கலங்கரை விளக்கமாகச் செயல்பட்டார் சுதந்திரத்தின் முக்கியத்துவம் மற்றும் அதை கடந்து செல்லும் வழியை அவர் கொடுத்தார் அடிமை இந்தியர்களுக்கு மரணத்தைத் தழுவுவது விரும்பத்தக்கது என்ற செய்தி அடிமைத்தனத்தின் அவமானகரமான வாழ்க்கையை வாழ்வதை விட தாய்நாட்டின் சேவையில் உயிர் விடலாம் என தாய்நாட்டிற்கான சுதந்திரம் அவரது வாழ்க்கையின் ஒரே குறிக்கோளாக இருந்தது. அவரது புரட்சிகர நண்பரான விஜய் குமார் சின்ஹாவின் வார்த்தைகள், "வரை சுய தியாகத்தின் ஆவி கவலைக்குரியது, அவர் அதை போதுமான அளவில் கொண்டிருந்தார். அவர் புரட்சிகர இயக்கத்திற்காக தனது உயிரை தியாகம் செய்ய எப்போதும் தயாராக இருந்தார். அவர் சட்டசபையில் வெடிகுண்டு வீசப் போகிறார், அப்போது ஒருவர் வெடிகுண்டை வீசிவிட்டு தப்பிக்க வேண்டும் என்று அறிவுறுத்தினார். ஆனால் அவர் பகத்சிங் இதை உறுதியுடன் எதிர்த்தார். தன்னை கைது செய்து குற்றத்தை நிரூபித்தார், அதனால் அவர் ஒரு பிரச்சாரம் செய்தார் மிகவும் பயனுள்ள வழி மற்றும் அவரது சோசலிசக் கொள்கைகளுக்கு ஒரு உத்வேகம். சாண்டர்ஸின் கொலையில் அவர்

பங்கேற்பதை கட்சி விரும்பவில்லை, ஆனால் பகத் சிங் ரிஸ்க் எடுக்க மிகவும் ஆர்வமாக இருந்ததால் அவரைத் தடுக்க முடியவில்லை. அதாவது இறுதி வரை" முடியவில்லை.

பகத்சிங் ஒரு புரட்சியாளர் மற்றும் மகாத்மா காந்தி அகிம்சையின் தூதர். அப்போதும் அவரது புகழ் மற்றும் முக்கியத்துவம் காந்திஜியை விட எந்த வகையிலும் குறைவானவர் அல்ல. அதனால் பட்டாபி டாக்டர் சீதாராமையா எழுதினார், "சொல்வது மிகையாகாது இந்தியாவில் பகத் சிங்கின் பெயர் பிரபலமாக இருந்தது காந்திஜியை விட" ...

கிரிபால் சிங் நரங், பஞ்சாபியின் முன்னாள் துணைவேந்தர் பாட்டியாலா பல்கலைக்கழகம், பகத் சிங் தங்கியிருப்பதற்கு தனது மரியாதையை வெளிப்படுத்துகிறது தேசபக்தியில் எழுதுகிறார்:

"பகத்சிங்கின் புரட்சிகரமான வாழ்க்கை ஒரு சின்னம், ஒரு விளக்கு கம்பம் ஒவ்வொரு இந்திய குடிமகனும் தெரிந்து கொள்ளும்படி அவர் ஒரு அசாதாரண ஆற்றல் கொண்ட இளைஞராக இருந்தார் மற்றும் அவரது பார்வை, இந்திய மனசாட்சியை உலுக்கியது. மேலும் அது உலகின் ஏகாதிபத்திய சக்தி. அவர் ஒரு உண்மையான மற்றும் உயர்ந்த தேசபக்தர். அம்மாவின் விடுதலைக்காக அவர் செய்த அஞ்சாத தியாகங்கள் இந்தியா தனது காலத்து இளைஞர்களை ஒரு புதிய விழிப்புணர்வால் நிரப்பியது மற்றும் வைராக்கியம். இதற்காக சுதந்திர இந்தியா அவருக்கு மிகவும் கடமைப்பட்டிருக்கிறது அவரது வீரத்தை மறக்க முடியாது. அவரது பொருத்தமற்ற மூலம் என்பது தேசத்தின் மீதான அன்பும் தியாகமும் தான். அவர் தேசியத்தின் பிரகாசமான பாதையை தயார் செய்தார்.

தியாகி பகத்சிங் துணிச்சலின் அடையாளமாக மாறினார் இந்திய ஆன்மாவில் தைரியம். இதனைச் சுட்டிக்காட்டி முன்னாள் மத்திய அமைச்சர் டாக்டர் கரண் சிங் எழுதினார்:

"சர்தார் பகத் சிங் ஒரு தைரியமான போராளி மற்றும் கவர்ச்சியானவர் சுதந்திரத்திற்காக உயிரை தியாகம் செய்தவர்களில் இந்தியாவின் தனி நபர். அவர் பஞ்சாபில் வசிப்பவர், மற்றும் பெரிய செயலைச் செய்ததன் மூலம் பகத் சிங் தனது ஆண்மையின் பாரம்பரியத்துடன் "தியாகம்" மற்றும் தைரியம், அவர் கிளர்ச்சி சித்தாந்தத்தின் சின்னமாக மாறினார். அவை அவரது காலத்து இளைஞர்களால் ஏற்றுக்கொள்ளப்பட்டது. புராணக்கதை மற்றும் அவரது பெயர் தேசபக்திக்கு ஒத்ததாகிவிட்டது சுதந்திரத்தின் பின்னணியில் தியாகம்."

பகத்சிங் இந்தியர்களின் இதயங்களில் என்றும் வாழ்வார். அவர் செய்ததோ மிகப் பெரிய செயல்கள் பகத்சிங்கும் அவரது இரு கூட்டாளிகளும் இருந்தபோது பயம் என்ற உருது நாளிதழ் எழுதியது:

“இந்த மூன்று தியாகிகளையும் இந்தியா முழு பிரிட்டனையும் விட உயர்ந்ததாகக் கருதுகிறது. ஆயிரக்கணக்கில், லட்சக்கணக்கானவர்களைக் கொன்று தூக்கு தண்டனைக்குப் பழிவாங்க முடியாது ஆங்கிலேயர்கள். இந்தியாவைப் பெற்ற பிறகு இந்தப் பழிவாங்கல் முழுமையடையும் என்று நினைத்தனர் அவர் விடுவிக்கப்பட்டார். அப்போது பிரிட்டனின் மகிமை மண்ணைக் கடித்துக் கொள்ளும். மேலும், பகத் சிங்! ராஜ் குருவே! சுக் தேவ்! ஆங்கிலேயர்கள் ஒரு மகிழ்ச்சியில் உன்னை கொன்றேன் என்கிறார்கள். ஆனால் அவர்கள் தவறாக நினைக்கிறார்கள் அவர்கள் உன்னைக் கொலை செய்யவில்லை.

அவர்களின் எதிர்காலத்தை குத்திக் கொன்றுள்ளனர் நீங்கள் உயிருடன் இருக்கிறீர்கள், எப்போதும் இருப்பீர்கள்உயிருடன்.” ஆனால்,

பகத்சிங் போன்ற மனிதர்கள் பிறப்பது அரிது. ஸ்ரீ கே.கே.குல்லர் எழுதுகிறார் இந்த சூழலில்:

“பகத்சிங்கின் வாழ்க்கை மற்றும் மரணத்தின் முடிவு இதுதான்: உங்களால் முடியாது மக்களை அடக்கி எண்ணங்களை அடக்குகிறது. பகத் சிங் போன்ற மனிதர் பல நூற்றாண்டுகளுக்கு ஒருமுறை பிறந்தவர். அவர் வாழ்வதற்காக மரணத்தைத் தேர்ந்தெடுத்தார்.

பகத்சிங்கின் குணங்கள் பண்டித ஜவஹர்லால் நேருவை மிகவும் பாதித்தன. அவரை சிறைக்கு சென்று பார்ப்பது வழக்கம் பகத்சிங்கைப் போற்றுதல் மற்றும் அவரது முக்கியத்துவத்தை ஒப்புக்கொண்டு, ”என்ன காரணம் இந்த இளைஞன் திடீரென்று இவ்வளவு பிரபலமாகிவிட்டாரா? நேதாஜி சுபாஷ் சந்திரபோஸ் அவரை ஒரு சின்னமாக ஒப்புக்கொண்டார். “பகத் சிங் ஒரு தனிநபர் அல்ல, அவர் ஒரு சின்னம் அவர் கிளர்ச்சி உணர்வினை வெளிக் கொண்டு வந்தவர்.”

அவர் ஒரு உண்மையான புரட்சியாளர், பகத்சிங்கின் வாழ்க்கை வரலாற்றாசிரியர் மேஜர் குரு தேவ் சிங் தியோல் எழுதினார்:

“பகத் சிங் இந்த வார்த்தையின் உண்மையான அர்த்தத்தில் ஒரு புரட்சியாளர். விரும்பியதை அடைவதற்கான அனைத்து வகையான வழிமுறைகளின் உரிமையையும் அவர் நம்பினார் (சரியான) இலக்கு. அவரது குறுகிய அரசியல் வாழ்க்கையில், அவர் ஒருபோதும் கவலைப்படவில்லை தன்னையே முடிக்கும். அந்த சந்தர்ப்பங்களில் கூட தன்னை தற்காத்துக் கொள்ள முயற்சிக்கவில்லை. அவரது கடமை அதைக் கோரியது.”

பகத்சிங்கின் செயல்பாடுகளை மதிப்பாய்வு செய்யும் போது பகத் என்று சொல்லலாம் சிங் தனது உன்னத இலட்சியங்களின் அந்த உயர்ந்த சிகரங்களை குறுகிய வாழ்க்கையில் அடைந்தார். ஒரு சாதாரண மனிதனால் நினைத்துக்கூட பார்க்க முடியாது. இந்த நாடு நிலைத்திருக்கும் அடித்தளம் அமைப்பதில் அவர் ஆற்றிய பங்களிப்பிற்காக பகத் சிங் என்றென்றும் அவருக்குக் கடமைப்பட்டிருக்கிறார். அதாவது தேசத்தின் உருவாக்கத்திற்காக. நமது கலாச்சாரத்தில் "தேவதா" கொடுப்பவர் என்று பொருள். பகத் சிங் கொடுத்தார், தியாகம் செய்தார், அவருக்கு மிகவும் பிடித்தமான விஷயம் இந்தியா ஒரு தேசமாக உருவாவதற்கான வாழ்க்கை மட்டுமே. எனவே, அவரது பார்வையில், இந்திய அன்னை ஒரு தேவதை போன்றவள். நாட்டிற்கு கடவுள். அவரிடம் உள்ளது துறவு, தேசபக்தி மற்றும் தியாகத்தின் அடையாளங்கள் ஆகும். அவர் ஒரு நல்ல தரத்தின் சின்னம் மற்றும் தனித்தன்மை வாய்ந்தவர். உண்மையான நோக்கம் அல்லது நிறைவு. என்பது சாதனை. எனவே, பகத்சிங்கை மதிப்பிட முடியாது. அதாவது, அவருக்கு இடம் ஒதுக்குங்கள். அவரை யாருடனும் ஒப்பிட முடியாது. கடைசியில் இவ்வளவுதான் சொல்ல முடியும், அவரே அவருடைய ஒப்பீடு ஆவார். பகத்சிங் பகத்சிங்குக்கு தான் சமம். வேறு எவரையும் அவருக்கு ஒப்பிட முடியாத உன்னதமானவர். "எதற்கும் அஞ்சா சிங்கம்" தான் பகத்சிங் என்றால் அது மிகையாகாது.

*****